महाराष्ट्राची संतपरंपरा

"दिलीपराज प्रकाशन प्रा. लि.'च्या नवीन पुस्तकांची यादी व माहिती हवी असल्यास आपला पत्ता, दूरध्वनी क्रमांक किंवा Email आमच्या *diliprajprakashan@yahoo.in* या Email address वर पाठवावा किंवा आमच्याशी दूरध्वनी क्रमांक फॅक्ससहित : ०२०-२४४८३९९५/२४४९५३१४ /२४४७१७२३ यावर संपर्क साधावा.

आमच्या वेबसाईटला एकदा अवश्य भेट द्या.

Blog: http:.//diliprajprakashan.blogspot.com

महाराष्ट्राची संतपरंपरा

(धार्मिक)

डॉ. यू. म. पठाण

दिलीपराज प्रकाशन प्रा. लि.

२५१ क, शनिवार पेठ, पुणे - ४११ ०३०

प्रकाशक
राजीव दत्तात्रय बर्वे,
मॅनेजिंग डायरेक्टर,
दिलीपराज प्रकाशन प्रा. लि.,
२५१ क, शनिवार पेठ,
पुणे - ४११ ०३०

© डॉ. यू. म. पठाण
२, आनंदनगर, टाऊन हॉल,
औरंगाबाद - ४३१ ००१

प्रथमावृत्ती :
१५ ऑगस्ट २०१२

प्रकाशन क्रमांक :
१९०१

ISBN :
978-81-7294-955-6

मुद्रक
Repro India Limited, Mumbai.

टाईपसेटिंग
पितृछाया मुद्रणालय,
९०९, रविवार पेठ,
पुणे - ४११ ००२

मुखपृष्ठ
रविमुकुल

महाराष्ट्राची संतपरंपरा / Maharashtrachi Santparampara

संतपरंपरेच्या दर्शनापूर्वी

महाराष्ट्राच्या भूमीचं वैशिष्ट्य असं, की तिच्यात दशका-नुदशकांपासून, शतकानुशतकांपासून अनेक धर्म नि पंथ नि त्यांचे अनुयायी गुण्यागोविंदानं नांदत आहेत. हे धर्म नि पंथ नि त्यांचे अनुयायी यांच्यामधील महत्त्वाचा दुवा म्हणजे त्या त्या धर्माचे वा पंथाचे संत. संतांची ही परंपरा कुठलाही खंड पडू न देता बारा-तेराव्या शतकापासून आजच्या एकविसाव्या शतकापर्यंत जनसामान्यांशी अविरत, अव्याहत हृदसंवाद करीत आहे. त्यांना मार्गदर्शन करीत आहे. इहलोकात कसं राहावं नि प्रपंच करीत करीत परमार्थसाधना कशी करावी, याचा जणू वस्तुपाठच देत आहे. धर्माच्या व पंथाच्या तत्त्वज्ञानातील क्लिष्टता काढून टाकून त्यात सुलभीकरण आणीत आहे. त्यांना लोकभाषेत ज्ञानमार्ग, कर्ममार्ग, भक्तिमार्ग इ. साधनेचे विविध मार्ग सांगत आहे. काम, क्रोध, मोह, मद, मत्सरादी षड्रिपूंपासून अलिप्त राहायला सांगत आहे. जनमानसातील सदसद्विवेकबुद्धी जागृत करीत आहे. आचार-विचारातील शुचितेचा, पावनत्वाचा, पावित्र्याचा संदेश देत आहे. आपले धर्म नि पंथ वेगवेगळे असले, तरी विश्वातील सर्व मानवच नव्हेत तर प्राणिमात्रही एक आहेत, हा विश्वबंधुत्वाचा विचार प्रतिपादून विश्वकल्याणाबरोबरच विश्वशांतीचं उद्दिष्ट प्राप्त करण्याची प्रेरणा देत आहे.

महाराष्ट्राच्या संतपरंपरेचा हा पहिला भाग मी वाचकांच्या हाती देत आहे. यात जैन, शैव, वारकरी, महानुभाव, नाथ, समर्थ, दत्त, नागेश इ. कितीतरी धर्मांचे/पंथांचे संतकवी आहेत व संतकवयित्री आहेत. एवढंच नव्हे तर ते वेगवेगळ्या जातींचेही आहेत. ज्ञानदेव, नामदेव, चोखामेळा, सावता माळी, नरहरी सोनार, मन्मथस्वामी, गोरा

कुंभार, सेना महाराज, बंका महाराज, श्रीचक्रधरस्वामी, म्हाइंभट, नागदेवाचार्य (भटोबास), एकनाथ, रामदास, तुकोबा, निळोबा, संताजी जगनाडे (संतू तेली), अज्ञानसिद्ध, चाँद बोधले, शहामुनी, चिमना पंडित, गुणकीर्ती, सजन कसाई, जंगली महाराज, मोरयास्वामी, गजानन महाराज, गाडगेबाबा, तुकडोजी महाराज ही नावं जसं आपल्याला बरंचसं काही सांगून जातात, त्याचप्रमाणं महदंबा, मुक्ताई, जनाबाई, कान्होपात्रा, वेणाबाई, सोयराबाई, निर्मळा, भागू, बहिणाबाई ही नावंही आपल्याला बरंच काही सांगून जातात.

या नावांमध्ये अनेकसंदर्भसूचकत्व आहे, असं मला नेहमी वाटलं आहे. त्यांत धर्म आहेत, पंथ आहेत, जाती आहेत, व्यवसाय आहेत, संप्रदाय आहेत, त्याचप्रमाणं त्या त्या धर्मांचं नि संप्रदायांचं, त्या त्या संस्कृतीचं वेगळंपण आहे. हे वेगळंपण जसं तत्त्वज्ञानाचं आहे तसंच आचारधर्मांचं, उपासनापद्धतीचं, धर्मग्रंथांचंही आहे. या संस्कृतींपैकी प्रत्येक संस्कृती आपलं वेगळंपण राखते, त्याचप्रमाणं अन्य संस्कृतींशी संघर्ष न करता, त्यांच्याशी सामंजस्य साधते, समरसही होते. हे सर्व एकसंध मऱ्हाटी संस्कृतीचे घटकच नव्हेत का? ते केवळ साधे घटकच नाहीत, तर अविभाज्य घटक आहेत. ते मराठी मातीच्या कणाकणाशी एकरूप झाले आहेत.

ही नावं आणखी कोणकोणत्या संदर्भांचं सूचन करतात? ते विविध महाराष्ट्रीय जीवनशैलींचा निर्देश करतात. यादवकाळ, बहमनीकाळ, शिवकाळ, पेशवेकाळ या महाराष्ट्राच्या इतिहासाचा निर्देश करतात. त्याचप्रमाणं आपेगाव, आळंदी, देहू, ऋद्धिपूर, नरसीबामणी, अरणगाव, तेर, पैठण, मंगळवेढा, धारूर, वडवाळ, सिद्ध नागनाथ, सज्जनगड, जांब (समर्थ), शिऊर, देवगाव रंगारी, नेकनूर, औंढा नागनाथ, आर्वी, मोझरी, होनमुर्गी, सोन्नलपूर (सोलापूर), अंबेजोगाई इ. स्थानांचं स्मरण करून देऊन महाराष्ट्राची व्याप्ती ही खरीच एका 'महा-राष्ट्राची' कशी आहे, या भौगोलिक सीमारेषांचाही आठव करून देतात, तेव्हा अभिमानानं कुणाही मराठी माणसाची छाती भरून आल्याशिवाय कशी राहील?

ही नावं चातुर्वर्ण्यव्यवस्थेचा संकेत देऊन महाराष्ट्राच्या सामाजिक समस्यांचंही सूचन करतात; तर त्यांतून उद्‌भवणाऱ्या विषमतेचा विध्वंस करणाऱ्या महापुरुषांच्या सत्यान्वेषी, विवेकनिष्ठ, कुप्रथा/रूढी करणाऱ्या विद्रोही मानसिकतेमुळं आपल्याला केवढं विलक्षण समाधान नि मनोबल

देतात! या समस्या जशा महाराष्ट्राच्या धर्मशास्त्राशी जोडल्या आहेत, त्याचप्रमाणं महाराष्ट्राच्या समाजशास्त्राशीही जोडल्या आहेत. दैवी आणि आसुरी संपत्तीतील भेद स्पष्ट करून शुचितेचा, पावित्र्याचा नंदादीप प्रज्वलित करणारे महापुरुष आहेत. समाजाचं मानसशास्त्र जाणणारे आहेत त्याचप्रमाणं मऱ्हाटी लोकसंस्कृतीची, लोककलांची, लोकनाट्यांची, लोकसंगीताची बूज राखणारेही आहेत. भाष्यकार, अभंगकार, गीतकार, पदकार आहेत. या सर्वांनी मराठी भाषा नि वाङ्मय केवढं समृद्ध, वैभवसंपन्न केलं आहे! त्यांपैकी काहींनी मराठीप्रमाणंच हिंदीतही लेखन करून हिंदी भाषा समृद्ध केली आहे तर काहींनी अरबी-फार्सी दार्शनिक परिभाषेशी मराठी दार्शनिक परिभाषेची तुलना करून त्यातील साम्य शोधण्याचा प्रयत्न केला आहे. या नावांनी मराठी वाङ्मय समृद्ध केलं आहे. त्यांत काही आख्यानकार आहेत. काही संतचरित्रकार आहेत. काही अभंगकार, पदकार आहेत. काही भाष्यकार आहेत. काही 'धवळे'कार तर काही भारुडकार/संपादणीकारही आहेत. काही प्रपंचपरमार्थाचा समन्वय करणारे तर काही विरक्त, संन्यासी, योगी, जोगी आहेत. तपस्विनी आहेत. योगिनी आहेत तर काही गणिकाही आहेत. साधे व्यावसायिक, बारा बलुतेदार आहेत तर तत्त्वचिंतक/विचारवंतही आहेत.

या सर्वांनी महाराष्ट्राच्या आकाशाला गवसणी घातली आहे तशीच विश्वाकाशालाही.

हिंदी भाषेत सांगायचं झालं तर या 'संत नामावली'त 'गागर में सागर' भरला आहे. संतांचं जीवन, त्यांचं तत्त्वज्ञान, त्यांनी प्रतिपादिलेला उपदेश, जनमानसाशी केलेला हृदयसंवाद, त्यांचं सामाजिक व आध्यात्मिक प्रबोधनकार्य यांचा संक्षिप्त आलेख म्हणजेच हा ग्रंथ होय. विद्यार्थी, अध्यापक-प्राध्यापक, संशोधक व सांप्रदायिक शाळा, महाविद्यालय नि विद्यापीठ, सर्वसामान्य मराठी वाचक नि महाराष्ट्रातील ग्रंथालय यांना तो निश्चितपणे उपयुक्त वाटेल, असा विश्वास वाटतो.

◻◻◻

अनुक्रम

१)	सिद्धेश्वर	१३
२)	चक्रधरस्वामी	१६
३)	महदंबा	१९
४)	गोविंदप्रभू	२२
५)	चांगदेव राऊळ	२४
६)	निवृत्तिनाथ	२८
७)	ज्ञानेश्वर	२९
८)	सोपानदेव	३१
९)	नामदेव	३४
१०)	जनाबाई	३६
११)	भागू	३९
१२)	वजीरुल्मुल्क मुंतोजी खलजी	४३
१३)	जगमित्र नागा	४६
१४)	चोखामेळा	५०
१५)	नरहरी सोनार	५३
१६)	सोयराबाई	५६
१७)	निर्मळा	६०
१८)	कर्ममेळा	६२
१९)	बंकामहाराज	६६

२०)	रोहिदास	६९
२१)	जोगा परमानंद	७२
२२)	कान्होपात्रा	७५
२३)	सावता माळी	७८
२४)	गोरा कुंभार	८१
२५)	नागेश	८४
२६)	पंडित मेघराज	८६
२७)	गुणकीर्ती	८८
२८)	ब्रह्मगुणदास	९१
२९)	चिमना पंडित	९४
३०)	सजन कसाई	९६
३१)	अंबर हुसेन	१००
३२)	जनार्दनस्वामी	१०२
३३)	शेख महंमद	१०६
३४)	एकनाथ	१०९
३५)	दासोपंत	११२
३६)	जनी जनार्दन	११५
३७)	अज्ञानसिद्ध	११८
३८)	वेडा नागेश	१२१
३९)	तुकाराम	१२५
४०)	रामदास	१२७
४१)	रंगनाथस्वामी निगडीकर	१३०
४२)	संताजी जगनाडे	१३२
४३)	देवनाथ	१३४
४४)	सोहिरोबानाथ अम्बिये	१३६
४५)	बाबामहाराज आर्विकर	१३९
४६)	वासुदेवानंद सरस्वती	१४२

नऊ

४७)	बहिरा पिसा	१४५
४८)	भुजंगबुवा	१४८
४९)	लक्ष्मणमहाराज	१५१
५०)	संतचरित्रकार भीमस्वामी	१५५
५१)	गिरिधरस्वामी	१५७
५२)	सूफी संत शाह तुराब	१६०
५३)	बयाबाई (बायजाबाई)	१६३
५४)	मन्मथस्वामी	१६५
५५)	माणकोजी बोधलेमहाराज	१६८
५६)	उत्तम श्लोक	१७१
५७)	दासगणूमहाराज	१७३
५८)	अजितकीर्ती-शिष्य (पहिले) विशालकीर्ती	१७६
५९)	देवेंद्रकीर्ती-शिष्य (दुसरे) विशालकीर्ती	१७८
६०)	गोपाळनाथ	१७९
६१)	तेग बहादूर	१८२
६२)	हंसराजस्वामी	१८४
६३)	शुभरायमहाराज	१८७
६४)	अवधूतस्वामी	१८९
६५)	श्रीपंत बाळेकुंद्रीकरमहाराज	१९३
६६)	ब्रह्मचैतन्य गोंदवलेकरमहाराज	१९५
६७)	जमाल फकीर	१९८
६८)	शैवसंत शिवदास	२०१
६९)	आचार्य आर्यनंदी	२०४
७०)	मोरया गोसावी	२०६
७१)	चूडामणिसुत	२०८
७२)	आडकोजीमहाराज	२११
७३)	गाडगेमहाराज	२१३

दहा

७४)	तुकडोजीमहाराज	२१५
७५)	जंगलीमहाराज	२१७
७६)	गजाननमहाराज	२२०
७७)	स्वामी स्वरूपानंद	२२३
७८)	(शान्तिसुत) जनार्दन	२२७
७९)	रघुनाथबुवा	२२९
८०)	गंगादास	२३२
८१)	शिवरामबुवा	२३४
८२)	रेवणसिद्ध	२३७
८३)	नृसिंह	२३९
८४)	सत्यात्मज	२४२
८५)	गोपीभास्कर	२४४
८६)	संतोषमुनी कृष्णदास	२४६
८७)	लिंगेश्वर	२४९
८८)	रत्नाकर .	२५१
८९)	शांतलिंगस्वामी	२५३
९०)	महीचंद्र	२५६
९१)	महतीसागर	२५८
९२)	तुकोबा रामदासी	२६०
९३)	रत्नकीर्ती	२६२
९४)	शिवदीन केसरीनाथ	२६४
९५)	रामलिंगस्वामी	२६७
९६)	निळोबा	२६९
९७)	महानुभाव संतकवी भीष्माचार्य	२७२
९८)	श्रीधरस्वामी	२७४
९९)	निरंजन पुरी	२७६
१००)	जैन संत रत्नसा	२७९

अकरा

महाराष्ट्राची संतपरंपरा

१. सिद्धेश्वर

'श्रीसिद्धरामेश्वर' हे वीरशैव सन्त 'श्रीसिद्धेश्वर' या नावानं अधिक परिचित आहेत. सिद्धेश्वर हे सोलापूरचं ग्रामदैवत (नगरदैवत) ही आहे. संक्रांतीच्या सुमारास सोलापूरला सिद्धेश्वरांची यात्रा भरते व सर्व जातिधर्मांचे लोक या यात्रेला येतात. सोलापुरातील सिद्धेश्वर मंदिराचा परिसर सोलापूर शहराच्या अगदी मध्यवर्ती परिसरात आहे. अत्यंत प्रसन्न स्थळी हे सिद्धेश्वर मंदिर असून त्याजवळच एक मोठं सरोवरासारखं वाटणारं तळं आहे. सिद्धेश्वरांच्या प्रेरणेनंच हा तलाव निर्माण केला गेला.

मऱ्हाटी संस्कृतीच्या अभिवृद्धीसाठी केवळ मराठीभाषक संतांनीच हातभार लावला असं नाही; तर कन्नडभाषक संतांनी तसंच दक्खिनीभाषक सूफी व अन्यभाषक संतांनीही हातभार लावला. या रूपानं एकात्मतेचं सुंदर प्रतिबिंब मऱ्हाटी संस्कृतीत उमटलं आहे. ते महाराष्ट्राच्या संतसाहित्यातही उमटलं आहे.

वीरशैव धर्म हा पुरातन धर्म असून बाराव्या शतकात महात्मा बसवेश्वर यांनी त्यात नवचैतन्य ओतलं. त्याचा प्रभाव पुढच्या काळात महाराष्ट्रातल्या अनेक धर्मसंप्रदायांच्या विचारसरणीवर, तत्त्वज्ञानावर पडला. कर्मसिद्धान्ताचं पुनर्मूल्यांकन करून कोणतंही कर्म उच्च किंवा नीच (कनिष्ठ) वा हीन नसतं, सर्व कर्मं मानवाच्या व समाजाच्या हितास व अभ्युदयास उपयुक्तच असतात; अशी सत्कर्मं सर्वांनी करावीत; त्याचप्रमाणं भक्तीही करावी; कर्माधिष्ठित विषमता, उच्च-नीच जाती असा भेदभाव पाळू नये, असा जो क्रांतिकारक विचार म. बसवेश्वरांनी प्रतिपादिला, त्यामुळे सामाजिक व आध्यात्मिक समता प्रस्थापित झाली.

सोलापुरात बहुसंख्य मराठीभाषक आहेत; पण या शहरात कन्नड,

तेलुगु, उर्दू दक्खिनीभाषकही आहेत. त्यामुळं या शहरात भाषिक एकात्मतेचं दर्शनदेखील घडत. वीरशैव संतांची रचना मूलत: कन्नड भाषेत आहे तथापि महाराष्ट्रातील अनेक वीरशैव संतांनी मराठी भाषेत मौलिक रचना केली आहे. त्यांपैकी मन्मथस्वामी, लक्ष्मणमहाराज, बसवलिंग इ. प्रमुख संतकवी असून त्यांच्या रचनाही महाराष्ट्रात लोकप्रिय आहेत.

श्रीसिद्धरामेश्वर (सिद्धेश्वर) हे सोलापूरचे वीरशैव संतकवी. सोलापूरचं मूळ नाव 'सोन्नलगी' असल्याचे उल्लेख आढळतात. सिद्धेश्वरांनी कन्नड भाषेत लेखन केलं. हे 'वचन' साहित्याच्या स्वरूपाचं आहे. मूळ कन्नड वचनं व त्यांचा आशय पुढं देत आहे. त्यावरून सिद्धेश्वरांच्या तत्त्वज्ञानाची (विचारविश्वाची) व भावविश्वाची कल्पना येईल. यातील 'कपिलसिद्ध मल्लीनाथ' ही संज्ञा शिव (शंकर)विषयक असून शिव ही वीरशैवांची उपासक देवता आहे. शिव हा परमात्माच होय.

अन्य मराठी संतांप्रमाणंच आर्त भक्तिभावाचीच प्रचीती सिद्धेश्वरांच्या वचनसाहित्यात येते. (या मूळ कन्नड वचनांचा मराठीत अनुवाद सर्वश्री मगाअी, हनगंडी व डॉ. पुजारी यांनी केला असून त्याचा आशय इथं दिला आहे.)

सिद्धेश्वर म्हणतात, 'देवा, तुम्हाला शरण न गेल्यामुळं माझं जीवन वाया गेलं आहे. तुम्हीच माझा उद्धार करा.' (वचन क्र. ६२)

आपला उद्धार करून घ्यायचा असेल तर भक्ती करायला हवी, त्यासाठी आपण सद्गुणांचा स्वीकार करावा व दुर्गुणांचा त्याग करावा (सत्कर्मं करावीत, दुष्कर्मांचा त्याग करावा) आणि आपले आचार-विचार पवित्र असावेत, असं म्हणताना सिद्धेश्वरांनी वचन क्र. ४० मध्ये पुढील जीवनादर्श सांगितले आहेत-

'पापाच्या सहवासात पुण्य वाढत नाही नि पुण्याच्या सान्निध्यात पापही वाढत नाही. सापाला दूध पाजलं तरी तो विष सोडीत नाही नि मद्यात दूध मिसळलं तरी ते दूध होत नाही.'

भक्ती ही नि:स्वार्थ असावी. देवाला काही अर्पण केलं म्हणजे देव काही देतो, असा विचार असल्यास तो एक प्रकारचा व्यवहारच नाही का? यातून ज्या चुकीच्या रूढी निर्माण झाल्या, त्यांचा विरोध सिद्धेश्वरांनी वचन क्र. ५७ मध्ये केला आहे. ते म्हणतात, 'आपला मुलगा देवाला अर्पण केल्यानं किंवा त्याला पत्नी अर्पण केल्यानं आपला उद्धार होतो किंवा देव आपल्यावर प्रसन्न होतो, या अंधश्रद्धा मुळीच बाळगू नका.'

सिद्धेश्वरांच्या वचनसाहित्यात त्यांनी महत्त्वाचं समाजप्रबोधन केलं आहे. कर्मसिद्धांतामुळं जो दैववाद निर्माण होतो, त्यामुळं ऐहिक जीवनातील प्रयत्नवादावर नैराश्याचं सावट येऊ नये. यासाठी ते म्हणतात, 'पूर्वजन्मातील पाप-पुण्य (दुष्कर्म-

सत्कर्म) या जन्मातील दु:खाला वा सुखाला मुळीच कारणीभूत नसतात.'

(वचन क्र. ८३)

त्याचप्रमाणं म. बसवेश्वरांनी सांगितल्याप्रमाणं 'ऐहिक व आध्यात्मिक क्षेत्रांत सर्वच समान असतात व सर्वच भक्ती करून आपला उद्धार करून घेऊ शकतात. यासाठी 'स्पृश्य-अस्पृश्य' या कल्पना चुकीच्या तर आहेतच; पण समाजातल्या काही लोकांवर अन्याय करणाऱ्या आहेत.' (वचन क्र. १२७)

सर्व धर्मांतील महापुरुष व संत कसा समान विचार करतात, याची प्रचीती सिद्धेश्वरांच्या या कन्नड भाषेतील वचनांवरून येत नाही का?

❑❑❑

२. चक्रधरस्वामी

महानुभाव संप्रदाय हाही महाराष्ट्रातील एक महत्त्वाचा धर्मसंप्रदाय आहे. हा संप्रदाय श्रीचक्रधरस्वामी यांनी बाराव्या शतकात स्थापन केला. त्याचा प्रसार केवळ महाराष्ट्रातच नव्हे तर उत्तर भारतात पंजाबपर्यंत व काश्मीरपर्यंत झाला.

श्रीचक्रधरस्वामी हे फक्त महानुभाव पंथप्रवर्तकच नव्हते तर ते या पंथाचे एक अवतारही होते. महानुभवांनी जे 'पंचकृष्ण' मानले आहेत, त्यातील श्रीकृष्ण हा पूर्णावतार आहे. श्रीदत्त, श्रीचांगदेव राऊळ, श्रीगोविंदप्रभू (गुंडम राऊळ किंवा श्रीप्रभू) हे अन्य चार अवतार आहेत. यांपैकी श्रीगोविंदप्रभू व श्रीचक्रधरस्वामी हे मानवी अवतार आहेत. विश्वाच्या कल्याणासाठी व त्यातील प्राणिमात्रांच्या उद्धारासाठी परमेश्वरानं हे पाच अवतार धारण केले, अशी या पंथाची धारणा आहे.

श्रीचक्रधरस्वामी हे गुजरातेतून महाराष्ट्रात आले. त्यांच्या जीवनाचे तीन कालखंड मानले जातात. 'एकांक', 'पूर्वार्ध' आणि 'उत्तरार्ध' हे ते तीन कालखंड आहेत. 'एकांक'काळात स्वामींनी एकाकीपणे, महाराष्ट्रातील अनेक स्थानांत भ्रमण केलं. 'एकाक' वा 'एकाकी' या शब्दावरून 'एकांक' हा शब्द सिद्ध झाला असावा, असं काही संतसाहित्य-समीक्षकांचं मत आहे. या काळात स्वामींची कीर्ती जनसामान्यांना कळू लागली. त्याचप्रमाणं या काळातच त्यांचं जीवोद्धरणाचं कार्य सुरू झालं आणि त्यांच्या कार्याचा, द्वैत तत्त्वज्ञानाचा व विचारसरणीचा प्रभाव जनमानसावर पडू लागला. 'पूर्वार्धा'त व 'उत्तरार्धा'त हा प्रभाव अधिकाधिक वाढत गेला. स्वामींच्या सर्वज्ञतेचा, समतावादी विचारसरणीचा प्रत्यय लोकांना येऊ लागला.

श्रीचक्रधरस्वामींचा काळ हा यादवकाळ होता. या काळात महाराष्ट्रात रामदेवराव यादवांचं राज्य होतं. महाराष्ट्रात वेगवेगळे धर्मसंप्रदाय नि वेगवेगळी धर्ममतं प्रचलित होती. चातुर्वर्ण्यव्यवस्थेमुळं समाज चार वर्णांत विभागला होता व त्यांतून श्रेष्ठत्वाच्या व कनिष्ठत्वाच्या, सामाजिक विषमतेच्या कल्पना समाजात रुजू लागल्या होत्या. समाज दुभंगू लागला होता. स्त्रियांना व शूद्रांना उपासना/भक्ती करण्याचा व मोक्षप्राप्तीचा अधिकार नव्हता. तत्कालीन प्रस्थापित व स्वयंघोषित श्रेष्ठ वर्णाचे लोक शूद्रांवर अन्याय करीत होते. श्रीचक्रधरस्वामींनी या प्रतिगामी व अन्यायमूलक मानसिकतेला प्रखर विरोध केला व समाजातील सर्व घटकांना समान स्थान द्यायला, हवं या मताचा आग्रह धरला. या विचारसरणीचा त्यांनी प्रसारही केला. तिला समाजाच्या सर्व स्तरांतील लोकांचा मोठ्या प्रमाणात प्रतिसाद मिळाला व महानुभाव संप्रदाय महाराष्ट्रात भक्कमपणे रुजला.

आपल्या संप्रदायाचं तत्त्वज्ञान ('ब्रह्मविद्या') व आचारधर्म ('असती परी') जनसामान्यांना त्यांच्या लोकभाषेत समजावून सांगायला हवा, यासाठी संस्कृत भाषेत धर्मग्रंथांचं लेखन न करता ते मराठीतच करायला हवं, या विचारसरणीचा प्रसार करून त्यांनी मराठी भाषेला महत्त्वाचं स्थान–धर्मभाषेचं स्थान–मिळवून दिलं. 'तुमचा अस्मात्' 'कस्मात्' मी नेणों गा : माझिये मराठी : तियेंचि पुसा' : असाही आग्रह त्यांनी धरला. त्यांनी आपला धर्मविचार व तत्त्वज्ञान यांचं प्रतिपादन मराठीतच केलं. महानुभाव संप्रदायाचे सारे महत्त्वाचे ग्रंथ मराठीतच आहेत.

स्वामींनी महाराष्ट्राच्या विविध भागांत जाऊन आपल्या समतावादी, विवेकनिष्ठ, अन्यायविनाशक, मानवतावादी विचारसरणीचा प्रसार केला. त्यांच्या व त्यांचे गुरू व पंथाचे अवतारस्वरूप श्रीगोविंदप्रभू यांच्या जीवनात घडलेल्या प्रसंगांना 'लीळा' असं म्हणतात. 'लीळा' म्हणजे 'परमेश्वरानं सचेतनांशी केलेल्या क्रीडा.' स्वामींच्या उत्तर आयुष्यात ते 'उत्तरा पंथे गमन' करणार होते. यापुढं आपल्याला त्यांचं 'संन्निधान' (सान्निध्य) लाभणार नाही, या विचारानं त्यांचे शिष्य व अनुयायी अत्यंत शोकाकुल झाले. त्या वेळी स्वामींनी त्यांना 'एथिंची वचनें आठविजेति' असं सांगितलं. त्याचा अर्थ असा की, 'मी तुमच्यापासून दूर जात असलो तरी, माझी वचनं तुम्हाला मार्गदर्शन करणार आहेत. त्यांचा आठव तुम्ही करा.'

म्हाइभट (उर्फ महिन्द्रभट) या स्वामींच्या शिष्यानं, ते 'उत्तरपंथे'गेल्यावर जिथं जिथं स्वामी गेले, तिथं जाऊन त्यांच्या जीवनातील माहिती, लीळांच्या रूपात संकलित केली व स्वामींचं चरित्र सिद्ध केलं. त्याचं नाव आहे 'लीळाचरित्र.' त्यातून स्वामींचं चरित्र तर उलगडलंच पण त्यातून स्वामींची (म्हणजेच महानुभाव पंथाचीही) विचारसरणी, तत्त्वज्ञान, आचारधर्म यांचाही उलगडा झाला. स्वामींनी वेळोवेळी जी

तत्त्वं सांगितली, त्यांतून पंथाचा 'सिद्धान्त सूत्रपाठ' हा ग्रंथ सिद्ध झाला व ही सूत्रं स्पष्ट करण्यासाठी त्यांनी जे दृष्टान्त सांगितले, त्यांतून 'दृष्टान्तपाठ' हा ग्रंथ सिद्ध झाला.

स्वामींचं तत्त्वज्ञान द्वैतमताधिष्ठित आहे. 'जीव व परमात्मा हे वेगवेगळे असून परमात्म्याच्या सान्निध्यामुळं जीवाचा उद्धार होतो, जीव, देवता, प्रपंच नि परमेश्वर ही महानुभाव तत्त्वज्ञानाची 'चतुःसूत्री' आहे. परमेश्वर हेच अंतिम सत्य आहे. जीव हा बद्धमुक्त असतो– म्हणजे त्यानं उपासना केली तर त्याचे सर्व 'मळ' नाहीसे होतात. तो भवपाशांनी 'बद्ध' असला तरी साधनेमुळं 'मुक्त' होऊ शकतो. देवता या गौण असल्यानं त्यांची उपासना करू नये. देवतांमुळं काही तात्कालिक फळं मिळाली, तरी खरी मुक्ती परमेश्वरच देतो. प्रपंच हा 'नित्यबद्ध' आहे, अशा आशयाचं प्रतिपादन श्रीचक्रधरस्वामी यांनी महानुभाव संप्रदायाचं तत्त्वज्ञान विशद करताना केलं आहे.

□□□

३. महदंबा

मध्ययुगीन मराठी साहित्याचा इतिहास लिहिताना ज्यांचा उल्लेख करणं अनिवार्य आहे, अशा संतकवयित्रींमध्ये महदाइसा यांचा अवश्य समावेश करायला हवा. त्यांना 'महदम्बा' असंही म्हणतात. त्या 'आद्य मराठी संतकवयित्री' आहेत. महानुभाव संप्रदायात त्यांचं स्थान लक्षणीय आहे.

त्या जशा संतकवयित्री आहेत, त्याचप्रमाणे तत्त्वचिंतकही आहेत. त्यांना महानुभाव संप्रदायाच्या वंदनीय 'पंचकृष्णां'पैकी दोन अवतारांचं श्रीगोविंदप्रभू (श्रीगुंडम राऊळ) आणि श्रीचक्रधरस्वामी यांचं सान्निध्य ('संन्निधान') ही लाभलं. भगवद्गीता आणि श्रीमद्भागवताचा दहावा अध्याय यांचं अधिष्ठान महानुभाव पंथाला लाभलं आहे. महानुभाव संप्रदायाच्या तत्त्वज्ञानास गीतेतील तत्त्वज्ञानाचं द्वैतमतानुसार विवेचन आधारभूत आहे, त्याचप्रमाणं भागवताच्या दशम स्कंधातील श्रीकृष्णचरित्राचा आधारही या संप्रदायास लाभला आहे आणि या दोहोंचा परिसस्पर्श महदम्बा यांच्या व्यक्तिमत्त्वाला व चरित्राला झाला आहे. यातूनच त्यांचं विचारविश्व नि भावविश्व साकार झालं आहे.

श्रीगोविंदप्रभू (श्रीगुंडम राऊळ) यांच्या आदेशानुसार महदंबा श्रीकृष्णचरित्रातील श्रीकृष्ण-रुक्मिणी-विवाहाची कथा आपल्या 'धवळ्यां'तून रसाळ वाणीत सांगतात. 'धवळे' या शब्दाचं मूळ 'धवलगीत' या शब्दात आहे. 'विवाहप्रसंगी गावयाची गीतं' म्हणजे 'धवळे' होत. त्यांतील भाषा ही तत्कालीन (यादवकालीन) मराठी 'बोली' होय. लोकभाषा होय. त्यांची धाटणी लोकगीतसदृश आहे. त्यामुळे 'धवळ्यां'त लोकभाषा, लोकगीत नि लोकसंगीत यांचा सुंदर संगम झाला आहे, याची प्रचीती

‘धवळे’ वाचताना येते.

मराठीत ‘धवळे’ लिहिण्याचं आद्य श्रेयही महदंबा यांनाच द्यायला हवं. त्यांच्या नंतर काही जैन संतकवींनी ‘धवलगीत’ लिहिली, त्यांचं संपादन डॉ. सुभाषचंद्र अक्कोके यांनी केलं आहे. यादवकाळात विवाहासारख्या सोहळ्यात ज्या पारंपरिक चालीरीती होत्या, त्यांचंही ‘धवळ्यां’त दर्शन घडतं. ‘लीळाचरित्रा’प्रमाणं ‘धवळ्यां’नाही आद्यत्व लाभलं आहे. ‘लीळाचरित्र’ हा आद्य मराठी चरित्रग्रंथ आहे, तर ‘धवळे’ म्हणजे आद्य मराठी आख्यानकाव्य आहे. चरित्रलेखनाचा व आख्यानरचनेचा कोणताही पूर्व आदर्श मराठीतून नसताना ‘लीळाचरित्रा’नं नि ‘धवळ्यां’नी आपलं रूप आपणच शोधलं. लोकांच्या स्मृतीतून ‘लीळा’ सिद्ध झाल्या तर लोकगीतांच्या बाजांतून माध्यमातून ‘धवळे’ साकारले. म्हाइंभट नि महदंबा यांनी त्यांना सगुण साकार केलं. या दृष्टीनं या दोन आद्य रचना म्हणजे ‘देशीकार लेणी’च होत.

या दोन्ही रचनांमध्ये आणखी एक साम्य आहे. ‘लीळाचरित्रा’चे ‘पूर्वार्ध’ व ‘उत्तरार्ध’ असे भाग आहेत, त्याचप्रमाणं ‘धवळ्यां’चेही ‘पूर्वार्ध’ आणि ‘उत्तरार्ध’ असे दोन भाग आहेत. ‘लीळाचरित्रात’ ‘पूर्वार्धा’च्या आधी ‘एकांक’ हा आणखी एक भाग आहे. (त्यामुळं ‘लीळाचरित्र’ ही त्रिखंडात्मक रचना आहे.) त्याचप्रमाणं महदंबा या अशा भाग्यवान आहेत, की त्यांचा उल्लेख ‘लीळाचरित्रा’प्रमाणंच ‘श्रीगोविंदप्रभुचरित्रा’तही येतो. त्यामुळं तत्त्वचिंतक म्हणून त्यांचं दर्शन ‘लीळा चरित्रा’त घडतं तर ‘सन्तकवयित्री’ म्हणून त्यांचं दर्शन ‘श्रीगोविंदप्रभुचरित्रा’त घडतं. लीळाचरित्रांचा ‘उत्तरार्ध’ म्हणजे श्रीचक्रधरस्वामींच्या जीवनाचा व त्यांच्या महाराष्ट्रातील वास्तव्याचा ‘उत्तरार्ध’ काळ आहे. देशाच्या उत्तरेकडे महानुभाव तत्त्वज्ञानाचं विवरण करून तेथील अनुयायांना उपदेश करून त्यांचा उद्धार करण्यासाठी स्वामी ‘उत्तरापंथे गमन’ करतात, असा उल्लेख ‘लीळाचरित्रा’त आढळतो. ते उत्तरेकडे गेल्यावर त्यांचं ‘संन्निधान’ (सान्निध्य) आपल्याला लाभणार तर नाहीच, पण त्यांच्या उपदेशास, मार्गदर्शनास आपण मुकणार, अशी चिंता त्यांच्या अनुयायांना वाटू लागते व ते फार व्यथित होतात. त्या वेळी स्वामी त्यांना म्हणतात की, ‘मी जरी ‘उत्तरापंथे’ जात असलो, तरी तुम्ही चिंता करण्याचं कारण नाही. मी तुमच्या जवळ माझ्या वचनांच्या रूपानंच नाही का राहणार? (‘वचनरूप परमेश्वर’) तुम्हाला माझी वचनंच माझ्या ‘असंन्निधानात’ मार्गदर्शन करतील.’ महदंबा यांना श्रीचक्रधरनिरूपित महानुभाव तत्त्वज्ञानात जी कूट स्थळं वा अनाकलनीय तत्त्वं वाटली, त्यांविषयी महदंबा त्यांना अनेकदा प्रश्न विचारून त्या ‘सूत्रां’मागील-तत्त्वांमागील-‘वचनां’मागील– भूमिका स्पष्ट करण्याची स्वामींना विनंती करतात व स्वामी त्याविषयी वेळोवेळी उलगडा करतात. नागदेवाचार्य (भटोबास) हे स्वामींचे अत्यंत आवडते शिष्य व पंथाचे

प्रथमाचार्य. आपल्याशी ही चर्चा न करता स्वामी महदंबा यांच्याशीच अनेकदा चर्चा करतात, याचा विषाद नागदेवाचार्यांना वाटतो. त्यामुळं ते आपली नाराजी स्वामींकडे व्यक्त करतात. तेव्हा स्वामी त्यांना सांगतात की, 'महदम्बा वेळोवेळी आपल्या शंकांचं निरसन करून घेतात. त्या दार्शनिक तत्त्वांविषयी, 'सूत्रां'विषयी, खूप जिज्ञासू असून त्यांच्यासंबंधी त्या चर्चाही करतात. ('म्हातारी जिज्ञासू : म्हातारी चर्चिक',) यासाठीच मी 'उत्तरापंथे' जाण्यापूर्वी ही 'सूत्रं' त्यांना अधिक स्पष्ट करून सांगत असतो.'

यावरूनही महदंबा यांचं महानुभाव संप्रदायातील लक्षणीय स्थान व महत्त्व सहज स्पष्ट होईल.

❏❏❏

४. गोविंदप्रभू

महानुभाव संप्रदायाच्या 'पंचकृष्णां'पैकी श्रीगोविंदप्रभू एक आहेत. त्यांना 'गुंडम राऊळ' किंवा 'श्रीप्रभू' असंही म्हणतात. महानुभावपंथीय त्यांना अवतारच मानतात. महानुभाव संप्रदायाचे प्रवर्तक व अवतारस्वरूप श्रीचक्रधरस्वामी यांचे ते गुरू होते. त्यांचं वास्तव्य अमरावतीजवळील ऋद्धिपूर इथं होतं.

ज्याप्रमाणं 'लीळां'च्या माध्यमातून 'लीळाचरित्र' हे श्रीचक्रधरस्वामी यांचं चरित्र प्रकटलं आहे, त्याप्रमाणं 'लीळां'च्या माध्यमातूनच श्रीप्रभूंचं चरित्रही प्रकटलं आहे. या ग्रंथाचं नाव आहे 'ऋद्धिपुरलीळा' किंवा 'श्रीगोविंदप्रभुचरित्र'. 'लीळा' म्हणजे परमेश्वरानं सचेतनांशी केलेल्या क्रीडा', हे महानुभावीय समीकरण याही ठिकाणी गृहीत धरावं लागतं.

श्रीप्रभू हे अवतारस्वरूप असल्यानं त्यांच्याभोवती अद्भुततेचं एक वलय असल्याचं जाणवतं. या ग्रंथात 'राऊळ वेडे : राऊळ पिसे' असा उल्लेख त्यांच्याविषयीच्या अनेक 'लीळां'त आला आहे. पंथमान्यतेनुसार त्यांच्यामधील दैवी शक्तीही गृहीत धरावी लागते. असं असूनही त्यांच्याविषयीचे जे प्रसंग त्यांच्या या चरित्रग्रंथात वर्णिले आहेत, त्यांमधून त्यांच्या महात्मतेच्या खुणा प्रकटल्याशिवाय राहत नाहीत. त्यांनी आपलं संपूर्ण आयुष्य समाजहितासाठी व समाजाच्या कल्याणासाठी व्यतीत केलं. परोपकार हा त्यांचा स्थायिभाव होता. 'ऋद्धिपुरलीळे'तील दोन-तृतीयांशापेक्षा अधिक 'लीळां'तून श्रीप्रभूंची परोपकारी वृत्ती प्रकटते. त्यांनी चातुर्वर्ण्यव्यवस्थेतील विषमता अमान्य केली. त्यांच्या कार्यातून समाजाच्या सर्व घटकांतील लोकांच्या कल्याणाची कामनाच अभिव्यक्त होते.

स्त्री आणि शूद्र यांनाही समाजातील अन्य घटकांप्रमाणंच उपासना व

भक्ती करून आपला उद्धार करून घेण्याचा अधिकार आहे, हे त्यांनी आपल्या कार्यातून समाजाला पटवून दिलं. त्यांच्या स्त्रीशिष्यांना श्रीप्रभू 'राऊळ माए : राऊळ बापो': असं वाटे. एका निराधार गर्भवती स्त्रीच्या घरी जाऊन ते ती स्त्री 'मोकळी' होईपर्यंत तिची सेवा करतात. एका गावावर हल्ला होतो, तेव्हा ते दोन्ही सैन्यांच्या मध्ये उभे राहून दोन्ही गावांत समेट घडवितात. 'मातांगा विनवणी स्वीकारू' यासारख्या लीळेत ते स्पृश्यास्पृश्य भेद कसा पाळीत नाहीत, याचं वर्णन केलं आहे. त्या गावाच्या विहिरीवर अन्यवर्णीय दलितांना पाणी भरू देत नाहीत. 'आम्ही पाणीयेवीण मरत असों' अशी काकुळत ते लोक करतात, तेव्हा श्रीप्रभू त्यांच्यासाठी विहीर खणायला लावतात. यादवकालीन समाजातील अन्यायमूलक रूढींवर प्रहार करून ते सर्व समाजघटकांत समभाव व सौहार्द निर्माण करतात.

केशवनायकासारख्या यादवकालीन उच्च अधिकाऱ्याच्या पव्हेचे उदकपान करणारे श्रीप्रभू 'मातांग-पव्हे'चं उदकपानही आवडीनं करतात. उपासन्याघरी 'खाजे' (खाद्य) आरोगण करतात तसंच 'सामान्य स्त्रियां'चं अन्न खाताना ते संकोचत नाहीत. मातंगाच्या घरचं अन्नही ते आवडीनं खातात. शिंपी काय, माळी काय, गवळिणी काय आणि तेलिणी काय, समाजाच्या सर्व थरांतील व्यक्ती त्यांना एकसारख्याच समान वाटतात. त्यांच्याबरोबर राहणं-वागणं, हसणं-बोलणं, खाणं-पिणं याविषयी त्यांना कोणताच विधिनिषेध वाटत नाही.

वरील सर्व बाबी लक्षात घेता श्रीप्रभू हे महाराष्ट्रातील आद्य समाजप्रबोधनकार होते, असं म्हणणं वावगं ठरणार नाही.

❑❑❑

५. चांगदेव राऊळ

महानुभाव संप्रदाय हा महाराष्ट्राचा एक महत्त्वाचा संप्रदाय आहे. या संप्रदायाचा उगम व विस्तार महाराष्ट्रात झाला असला तरी, उत्तर भारतात पंजाब आणि कश्मीरपर्यंत त्याचे अनुयायी आहेत. या संप्रदायानं जे 'पंचकृष्ण' मानले आहेत, त्यांत श्रीकृष्ण पूर्णावतार असून (एकमुखी) श्रीदत्त हा दुसरा अवतार आहे. श्री चांगदेव राऊळ (श्रीचक्रपाणी) हे तिसरे अवतार आहेत. श्रीगोविंदप्रभू (श्रीप्रभू, गुंडम राऊळ) हे चवथे अवतार असून महानुभाव पंथप्रवर्तक श्रीचक्रधरस्वामी हे पाचवे अवतार आहेत. नाथसंप्रदायात योगसाधना हा उपासनामार्ग असून या संप्रदायात 'राऊळ' नामक उपपंथ आहे. श्रीचांगदेव राऊळ हे योगी असून त्यांच्या नावात 'राऊळ' ही संज्ञा असल्यानं त्यांचा नाथसंप्रदायाशी काही संबंध असेल काय, असा प्रश्नही काही संतसाहित्य-संशोधक उपस्थित करतात. याच संदर्भात श्रीगोविंदप्रभू (महानुभाव पंथाचे चवथे अवतार) यांना 'श्रीगुंडम राऊळ' या संज्ञेनं संबोधिलं जातं. तथापि श्रीचांगदेव राऊळ आणि श्रीगुंडम राऊळ यांना महानुभाव पंथाचे 'अवतार' म्हणूनच मान्यता आहे.

श्रीचांगदेव राऊळ यांचा काळ बारावं-तेरावं शतक असा आहे. बारावं-तेरावं शतक हा यादव राजवटीचा काळ होता. या संदर्भात महानुभाव संप्रदायास मान्य असलेली वरील अवतारपरंपरा लक्षात घ्यायला हवी. श्रीचांगदेव राऊळ यांना श्रीदत्ताचा (एकमुखी दत्ताचा) अनुग्रह मिळाला असून श्रीचांगदेव राऊळ यांनी श्रीगुंडम राऊळ (श्रीगोविंदप्रभू) यांना अनुग्रह दिला होता. त्यांची चरित्रात्मक माहिती 'सातै रूप चरित्र', श्रीचक्रपाणीचरित्र, डिंभविरचित 'फलटण माहात्म्य' यासारख्या ग्रंथांतून मिळते. 'श्रीचांगदेव राऊळांनी' पुर (म्हणजे देह) त्यागून भडोचच्या मृत प्रधानपुत्राच्या 'पुरात' (देहात) प्रवेश केला व नवा अवतार धारण केला. हा नवा अवतार म्हणजेच

श्रीचक्रधरस्वामी. 'चक्रधरस्वामी हे देहत: वेगळे असले तरी आत्मत: चांगदेव राऊळच होते, असे महानुभावीय श्रद्धेनुसार ठरते', असं श्रीचक्रपाणीच्या चरित्रांचे संपादक डॉ. कन्हैया कुंदप यांनी या ग्रंथाच्या प्रस्तावनेतील अठराव्या पृष्ठावर म्हटलं आहे. यासाठीच चांगदेव राऊळ यांना 'द्वारावतीचे चांगदेव राऊळ' असं- म्हणतात आणि श्रीचक्रधरस्वामी यांना 'प्रतिष्ठानचे चांगदेव राऊळ' असं महानुभावीय तत्त्वज्ञान विशद करणाऱ्या 'सिद्धांत सूत्रपाठ' या ग्रंथाच्या 'पंचनामांत' (पाच नावांत) म्हटलं आहे.

श्रीचांगदेव राऊळ यांचं चरित्र व त्यातील प्रसंग स्वत: श्रीचक्रधरस्वामींनी महदाइसा (महदंबा) या शिष्येच्या जिज्ञासापूर्तीसाठी सांगितले, अशी या चरित्राची पार्श्वभूमी आहे. त्याचप्रमाणं श्रीगोविंदप्रभू (श्रीगुंडम राऊळ) यांच्या डोक्यावर सूप ठेवून, त्यावर खराटा मारून, श्रीचांगदेव राऊळ यांनी अनुग्रह दिला, अशी माहितीही 'सूत्रपाठा'च्या पुढील उल्लेखावरून मिळते- 'श्रीप्रभुचेया माथावरि सूप ठेविले : वरि खराट्याचा घावो दीधला:' श्रीचक्रधरस्वामी हे श्रीगोविंदप्रभूंचे गुरू होते.

वर उल्लेखिलेल्या ग्रंथांच्या आधारे श्रीचांगदेव राऊळ यांचं चरित्र रेखाटता येतं. त्यांचा जन्म फलटणला झाला. त्यांच्या वडिलांचं नाव जनकनाथ असं असून आईचं नाव जनकाइसा हे होतं. श्रीचांगदेव राऊळ 'गर्भीचा अवतार' असल्यानं त्यांनी सर्व मानवी व्यवहारांचा स्वीकार केला. पाचव्या वर्षी 'चूडाव्रत बंधविधी', सातव्या वर्षी मौजीबंधन, बाराव्या वर्षी ब्रह्मचर्य, नंतर कमळाइसाशी विवाह, त्यानंतर संन्यास- स्वीकार या त्यांच्या चरित्रातील ठळक घटना. श्रीचांगदेव राऊळ हे योगी होते.

त्यांच्या विभूतिमत्त्वाच्या अनेक आख्यायिका सांगितल्या जातात. त्यांनी आंधळ्याला दृष्टी दिली, पांगळ्याला चालण्याचं सामर्थ्य दिलं, मेलेलं बाळ जिवंत केलं, कुष्ठरोग्याचा रोग नाहीसा केला, अशा स्वरूपाच्या या चमत्कारसदृश आख्यायिका असल्या तरी त्यांतून बोध घ्यायचा तो असा की, त्यांनी रंजल्या-गांजल्यांना आपलं म्हटलं नि त्यांच्याविषयी श्रीचांगदेव राऊळ यांना करुणा वाटली. त्यांच्यामधील दातृत्वाचाही या संदर्भात विचार करायला हवा. 'लीळा' या शब्दाचा महानुभावीय अर्थ 'ईश्वरानं सचेतनांशी केलेल्या क्रीडा' असा आहे, हे यापूर्वी श्रीचक्रधरस्वामी व श्रीगोविंदप्रभू यांच्या संदर्भात सांगितलंच आहे. ज्ञानदानाच्या बाबतीतील श्रीचक्रधरस्वामींचे 'सिद्धांतसूत्रपाठा'तील उद्गार असे आहेत-

'परमेश्वर स्वयं विद्या स्वीकारितीः आन स्वयंच दातृत्व करितीः'

त्यांनी ५२ जणांना विद्या दिल्याची नोंद त्यांच्या चरित्रात आढळते.

ते अंत्यजाच्या घरी जातात व तिथं भोजन करतात. यातून ते सर्व जाति

पंथांच्या वा वर्णांच्या लोकांना समानच समजत होते, हे स्पष्ट होतं. त्यांनी अनेकांना विद्या दिल्या, यावरून ते केवळ तत्त्वचिंतक नव्हते तर तत्त्वप्रसारकही होते, हेही लक्षात येईल.

पित्याच्या वर्षश्राद्धाच्या दिवशी त्यांच्या पत्नीनं (कमळाइसेनं) 'रतिभिक्षा' मागितल्यामुळं यांच्या मनात प्रपंचाविषयी अनासक्ती निर्माण झाली. घराचा नि संसाराचा त्याग करून ते तीर्थयात्रा करणाऱ्या भाविकांबरोबर अवधूतवेषात माहूरला निघून गेले. माहूर हे तीर्थक्षेत्र श्रीदत्ताचं, तसंच रेणुकेचं/मातंगी देवीचं स्थान म्हणून प्रसिद्ध आहे. तिथं ते काही दिवस राहिले. त्यांना दत्तानं वाघाच्या रूपात दर्शन दिलं. दत्ताच्या आदेशानुसार त्यांनी 'अवधूतवेश' त्यागून मुनिवेश धारण करून आपल्या तत्त्वज्ञानाचा प्रसार कसा केला, याविषयी कृष्णमुनी डिंभाच्या 'फलटणमाहात्म्या'त पुढील उल्लेख आढळतो-

'तेथे दोघा झाला एकांत । जीवोद्धरणाचिया गोष्टी करीत।
मग विनविता झाला श्रीदत्त। तया देवराया।।
आता अवधुतपण सांडावे। मुनीवेशाचे धरावे।
आणि प्रगटी करावे। द्वादश वाक्य नीरोपाचे।।
जनासी वेधावे निजज्ञाने।।
लोपला मार्ग प्रकट करावा। ज्ञानबंबाळ दीवा उजळावा।
आच्यार्या करूनी स्थापावा।माहाराष्ट्री।।

(फलटणमाहात्म्य, १३×४१-४६)

त्यानंतर श्रीचांगदेव राऊळ द्वारावतीला गेले व 'पाताळगुंफे'त राहू लागले. ते द्वारावतीच्या रस्त्यावरील केरकचरा खराट्यानं काढीत व तो नदीच्या प्रवाहात टाकीत. वरकरणी ही फार सामान्य घटना वाटली तरी ती ग्रामस्वच्छतेच्या दृष्टीनं महत्त्वाची नाही काय? संत गाडगेबाबा हेही ग्रामस्वच्छता करून ग्रामसफाईचा वस्तुपाठच देत असत.

श्रीचांगदेव राऊळ पाताळगुंफेत असताना 'कामाख्या'नावाच्या योगिनीनं त्यांच्याकडून कामवासनेच्या तृप्तीची अपेक्षा केली; तेव्हा त्यांनी या गुंफेचा त्याग केला व ते अन्यत्र निघून गेले. या प्रसंगातून त्यांची अनासक्ती व महानुभाव संप्रदायाला अभिप्रेत असलेल्या 'असती परी'ची (आचारधर्माची) व 'अष्टस्वभावमात्रे'ची प्रचीती येते.

श्रीचांगदेव राऊळ यांनी ५२ अनुयायांना 'विद्यादान' केलं. (महानुभाव तत्त्वज्ञानात अशा विद्येला 'ब्रह्मविद्या' असं म्हणतात.) डोक्यावर सूप ठेवून त्यावर खराट्यानं लहानसा प्रहार करण्याची त्यांची विद्या देण्याची पद्धती काहीशी वेगळी

होती. तिचा उल्लेख असा केला जातो-

'सूपेनि मार्ग : खराटेनि विद्या प्रकटेति :'

त्यांच्या प्रबोधनाचं स्वरूप द्विविध प्रकारचं होतं. ते अध्यात्मिकही होतं नि सामाजिकही होतं. ब्रह्मविद्येचं ज्ञान समाजाला देऊन त्यांनी आध्यात्मिक प्रबोधन केलं तर वर्णव्यवस्थेतील विषमतेचा विरोध करून व विकारांवर नियंत्रण ठेवून त्यांवर विजय मिळवायला हवा, याचा वस्तुपाठ देऊन त्यांनी समाजप्रबोधनही केलं. त्यातून श्रीचांगदेव राऊळ यांच्या विभूतिमत्वाचा प्रत्यय येतो.

❑❑❑

६. निवृत्तिनाथ

ज्ञानेश्वरांचे ज्येष्ठ बंधू आणि गुरू. निवृत्ती, ज्ञानदेव, सोपान, मुक्ताई या चारही भावंडांत निवृत्तिनाथ मोठे होते. आपेगाव येथे निवृत्तिनाथांचा जन्म झाला. नाथपंथाचे विख्यात सत्पुरुष गहिनीनाथ हे निवृत्तिनाथांचे गुरू होत.

निवृत्तीचे ध्येय कृष्ण हाचि होय। गायिनीनाथे सोय दाखविली।

असं निवृत्तिनाथांनीच आपल्या एका अभंगात म्हणून ठेवलं आहे. ज्ञानेश्वरांनीही निवृत्तिनाथांबद्दलचा आदर अनेक ठिकाणी व्यक्त केलेला आहे. ज्ञानेश्वरांनी संतमंडळींसह केलेल्या अनेक तीर्थांच्या यात्रेतही निवृत्तिनाथ त्यांच्यासोबतच होते.

'निवृत्तिदेवी', 'निवृत्तिसार' आणि 'उत्तरगीताटीका' असे तीन ग्रंथ निवृत्तिनाथांनी लिहिल्याचं म्हटलं जातं. तथापि ते अनुपलब्ध आहेत. धुळ्याच्या श्रीसमर्थवाग्देवता मंदिरात 'सटीक भगवद्गीता' आणि 'समाधिबोध' अशी दोन हस्तलिखितं निवृत्ति नाथांची म्हणून ठेवली आहेत.

निवृत्तिनाथ आपली भावंडं आणि पित्याबरोबर ब्रह्मगिरीची प्रदक्षिणा करीत असताना एक वाघ आडवा आला. वाघाच्या भीतीनं सर्वजण सैरावैरा पळत सुटले. या गडबडीत निवृत्तिनाथांनी नजीकच्या एका गुहेत आश्रय घेतला. त्या गुहेत गहिनीनाथांचा निवास होता. पुढं गहिनीनाथांनी निवृत्तिनाथांना उपदेश दिला.

निवृत्तिनाथांनी बरेच अभंग रचले, त्यांची भाषा बरीच जुनी आहे. याशिवाय 'निवृत्तीश्वरी' या नावाची एक गीताटीकाही रचली होती, असे उल्लेख आढळतात. ज्ञानेश्वर आणि सोपानदेव समाधिस्थ झाल्यानंतर मुक्ताई 'अन्नपाणी सकळ' त्यागून परलोकवासी झाली व पुढं निवृत्तिनाथांनीही त्र्यंबकेश्वर येथे देह ठेवला. त्यांची समाधी तिथंच बांधण्यात आली आहे.

❑❑❑

७. ज्ञानेश्वर

'ज्ञानेश्वरी'सारखं अभूतपूर्व 'देशीकार लेणं' ज्यांनी महाराष्ट्राला दिलं, ते संत ज्ञानेश्वर हे यादवकाळातील एक प्रमुख संतकवी होते. संत बहिणाईंनी 'संतकृपा झाली। इमारत फळा आली।' हा वारकरी संप्रदायाच्या परंपरेविषयीचा महत्त्वाचा अभंग लिहिला आहे. त्यात ज्ञानदेवांचा उल्लेख 'ज्ञानदेवें रचिला पाया । उभारिलें देवालया ॥' असा केला आहे. त्यावरून वारकरी संप्रदायाच्या पुनरुत्थानात ज्ञानदेवांचं स्थान किती लक्षणीय आहे, त्याची कल्पना येते.

ज्ञानदेवांच्या काळात रामदेवराव यादवांचं राज्य होतं. त्या काळाला 'यादवकाळ' म्हणतात. स्थूल मानानं हा काळ इ. स. १२०० ते १३५० असा मानतात. या काळात महाराष्ट्रात अनेकविध धर्मसंप्रदाय व पंथ होते. शंकराची उपासना करणारे 'शैव' व विष्णूची (विठ्ठलाची) उपासना करणारे 'वैष्णव' हे त्यांतले दोन प्रमुख धर्मसंप्रदाय. ज्ञानदेवांचे वडील वारकरीसंप्रदायाचे तर त्यांचे ज्येष्ठ बंधू व गुरू निवृत्तिनाथ हे नाथसंप्रदायाचे (शैव) होते. त्यामुळं वडिलांच्या परंपरेनं ज्ञानदेव वैष्णव होते तर गुरुपरंपरेने शैव होते. यादवकाळात या दोन संप्रदायांतील संघर्ष पराकोटीला पोचला होता. त्याशिवाय यादवकालीन महाराष्ट्रात शाक्तादी संप्रदाय होतेच. या मतामतांच्या गलबल्यात भरीला भर म्हणून की काय, उपासनेचे ज्ञान, कर्म व भक्ती हे तिन्ही मार्गदेखील एकारले होते. ते सारे पंथ व मार्ग आपापल्या मताचा अभिनिवेष बाळगून इतर मतांचा विरोध करीत होते. प्रपंचत्याग व संन्यास स्वीकार यामुळंच साधना करता येते, असा आग्रह काही जण धरीत होते; तर यज्ञयागासारखे कर्मकांड हीच खरी परमार्थसाधना असंदेखील काही जण म्हणत होते. चातुर्वर्ण्यव्यवस्थेमुळं समाजात विषमता निर्माण झाली होती. स्त्रियांना व शूद्रांना भक्तीचा व मुक्तीचा अधिकार नाही, असं म्हणून काही तथाकथित प्रस्थापित व उच्चवर्णीय या दोन्ही वर्गांवर अन्याय करीत होते.

यासाठी ज्ञानदेव व नामदेव या संतांनी या विषमतावादी व अन्यायमूलक विचारसरणीचा विरोध करून समाजातील सर्व स्तरांतील घटकांना भक्ती करण्याचा व मुक्ती प्राप्त करण्याचा अधिकार आहे, या समतावादी विचाराचा पुरस्कार करून त्यांना आध्यात्मिक व सामाजिक न्याय मिळवून दिला. त्याचं प्रतिबिंब त्यांच्या लेखनातूनही अपरिहार्यपणे उमटलं. त्याबरोबरच परमात्मा एकच आहे; तोच विश्वाचा निर्माता आहे व परमात्म्याचाच अंश सर्व जीवात्म्यांत आहे, हे अद्वैतमतही ज्ञानदेवांनी 'ज्ञानेश्वरी' या गीताटीकेत 'अमृतानुभव' व 'चांगदेवपासष्टी'त तसंच त्यांच्या अभंगरचनेत प्रतिपादिलं. सर्व विश्वाची निर्मिती ही निर्गुण निराकार परमात्म्याच्याच चित्ताचा विलास आहे. हा 'चिद्विलासवाद'ही ज्ञानदेवांच्या लेखनातून प्रकट झाला आहे.

गीतेच्या सातशे श्लोकांवर ज्ञानदेवांनी 'ज्ञानेश्वरी'त नऊ हजार ओव्यांचं भाष्य केलं. 'ज्ञानेश्वरी' ही केवळ गीता-टीकाच नाही तर तिच्यात काव्य व तत्त्वज्ञान यांचा मनोहर समन्वय झाला आहे. तिच्यामधून वरील विचारांबरोबरच त्यांची 'हरिहरैक्याची' भूमिकाही प्रकट झाली आहे. हरी (विष्णू) आणि हर (शिव) ही एकाच परमेश्वराची दोन रूपं आहेत, दोन नावं आहेत, अशा समन्वयवादी विचारसरणीचा पुरस्कार करून ज्ञानदेवांनी शैव आणि वैष्णव यांच्यामधील संघर्ष व दुरावा नाहीसा केला.

उपासनेतील क्लिष्टता व जटिलता काढून टाकून ज्ञानदेवांनी सुलभ व सुगम भक्तिमार्गाचं प्रतिपादन केलं. त्याचप्रमाणं 'दैवी' आणि 'आसुरी' संपत्तीचं प्रतिपादन करून उदात्त जीवनमूल्यांचा ठसा जनमानसावर उमटविला.

अशा प्रकारे ज्ञानदेवांनी वारकरीसंप्रदायाच्या तत्त्वज्ञानाची व आचारधर्माची नव्यानं जडणघडण केली. त्यात नवचैतन्य ओतलं. तत्त्वज्ञानाचं व उपासनेचं सुलभीकरण, सर्वसमावेशकता, आध्यात्मिक समतावाद, समन्वयवाद ही ज्ञानदेवांच्या विचारविश्वाची वैशिष्ट्यं होती नि त्यांचं काव्यात्म भावविश्वही तितकंच संपन्न होतं. त्यांच्या प्रभावामुळं वारकरीसंप्रदायाच्या पुढच्या विकासाच्या वाटचालीला नवी ऊर्जा मिळाली, नवं पाथेय मिळालं. तेराव्या शतकात ज्ञानदेवांनी लिहिलेल्या ज्ञानेश्वरीची आजच्या एकविसाव्या शतकातही गावोगावी पारायणं होतात, यावरून तिची कालसापेक्षता व कालातीतता निश्चितपणे जाणवते. ज्ञानदेवांच्या 'ज्ञानेश्वरी'ला वारकरी संप्रदायाच्या 'प्रस्थानत्रयी'त अग्रस्थान का मिळालं, याचा उलगडाही यातून सहज होतो.

□□□

८. सोपानदेव

सोपानदेवांचं नाव सर्वपरिचित आहे, कारण ते ज्ञानदेव-भावंडांपैकीच एक आहेत. त्यामुळंच त्यांचं जीवनचरित्रही या भावंडांच्या चरित्रांशी स्वाभाविकपणेच निगडित आहे. या भावंडांच्या जन्मशकात तीन-तीन वर्षांचंच अंतर आहे. मुक्ताई या सर्वांत लहान. त्यांचा सांभाळ त्यांच्यापेक्षा मोठे असलेले सोपानदेव करतात, हे सांगताना जनाबाईंनी सोपानदेवांच्या जन्मशकाचा पुढील उल्लेख केला आहे –

शालिवाहन शके अकराशे नव्वद।
निवृत्तिआनंद प्रकटले ।।
त्र्याण्णवाचे साली ज्ञानदेव प्रकटले।
सोपान देखिले शाण्णवात।।
नव्व्याण्णवाचे साली मुक्ताई देखिली।
जनी म्हणे केली मात त्यांनी ।।

गुरुदेव डॉ. रा. द. रानडे यांनीही या भावंडांचे हे जन्मशक मान्य केलेले आहेत.

ज्ञानदेवांप्रमाणंच निवृत्तिनाथच सोपानदेवांचे गुरू व त्यांनीच सोपानदेवांना दीक्षा दिली. या सर्व भावंडांचं जीवन म्हणजे बव्हंशी एक प्रकारचा सहप्रवासच आहे. ज्ञानदेवांच्या साधनेचे व लेखनाचे सोपानदेव हेही एक समकालीन साक्षीदारच आहेत. शुद्धिपत्रादी पैठणच्या सत्त्वपरीक्षेतून त्यांनाही जावंच लागलं आहे.

सोपानदेवांनी विसोबा खेचरांना गुरोपदेश दिला. या विसोबा खेचरांनीच पुढं नामदेवांनाही गुरूपदेश दिला–

माझ्या नामयाचा गुरू ।
तो हा सोपान सद्‌गुरू ।।

असा उल्लेख जनाबाईंच्या अभंगात आढळतो.

ज्ञानदेवांनंतर त्यांच्या इतर सर्व भावंडांनी समाधी घेतली. पण सर्वप्रथम समाधी घेतली ती सोपानदेवांनी. त्यांचा समाधिशक १२१५ असा आहे.

सोपानदेवांचं लेखन विविध प्रकारचं आहे. 'ज्ञानेश्वरी' ही जशी ज्ञानदेवांची, त्याप्रमाणं **'सोपानदेवी'** ही सोपानदेवांची. 'सोपानदेवी' हीदेखील गीताटीकाच आहे. ती 'समश्लोकी' असली तरी तिचे अभंग फक्त सातशे नसून ७३९ आहेत. म्हणजे, तिच्यात सातशेहून थोडेसे (म्हणजे ३९) अभंग जास्त आहेत.

'ज्ञान पाविजे भक्ति करूनी ।
इंद्रिये नेमिजे तत्पर होऊनी ।
ज्ञान-निष्ठेने पाहोन ।
शांति तात्काळ पाविजेल।।' सो. ४ ×३९।।

हा तिच्यातील केन्द्रीभूत विचार. यातील 'ज्ञान' म्हणजे आत्मज्ञान.

आत्मोद्धारासाठी मनावरील नियंत्रण कसं आवश्यक आहे, यावर सोपानदेव विशेष भर देतात. त्यातून ते संयमाची महती वर्णितात—

'मनापासुनी उपजती कामना ।
त्या सर्व टाकोनी निःशेष जाणा ।
नेमे करूनी अंतःकरणा ।
इंद्रिय-समूह आवरावी।। (सो. ६×२४)

आध्यात्मिक समता प्रस्थापित करण्यात श्रीचक्रधरस्वामी यांच्याप्रमाणंच ज्ञानदेवांनीही पुढाकार घेतला. हा समभाव नि अद्वैत विचारही सोपानदेवांनी कौशल्यानं असा मांडला आहे–

परमात्मा सर्वत्र सम आहे ।
ऐसे जो समबुद्धि पाहे ।
तो आत्महत्यारा नोहे ।
परम गती तो पावे ।। (सो. १३×३०)

ज्ञानदेवांप्रमाणं सोपानदेवांनीही **'हरिपाठांचे अभंग'** लिहिले.

त्यांनी ११३ अभंग लिहिले. त्यांची विषयवार विभागणी अशी करता येईल-

(१) पांडुरंगमाहात्म्य,
(२) नामस्मरण,
(३) पंढरी-माहात्म्य,
(४) आध्यात्मिक अवस्था,
(५) उपदेशपर अभंग इ.

त्यांच्या साधनेचं दर्शन व त्यांच्या झालेल्या साक्षात्काराची अनुभूती त्यांनी अशी वर्णिली आहे —

'आपरूप हरी । आपणचि देव ।
आपणचि भाव । सर्व जाला ।।
सर्व हरी हरी । बाह्य-अभ्यंतरीं ।
एक चराचरीं । आत्माराम ।।
सर्व काळ सम । नाहीं तेथें विषम ।
आपणचि राम । सर्व ज्योती ।।
सोपान तिष्ठत । रामनामीं लीन ।
मन तेथें मौन । एकपणें ।।'

समाधीचं सुख मौनातच अनुभवायचं असतं, ते शब्दबद्ध करता येत नाही, या आशयाच्या ज्ञानदेवांच्या अभंगाचं इथं स्मरण होतं. साधना, उपासना वा भक्ती कशी करावी, यासाठी सोपानदेवांनी जनसामान्यांना किती सोप्या भाषेत मार्गदर्शन केलं आहे, ते पाहा. त्यातून त्यांचे जीवनादर्श प्रकटले आहेत—

मन आधी मुंडी । वासनेतें ते दंडी ।
विठ्ठल ब्रह्मांडी । एक आहे ।।
मन ते सोवळे । सदा शुचि करी ।
तुज निरंतरी । हरि पावे ।।
विवेक वैराग्य । ज्ञानाचे पै भाग्य ।
सकळ आरोग्य । हरी देखा ।
सोपान म्हणे, मी । सलगीचा सोवळा ।
नित्य वेळोवेळी । स्मरे हरी।।

❑❑❑

९. नामदेव

ज्या दोन संतांनी यादवकाळात वारकरी संप्रदायाला नवसंजीवनी दिली, ते दोन संत ज्ञानदेव व नामदेव हे होत. संत नामदेव मराठवाड्यातील नरसी बामणीचे. (ते कराडजवळच्या नरसीचे आहेत, असंही एक मत आहे.) बालपणापासूनच नामदेवांचा परमार्थाकडे व विठ्ठलभक्तीकडे ओढा होता. त्यांनी प्रपंच केला खरा; पण त्यात त्यांचं मन तितकंसं रमलं नाही. विठ्ठलभक्तीतच ते अधिक रमले.

भक्ती करता करताच नामदेवांनी अभंगही लिहिले. विठ्ठलाशी हृदयसंवाद करताना त्यांनी 'शतकोटी तुझे करीन अभंग', असं म्हटलं असलं, तरी त्यांचे हे उद्गार लक्ष्यार्थानंच घ्यायला हवेत. नामदेवांनी विपुल अभंगरचना केली, असाच त्याचा अर्थ.

संत नामदेव जनसामान्यांचं जीवन जगले होते. त्यांनी प्रपंचही केला होता. जनसामान्यांच्या सुखदुःखांचा त्यांना चांगला अनुभव होता. ज्ञानदेवांप्रमाणंच नामदेवांनीही ज्ञान-कर्म-भक्तिमार्गातील एकारलेपण स्वीकारलं नाही. या तिन्ही मार्गांचा गाभा लक्षात घेऊन त्यांनी सुलभ भक्तिमार्ग स्वीकारला.

ज्ञानदेव व नामदेव यांची भेट हा महाराष्ट्राच्या सांस्कृतिक इतिहासातील एक सुवर्णक्षण व सुवर्णयोग होता. ही भेट वारकरीसंप्रदायाच्या तेराव्या-चौदाव्याच नव्हे तर पुढील शतकातील प्रवासासही उपकारक ठरली. ज्ञानदेव-नामदेवांनी सगुण भक्तीचा (विठ्ठलभक्तीचा) स्वीकार केला असला तरी त्यांच्या सगुणोपासनेचं अंतिम उद्दिष्ट निर्गुणोपासनाच होतं. नामदेवांनीही आपल्या अभंगांत अद्वैतमत, चिद्विलासवाद व उदात्त जीवनमूल्यं यांचं विवरण केलं आहे. परमेश्वर हा निर्गुण निराकार असून त्यानंच हे विश्व निर्माण केलं. सर्व प्राणिमात्रांत व चराचरांत परमात्माच आहे, याचं विवरण ते कसं करतात, ते पाहा –

न कळे याची गती । न कळे याची लीळा ।
आपेंआप सोहळा । भोगतसे ।।

नामदेवांच्या विपुल अभंगरचनेत भक्तीची आर्तता प्रकट झाली आहे. त्यांनी अभंगांच्या माध्यमातून ज्ञानदेवांचं त्रिखंडात्मक चरित्र लिहिलं आहे. हा वारकरी सांप्रदायिक चरित्रलेखनाचा पायाच म्हणायला हवा. 'आदी', 'तीर्थावळी' व 'समाधी' या ज्ञानदेवांच्या जीवनातील 'तीन खंडां'चं चित्रण नामदेवांनी अत्यंत समरसून रसाळ वाणीत केलं आहे. त्यातील 'तीर्थावळीचे अभंग' विशेष लक्षात घेण्याजोगे आहेत. या 'सहप्रवासात' नामदेव ज्ञानदेवांच्या सहवासात कसे रमून गेले होते, याचंही हृद्य वर्णन या अभंगांत आढळतं. तीर्थयात्रेच्या काळात या उभय संतांना यादवकालीन समाजाच्या स्थितिगतीचं दर्शन कसं घडलं, तिचं त्यांनी बारकाईनं निरीक्षण व चिंतन कसं केलं, चातुर्वर्ण्यव्यवस्थेमुळं त्या काळातील समाजात विषमता कशी निर्माण झाली, त्याचप्रमाणं सामाजिक असमतोल कसा निर्माण झाला व काही घटकांवर अन्याय कसा झाला, व्रतवैकल्यं नि कर्मकांडांच्या चक्रव्यूहात तत्कालीन समाज कसा गुरफटला होता, त्यातून या समाजाला बाहेर काढून समाजव्यवस्थेचं व धर्मव्यवस्थेचं न्यायाधिष्ठित व समताधिष्ठित पुनर्व्यवस्थापन करणं किती अनिवार्य होतं व या समाजाला सुजाण नेतृत्व देणं किती गरजेचं होतं, याचं भानही या उभय संतांना झालं. प्रपंचाची परमार्थाशी सांगड घालून उदात्त जीवनमूल्यांच्या आधारे ऐहिक व पारलौकिक कल्याण कसं साधावं, याविषयी आपल्या अभंगांतून मार्गदर्शन करण्याची, प्रबोधन करण्याची तीव्रता नामदेवांना या काळात जाणवल्यानं त्यांनी आपल्या अभंगांतून व कीर्तनांतून समाजाला मार्गदर्शन केलं. ज्ञानदेवांच्या व नामदेवांच्या अभंगांतून मराठी भारुडांची पहिलीवहिली पावलं उमटली आहेत.

हिंदी पदरचना हे नामदेवांच्या साहित्याचं आणखी एक लक्षणीय अंग आहे. त्यांच्या या रचनेनं हिंदी साहित्याच्या आदिकालाचा एक पाया रचला. असंही काही अभ्यासकांचं मत आहे. यांतील काही पदं शीखधर्मीयांच्या 'गुरूग्रंथसाहेब' या पूज्य ग्रंथात 'नामदेवजी की मुखबाजी' या विभागात प्रारंभीच समाविष्ट केली आहेत. संत नामदेव पंजाबात गेले होते. तिथंही त्यांनी आपल्या आध्यात्मिक विचारांचा व विठ्ठलभक्तीचा पुरस्कार केला आहे. त्यांच्या हिंदी भाषेतील पदांवरही मराठीची मुद्रा उमटली आहे.

□□□

१०. जनाबाई

जनाबाई या यादवकाळातील संतकवयित्री. त्या स्वत:चा उल्लेख आपल्या अभंगात 'नामयाची दासी' असा करतात. त्या मूळच्या मराठवाड्यातील गंगाखेडच्या. वारकरी संप्रदायाच्या प्रमुख संतकवयित्रींमध्ये त्यांचा आवर्जून व आदरपूर्वक उल्लेख केला जातो.

जनाबाईंच्या आईचं नाव 'करुंड' आणि त्यांच्या वडिलांचं नाव 'दमा' असं असून हे कुटुंब शूद्र वर्णाचं असल्याचे उल्लेख आढळतात. आई वारल्यावर त्यांच्या वडिलांनी आपल्या या एकुलत्या एक मुलीला नामदेवांचे वडील दामाशेटी यांच्याकडे लालनपालनासाठी दिलं. त्यामुळं जनाबाई या नामदेव कुटुंबीयांपैकीच एक असल्याचं मानलं जातं.

जनाबाईंनी विपुल अभंगरचना केली व त्यांची ही लोकभाषेतील रचना अत्यंत लोकप्रिय आहे. सर्वसामान्यांच्या बोलीतील ही रचना अंत:करणाचा ठाव घेणारी आहे. त्यांच्या अभंगांतून त्यांना लागलेली ईश्वराची अनिवार्य ओढ अत्यंत उत्कटपणे प्रकट होते. वानगीदाखल त्यांचा हा अभंग पाहा-

माझीये जननी हरीणी । गुंतलीस कवणे मनीं?
मुकें तुझें मी पाडस । चुकलें माये पाहे त्यास ।।
चुकली माझिये हरिणी । फिरतसे रानोरानीं ।
आतां भेटवा जननी । विनवितसे दासी जनी ।।

जनाबाईंनी या अभंगात विठ्ठलाला मातेच्या रूपातच पाहिलं आहे. मातेला जसा आपल्या बाळाचा लळा असतो त्याचप्रमाणं परमेश्वरालाही भक्ताचा लळा असतो. तो भक्तवत्सल असतो व तोच मायेनं भक्ताचा उद्धार करतो. अशी भावना त्यांच्या अनेक अभंगांतून प्रकट झाली आहे.

पुंडलिकाच्या भक्तीवर प्रसन्न होऊन पांडुरंगानं पंढरीला येऊन त्याला प्रत्यक्ष दर्शन दिलं, म्हणून पंढरीला तीर्थक्षेत्राचं महत्त्व प्राप्त झालं, अशा

आशयाचे विचार जनाबाईंनी आपल्या 'धन्य ते पंढरी। धन्य पंढरीनाथ।' यासारख्या अभंगात प्रकट केले आहेत.

परमेश्वर कुठल्याही भक्ताची जातपात पाहत नाही, त्याची भक्ती करण्याचा अधिकार सर्व प्राणिमात्रांना असून त्यात श्रेष्ठत्व-कनिष्ठत्व असे भेद नसतात, अशा प्रकारचे विचार जनाबाई तेराव्या शतकात व्यक्त करतात. त्याचप्रमाणं चोखामेळा यांच्यासारख्या भक्ताचंही गुणगान करतात. यावरून त्या वारकरीसंप्रदायाला अभिप्रेत असलेल्या आध्यात्मिक व सामाजिक समतेच्या तत्त्वाचा पुरस्कार कसा करतात, ते लक्षात येतं. या संदर्भातील त्यांचा पुढील अभंग पाहा-

भक्तीसाठी याति नाहीं। नाहीं तयासी ते सोई।
रोहिदास तो चांभार। त्याचा करी कारभार।।
जो कां भक्त यातिहीन। देव करी त्याचा मान।
त्यासी भक्ताचा आधार। वाट पाहे निरंतर।
जनी म्हणे भक्तासाठीं। विठो सदा गोण्या लोटी।।

पुढच्या काळातील दलित कवितेत सामाजिक व धार्मिक विषमतेविरुद्ध, त्याचप्रमाणं चातुर्वर्ण्य- व्यवस्थेविरुद्ध तीव्र भावना प्रकट झाली आहे. तिचे सुप्त अंकुर जनाबाईंच्या कवितेत आपल्याला जाणवतात. या संदर्भात 'जनी बोलिले तेचं लिहिलें' हे जनाबाईंचे प्रामाणिक व नितळ उद्‌गार किती सार्थ आहेत!

जनाबाई रोजच्या जीवनात परमेश्वराशी किती एकरूप झाल्या होत्या, याची प्रचीती त्यांच्या अनेक अभंगांत येते. विठोबा सतत आपल्याबरोबरच असतो. तो आपल्याबरोबरच सडा-सारवण करतो. दळताना, कांडताना, नदीवरून पाणी आणताना तो आपल्याला मदत करतो, अशा आशयाच्या जनाबाईंच्या कितीतरी अभंगांचा इथं उल्लेख करता येईल. एका अर्थानं निष्ठावंत भक्ताला घडलेल्या साक्षात्काराचीच ही अवस्था नाही का? भक्तीचा नितळपणा, भक्तीतील सुलभता व अनन्यता, उपासनेतील कर्मकांडांचा त्याग इ. कितीतरी वैशिष्ट्यं जनाबाईंच्या अभंगांत आढळतात.

'जाते', 'दळण' यांसारखे त्यांचे अभंग रूपकात्मक आहेत. ग्रामीण स्त्रीच्या दैनंदिन जीवनातील या प्रतिमांमुळं यादवकालीन भक्तिकवितेला लोकजीवनाशी जवळीक साधणारा एक आगळाच आयाम लाभला आहे. जनाबाईंच्या या ग्रामीण स्त्रीजीवनविषयक प्रतिमा आजही प्रत्ययकारी वाटतात.

जनाबाईंच्या वाङ्मयात आत्मनिवेदनपर, उपदेशपर; पांडुरंग, पंढरी व संत यांचा महिमा वर्णन करणाऱ्या, त्याचप्रमाणे भक्तीची आर्तता व्यक्त करणाऱ्या अभंगरचनेप्रमाणंच कवितेचाही समावेश झाला आहे.

मराठी भाषेच्या आदिकाळात, यादवकाळात अभंगवाङ्मय आपली पहिलीवहिली

पावलं टाकीत असतानाही जनाबाईंच्या या रसाळ रचनेत 'पहिलेपण' मुळीच जाणवत नाही. कारण उत्कट नि आर्त भक्तिभावाचं नितळ नि निर्मळ बळ तिला लाभलं आहे. तेच या भक्तिकवितेचं सामर्थ्य आहे.

❑❑❑

११. भागू

महाराष्ट्रीय संतपरंपरेत केवळ पुरुषच नाहीत; स्त्रियाही आहेत आणि त्यांची परंपराही पुरुषसंतांइतकी जुनी आहे. 'पुरुष-संत' आणि 'स्त्री-संत' हे शब्द लिहितानाही मला फार संकोच वाटत आहे. ते मी स्वत:च निर्माण केले आहेत पण त्यामागील हेतू हा की, मराठीच्या आदिकालापासून ज्या स्त्रीवर्गाला भक्तीचा नि मुक्तीचा अधिकार तथाकथित धर्ममार्तंडांनी नाकारला होता, तो झुगारून देऊन नाथ, नागेश, वारकरी, महानुभाव या संप्रदायांनी 'स्त्रियांनाही भक्ती करण्याचा व मुक्ती प्राप्त करण्याचा जन्मसिद्ध अधिकारच आहे', अशी सामाजिक न्याय देणारी भूमिका स्वीकारली. एवढ्यावरच हे संप्रदाय थांबले नाहीत तर त्यांनी प्रत्यक्ष वास्तवात ही भूमिका साकार केली. याचंच फलित म्हणजे महादंबा, मुक्ताबाई, कान्होपात्रा, जनाबाई, सोयराबाई, निर्मळा, बहिणाबाई यांसारख्या संतकवयित्री होत. संत भागू हीही यांपैकीच एक महत्त्वाची संतकवयित्री. भागू आणि तिची रचना काहीशी अलक्षित राहिली असली, तरी संतसाहित्याच्या अभ्यासकांना ज्ञात नाही, असं नाही. वारकरी सांप्रदायिकांनाही तर ही रचना केवळ ज्ञातच नाही; तर तिचा या संप्रदायात आदरपूर्वक उल्लेखही केला जातो.

यादवकालीन तथाकथित प्रस्थापितांनी ज्यांना भक्तीचा अधिकार नाकारला, त्यांत समाजातले दोन वर्ग होते. स्त्रीवर्ग व शूद्र वर्ण. भागू ही स्त्रीही होती नि ती शूद्रही होती. ती महार समाजातली होती आणि संत चोखामेळा यांची समकालीनही होती. या काळात भक्ती करताना चोखोबांच्या पत्नी संत सोयराबाई यांना ज्या यातना झाल्या, त्याच संत भागू यांनाही झाल्या. याची उत्कट अभिव्यक्ती त्यांच्या अभंगांच्या माध्यमातून प्रकट झाल्याशिवाय कशी राहील? शिक्षणाची गंगा ज्यांच्यापर्यंत पोचलीच नाही, असा यादवकालीन स्त्रीवर्गही किती समर्थपणे आपल्या व्यथा-वेदना नि आर्त भक्ती प्रकट करू

शकतो, याचं आदर्श उदाहरण म्हणजे संत भागू यांची अभंगरचना होय. भागू यांची रचना फार थोड्या प्रमाणात उपलब्ध झाली आहे. कदाचित् जुन्या हस्तलिखित अभंगांच्या बाडांत आणि वारकऱ्यांच्या मौखिक परंपरेत अधिक अभंग उपलब्ध होऊ शकतील. मध्ययुगीन संतसाहित्यसंशोधकांनी याचा धांडोळा घ्यायला हवा.

आपण दलित समाजात जन्मलो, हा आपला अपराध कसा?– असा प्रश्न जेव्हा संत भागू विचारतात, तेव्हा आपण अवाक् होतो. तुम्ही मला अपराधी म्हणतच असाल तर मी 'अपराधी'च आहे असं म्हणून जेव्हा संत भागू पांडुरंगाशी बोलू लागतात नि पांडुरंगाशिवाय आपण 'येकले परदेशी'च झालो आहोत, असं दु:ख नि वेदना प्रकट करतात, तेव्हा ही वेदना तुमच्या-आमच्या अंत:करणाला स्पर्शून जाते. ती बोलकी होते. आपण अज्ञान, अजाण, तान्हुले बालक आहोत; तेव्हा आपल्याला विठाईनंच 'पोटाशी धरावं' असं त्या जेव्हा कळवळून सांगतात, त्या वेळी आपलंही अंत:करण पिळवटून निघत नाही का? त्या पांडुरंगाला म्हणतात -

मी रे अपराधी मोठी । मज घालावें बा पोटीं।
मी रे तान्हुलें अज्ञान। म्हणून का देऊ नये स्वप्न?
अवघ्या संतां तू भेटसी। मी रे येकली परदेशी।
भागू म्हणे विठोसी। मज धरावें पोटिसी।।

मातेचं वात्सल्य नि माया आपल्या तान्हुल्याला पोटाशी धरण्यातच प्रकट होते. त्यामुळं त्या तान्हुल्याचा सारा शीणभाग कुठल्या कुठं नाहीसा होतो. माता आणि बालक यांची ही प्रतिमा स्त्रीच्या भावविश्वाचं किती मनोरम व हृद्य दर्शन घडविते! आणि संत भागू इथंच थांबत नाहीत तर माता-बालक यांच्या समीकरणाची त्या परमात्मा-भक्त या समीकरणाशी जेव्हा सांगड घालतात, तेव्हा एका समर्थ प्रतिमेला अधिक समर्थ प्रतिमेची उंची नि बळ लाभतं.

दलितांच्या वेदनेचे नि दलित साहित्याच्या निर्मितीचे मूलस्रोतही चोखोबा, सोयराबाई, बंकामहाराज, कूर्ममेळा निर्मळ यांच्या लेखनातून यादवकाळातच प्रकट झाले आहेत. तेव्हा ही दलित स्पंदनं फार पुढच्या काळात म्हणजे आधुनिक काळात प्रकट झाली, असं ज्यांचं मत आहे, त्याचा पुनर्विचार करायला लावणारा संत भागूंचा हा अभंग पहा -

तुज असतां मज गांजिती जन ।
मग काय जिणें, देवा तुझे?
'अनाथांचा नाथ' ऐसें म्हणविसी ।
करुणा कैसी न ये तुज?
'अनाथ' म्हणऊनी धरियेले दूर ।

मग कैसा 'दातार' म्हणविसी?
भागू म्हणे मज सोडवावें आतां ।
पावे कृपावंता, पांडुरंगा।।

जिथं समाजच आपल्यावर अन्याय करीत आहे, तिथं देवाकडे दाद मागण्याशिवाय कोणता अन्य उपाय असेल? पण देव तरी आपल्याला न्याय देईल नि आपल्यावरील अन्यायाचं निराकरण करील, असा आत्मविश्वास नि आत्मभानही संत भागू प्रकट करतात आणि 'निर्भई' (निर्भय) बनतात. मग त्यांना लोकलाज वाटत नाही व या अर्थानं त्या 'निर्लज्ज' धीट बनतात. दलित साहित्यातल्या विद्रोहाच्या जाणिवेची बीजं संत भागू यांच्या अभंगांत कशी दडली आहेत, हे आपण समजून घ्यायला नको का? वरकरणी त्यांनी देवाची करुणा भाकली असली, तरी त्यांच्या या अभंगातील प्रत्येक शब्दात एक स्फुल्लिंग दडला आहे, असं वाटल्याशिवाय राहत नाही.

काज नाहीं हो जनासी।
रिझवावें त्या देवासी।।
जन हांसतील मज।
आता जालें मी 'निर्लज्ज'।।
मागें- पुढें नाहीं कोणी।
सख्या विठ्ठलावांचुनी।।
अन्यायाचें करितो काज।
म्हणोनि भरोसा आहे मज।।
भागू म्हणे झालें 'निर्भई'।
आहे माझी विठाई!।।

इथं 'भागू' ही 'भागूबाई' नसून अन्यायाविरुद्ध दाद मागणारी तेजस्वी 'संत भागू' आहे.

ज्ञानदेव-नामदेवांसारख्या संतांनी स्त्री-शूद्रांच्या व्यथा जाणून त्यांच्या भक्तीचा मार्ग मोकळा केला व त्यांनाही आपला उद्धार करून घेण्याचं बळ दिलं, याबद्दलची कृतज्ञता व्यक्त करताना संत भागू म्हणतात-

कृपेच्या सागरा। मायबापा ज्ञानेश्वरा।
देहभाव हे सोडून। बा, माझें धरा ध्यान।।
जेणे पाषाण तारिले। मुखे पशु वेद बोले।
भिंती चालविली। ऐसी कृपाळू माउली।
ऐसा कृपाळू भक्तांचा। मायबाप हा आमुचा।

विश्रांतीचा ठाव। भागू म्हणे ज्ञानदेव।।

भक्तीचं फलित हे मुक्तीत असतं. ईशभेटीत, ईशप्राप्तीत असतं. जिवाशिवाच्या मीलनात असतं. आपलं हे ध्येय साध्य झाल्याचीही सार्थकता संत भागू पुढील अभंगात या शब्दांत व्यक्त करतात. तत्कालीन प्रस्थापितांनी दलित समाजावर 'मंदिर-प्रवेश बंदी' लादली होती. मग भक्त व देव यांची भेट कशी होणार? अशा वेळी देव स्वत: देवळाबाहेर येऊन भक्ताला भेटतो. याचं समाधान संत भागू यांच्या या अभंगात अभिव्यक्त झालं आहे–

आलों तुझ्या दर्शनासी। भेट द्यावी बा आम्हांसी।
सर्व संत हो राऊळी। मी रे एकटी तळमळी।
करुणा आईक विठाई। मज बाळा भेटी देई।
देव आले हो बाहेरी। मज नेलें खांद्यावरी।
भागू म्हणे भेट झाली। माझी चिंताही हरली।।

❏❏❏

१२. वजीरुल्मुल्क मुंतोजी खळजी

अनेक मुसलमान संतकवींनी मध्ययुगीन मराठी साहित्यात मोलाची भर टाकली आहे. यासंबंधी मी 'मुसलमान सूफी संतांचं मराठी साहित्य' या माझ्या ग्रंथात सविस्तर विवेचन केलं आहे. साहित्य अकादमीनं या संशोधन-प्रकल्पासाठी ज्येष्ठ गौरववृत्ती दिली होती.

मध्ययुगीन मराठी संतसाहित्यात 'मुंतोजी' नामक दोन संतकवींचा उल्लेख आढळतो. त्यांपैकी पहिले 'वजीरुल्मुल्क मुंतोजी खलजी' हे आहेत आणि दुसरे 'मुंतोजी बामणी ऊर्फ मृत्युंजय' हे आहेत. मुंतोजी बामणी ऊर्फ मृत्युजंय यांनी विपुल लेखन केलं आहे. मुंतोजी खलजी यांचं लेखन त्या मानानं अल्प असलं तरी फार महत्त्वाचं आहे. त्यांच्यापूर्वीच्या मुसलमान (सूफी) मराठी संतकवींची माहिती उपलब्ध होत नाही. यावरून वजीरुल मुल्क मुंतोजी खलजी हेच आद्य मुसलमान मराठी संतकवी होते, असं मानावं लागतं. ते स्वतःला 'वजीरुल्मुक' म्हणजे त्या (प्र)देशाचे मुख्य प्रधान म्हणवितात. सुप्रसिद्ध इतिहाससंशोधक आबासाहेब मुजुमदार यांनी मुंतोजी खलजी यांचा काळ इ.स. १४३५ ते १४५० असा मानला असला, तरी स्थूल मानानं तो पंधरावं शतक मानायला हरकत नाही; कारण इ. स. १४३५ ते १४५० असा कालोल्लेख मान्य केल्यास मुंतोजी खलजींचं आयुष्य केवळ पंधराच वर्षांचं होतं व ते तेवढ्या कालमर्यादेत 'वजीरुल्मुल्क' होणंही शक्य नाही. त्याचप्रमाणं त्यांनी ज्या दोन गहन विषयांसंबंधी म्हणजे ज्योतिषशास्त्र व संगीतकला यांविषयी अभ्यास तर केलाच पण त्यातील लक्षणीय ग्रंथांवर भाष्यलेखनही केलं, असं मानण्यात तार्किक विसंगती संभवते. प्रौढ व्यासंगी व्यक्तीच असे ग्रंथ लिहू शकेल. वयाच्या चौदाव्या-पंधराव्या वर्षांत हे कसं शक्य आहे? त्यामुळं मुंतोजी खलजींचा जन्मशक १४३५ असला तरी मृत्युशक १४५० नसावा, अशा

निष्कर्षाप्रत आपण येतो.

मुकुंदराजांचा 'विवेकसिंधू' हा आद्य मराठी ग्रंथ आहे, असं मानतात. त्याचा लेखनसमाप्तिकाळ 'शके अकरा शते दाहोत्तरू' म्हणजे शके १११० किंवा (स्थूल मानानं) बारावं शतक असा आहे. मध्ययुगीन मराठी संतसाहित्यात एक योगायोग असा दिसतो, की मराठीचा आद्य ग्रंथ भाष्यात्मक/टीकात्मक/तत्त्वविवरणात्मक आहे तर आद्य मुसलमान मराठी संतकवीनं-मुंतोजी खलजी यांनीदेखील भाष्यात्मक/टीकात्मक रचना केली आहे. त्यांच्या ग्रंथांची हस्तलिखितं तंजावरच्या सरस्वती महाल लायब्ररी या मौलिक हस्तलिखित-संग्रहात उपलब्ध होतात. (उदा., 'ज्योतिष' विभाग क्र, २५४२)

मुंतोजी खलजी हे बहमनी राजवटीतील संतकवी होते. त्यांच्या वडिलांचं नाव 'जीया दौलतखान' असं होतं. याचा उल्लेख त्यांच्या 'संगीत मकरंद' या ग्रंथाच्या समाप्तीत असा केला आहे-

'श्रीमन्महाराजाधिराज श्रीसंगीतसहितसिरोमणि
श्रीखलचिवंशवर्णनजीया दौलतखानाचा नंदन
वजिरुल्मुल्क तेनकृता संगित मकरंदश्चा टीका'

मुंतोजी खलजी यांच्या गुरूंचं नाव महेन्द्राचार्य असं होतं. त्यांचा उल्लेख 'संगीत मकरंद' या ग्रंथाच्या समाप्तीत असा केला आहे.

'श्रीसकळविद्याविशारद श्रीमन्महेन्द्रा चार्यचरणंबुजशिष्य.'

वजीरुल्मुल्क मुंतोजी खलजी यांच्या चरित्रविषयक माहितीवरून काही महत्त्वाचे निष्कर्ष काढता येतात.

(१) 'वजीरुलमुल्क' सारख्या महत्त्वाच्या पदावर असलेले इस्लामधर्मीय मुंतोजी खलजी हिंदू धर्मातील 'सकळविद्याविशारद' महेन्द्राचार्य यांना गुरू मानतात आणि तेही बहमनी काळात; तसेच महेन्द्राचार्य हे हिंदू आचार्य असूनही इस्लामधर्मीय मुंतोजी खलजी यांना आपले शिष्य म्हणून स्वीकारतात व भारतीय विद्यांच्या संदर्भात त्यांना मार्गदर्शन करतात. पंधराव्या शतकातील ही बाब सर्वधर्मसमभावाची व राष्ट्रीय एकात्मतेची द्योतक नाही का?

(२) भारतीय ज्योतिषशास्त्र व संगीतकला या विद्या मुंतोजी खलजींच्या काळापर्यंत महाराष्ट्रात इतक्या प्रगत झाल्या होत्या, की त्यांचं केवळ अध्ययनच नाही तर त्यावर भाष्य लिहिण्याइतपत मुंतोजी खलजींसारखे इस्लामी सत्ताधारी यांना आत्मीयता वाटली. इतके ते मराठी मातीशी एकरूप झाले होते. त्यांचा व्यासंग करण्यात मुंतोजी खलजींसारख्या मुसलमान संतकवींच्या मार्गात कोणताही अडसर आला नाही, ही बाबही तत्कालीन महाराष्ट्रातील सामाजिक अभिसरणाची

द्योतक आहे.

मुंतोजी खलजींच्या ज्योतिषशास्त्रविषयक भाष्यग्रंथाचं नाव 'विजय भैरव' असं असून त्यांच्या संगीतकलाविषयक टीकेचं नाव 'संगीत मकरंद' असं आहे. त्यांच्या 'विजय भैरव' या ग्रंथावरून मुंतोजींच्या काळात शुभ-अशुभ, मुहूर्त, प्रदोष, शकुन-अपशकुन, ग्रहांचा मानवी जीवनावरील प्रभाव इ. ची लोकमानसातील जी श्रद्धा होती, तिचं दर्शन घडतं, तर त्यांच्या 'संगीत मकरंद' या ग्रंथावरून तत्कालीन समाजात व भक्तिसाहित्यात संगीताविषयी विशेष अभिरुची होती, याचा प्रत्यय येतो.

आपल्या या पहिल्यावहिल्या ग्रंथनिर्मितीमागील प्रेरणांचा उल्लेख मुंतोजी खलजींनी 'ज्ञानबोध' व 'अज्ञान- निरसन' या शब्दांत केला आहे. ज्ञानप्राप्तीला धर्माच्या मर्यादा नसतात, हे या आद्य मुसलमान मराठी संतकवीनं सूचित केलं, नाही का?

□□□

१३. जगमित्र नागा

खरं तर ज्ञानदेव-नामदेवांच्या प्रभावळीतील यादवकालीन संतमंडळाविषयी जितकं सखोल संशोधन व्हायला हवं तितकं सखोल संशोधन झालं नाही, याची रुखरुख मला गेली चार-पाच दशकं वाटत होती. ती मी वेळोवेळी माझ्या संतसाहित्यविषयक संशोधनपर लेखनातून व्यक्त केली आहे. नाही म्हणायला नरहरी सोनार, चोखोबा आणि सावतोबा (माळी) यांच्याविषयी असा थोडाफार प्रयत्न झाला आहे, हे नमूद करायला हवं. मी विविध दैनिकांतून अनेक वर्षं रोजची अभंगनिरूपणात्मक सदरं लिहिली, त्यांतूनही असा प्रयत्न केला आहे व मराठी माणसांना ज्ञानदेव-नामदेव प्रभावळीतील विविध जातिजमातींतील अशा संतांचं वस्तुनिष्ठ चरित्र व त्यांच्या लेखनाची, विशेषत: अभंगवाणीची पाठशुद्ध संहिता सिद्ध व्हायला हवी; त्याचप्रमाणं मौखिक परंपरेत अद्यापीही काळाच्या उदरात दडलेली त्यांची रचना शोधायला हवी, असंही आवाहन केलं आहे.

गोरा कुंभार, सावतोबा, चोखोबा, कूर्ममेळा, सोयराबाई, निर्मळा, कान्होपात्रा, बंकामहाराज यासारख्या संतांच्या साहित्याविषयीचे सूक्ष्माध्ययन संशोधन प्रकल्प (Micro research projects) तरुण संशोधकांनी पुढच्या मोठ्या संशोधन प्रकल्पांची पार्श्वभूमी, गृहपाठ व वस्तुपाठ म्हणून घेण्याची आजही तितकीच गरज आहे.

मराठवाड्यातील परळीचे 'जगमित्र नागा व त्यांचं साहित्य' हाही एक असाच दुर्लक्षित पण महत्त्वाचा विषय आहे. असं असलं तरी वारकरी संत म्हणून त्यांचं स्थान गेली आठ शतकं जनमानसात निश्चितपणे आहे. जगमित्र नागा हे यादवकाळातले नगण्य संतकवी नव्हते. दुर्दैवानं इतकी म्हणजे जवळपास पाच दशकं झाली नि परळी वैजनाथ इथं त्यांचं प्रतिष्ठान नि मंदिर झालं, तरी त्यांचं जेवढं नि जितकं वास्तव चरित्र उपलब्ध व्हायला

हवं तेवढं झालंच नाही. त्यांचं आख्यायिकावजा व चमत्काराधिष्ठित चरित्र, कालही जे सांगितलं जात होतं तेच आजही सांगितलं जात आहे कारण जितकी संशोधनसामग्री उपलब्ध व्हायला हवी, तितकी उपलब्ध झाली नाही. यासाठी महाराष्ट्रातली व बृहन्महाराष्ट्रातली हस्तलिखित-संग्रहालयं नि पोथीशाळा धांडोळायला हव्यात, सांप्रदायिक मौखिक परंपराही पडताळून पाहायला हव्यात. त्यांतून समाजाच्या विविध स्तरांतील संतांना आपणही आत्मबोधाची नि आत्मकल्याणाची वाटचाल करू शकतो, तो आपला अधिकार कुणीही स्वयंघोषित प्रस्थापित नाकारू शकत नाहीत, हे आत्मभान कसं आलं, या सामाजिक व सांस्कृतिक प्रक्रियेचा उदय व विकास कसकसा होत गेला, यावर लक्षणीय प्रकाश पडेल, अशी मला खात्री वाटते. यादवकालीन संत जगमित्र नागा हेही यादवकालीन महाराष्ट्राच्या सांस्कृतिक इतिहासाचं अध्ययन करणाऱ्यांचा जिज्ञासाविषय व्हायला हवे होते.

मराठवाड्यातील परळी वैजनाथ हे जसं 'ज्योतिर्लिंग' म्हणून प्रसिद्ध आहे, त्याचप्रमाणं जगमित्र नागा यांचं समाधिस्थान म्हणूनही प्रसिद्ध आहे. पिरंगुट गावचे जगमित्र नागा पुढं पैठणला येऊन सावकारी करू लागले. या सावकारीत त्यांना फार मोठा तोटा आल्यामुळं त्यांचं कुटुंब समृद्धीच्या शिखरावरून दारिद्र्याच्या दरीत कोसळलं व पुन्हा सावरू शकलं नाही. दुष्काळासारख्या आपत्तींना तुकोबांना जसं सामोरं जावं लागलं तसंच जगमित्रांनाही. हे कुटुंब देशोधडीला लागलं नि त्यातून जगमित्र ईशभक्तीकडे वळले. तीर्थयात्रा करून परळीला भिक्षा मागून, कीर्तन करून, समाजाला भक्तिप्रवण करू लागले. त्यांच्या सद्विचारांचा प्रभाव समाजावर पडू लागला. काही समाजकंटकांनी त्यांना विरोध केला पण या सत्पुरुषानं आपलं जग-मित्रत्वाचं समाजहितकार्य सोडलं नाही, अगदी आयुष्याच्या अखेरीपर्यंत. आपली साधना करीत असतानाच त्यांनी अभंगलेखनास प्रारंभ केला. प्रा. भगवान काळे यांनी त्यांच्या चरित्राची दुसरी आवृत्ती, त्यांच्या एकवीस अभंगांसह प्रसिद्ध केल्यानं हा मोठा मोलाचा ठेवा अभ्यासकांना व भाविकांना उपलब्ध झाला आहे. अधिक संशोधनान्ती याहून अधिक चरित्रात्मक सामग्री व अन्य अभंगही उपलब्ध होतील.

जगमित्रांच्या अभंगवाणीचं स्वरूप कसं आहे? ते अत्यंत नितळ व निर्मळ असून त्यातून एका संसारी माणसाच्या आयुष्यातील चढउतारांचं चित्र पहायला मिळतं. सामान्य माणसाची सुखदुःखं भोगत भोगतच या सामान्य माणसाचं रूपांतर एका संतात कसं झालं, याचा आलेख म्हणजे जगमित्र नागा यांचं उभं आयुष्य आहे.

परमेश्वर हा भक्तांच्या उद्धारासाठी कसे अवतार धारण करतो, याचं वर्णन त्यांच्या काही अभंगांत आढळतं. तो पतितांचाही उद्धार कसा करतो, याची अगणित

उदाहरणं डोळ्यांसमोर असल्यानं कोणती उदाहरणं द्यावीत नि कोणती नकोत, असं या संतकवीला होऊन जातं-

आपला भक्त भीष्म पडियेला रणीं।
त्यासी गोविंदें निर्वाणीं भेट दिली।।
कर्ण अर्जुनाच्या वाणी।
त्यासी गोविंदें निर्वाणीं भेट दिली।।
हरिश्चंद्र वाहे डोंबाघरी पाणी।
त्यासी गोविंदे निर्वाणीं भेट दिली।।
राजा परीक्षित बैसला मरणाच्या आसनी।
त्यासी गोविंदे निर्वाणी भेट दिली।।

यातील प्रत्येक कडव्यातील दुसरी ओळ म्हणजे अकारण केलेली पुनरावृत्ती आहे, असं कुणाला वाटलं तर ते योग्य नाही; कारण अशा प्रकारची पुनरावृत्ती हे अध्यापनशास्त्रातील (आपला मुद्दा मनावर ठसविण्याची) एक लक्षणीय पद्धतीच असून ती recapitulation चं उद्दिष्ट गाठते. ही पद्धती रामदासांनीही 'दासबोधा'त योजिली आहे. हीच पद्धती कडव्यातील दुसऱ्या ओळीत योजण्याऐवजी पहिल्या तीन ओळीत योजण्याचाही प्रयत्न जगमित्र नागांनी काही अभंगांत केला आहे. स्थलाभावी त्याचा केवळ प्रारंभ मी इथं नोंदवितो. या रचनेतही एक (पुनरावृत्तीची) विलक्षण मौज आहे, ती तुम्हीही अनुभवा -

अग्नि जाळी तरी न जळे प्रल्हादु। हृदयीं गोविंदु म्हणोनिया ।।
अग्नि जाळी तरी न जळती गोपाळू। हृदयीं 'देवकीबाळू' म्हणोनिया ।।
अग्नि जाळी तरी न जळती पांडव। हृदयीं 'वासुदेव' म्हणोनिया।।
अग्नि जाळी तरी न जळे बिभिषणाचे घर। हृदयीं 'सीतावर' म्हणोनिया
जगमित्र नागा न जळे जरी अग्नी जाळी। हृदयीं 'वनमाळी' म्हणोनिया!

यातला शेवटचा उल्लेख जगमित्र नागा यांच्या स्वचरित्रातला आहे. त्यांचा समाजावरील प्रभाव सहन न झाल्यानं त्यांची झोपडी जाळण्याचा अयशस्वी प्रयत्न काही तत्कालीन समाजकंटकांनी केला होता, त्याचा संदर्भ इथं आहे. असाच एक विसोबा खेचरांचाही उल्लेख त्यांच्या 'खेचर विसोबा जगमित्र नागा। कुंडली जोडा। विठोबा जोगा' या अभंगातही आढळतो.

जगमित्र नागा यांची देवादेवांतील व भक्ताभक्तांतील भेद न मानण्याची समतावादी व समन्वयवादी भूमिकाही लक्षणीय आहे. 'शिव मस्तकी धरिला। भेद भक्तांचा कोंदिला'।। या त्यांच्या उद्‌गारांना ज्ञानदेवांच्या हरिहरैक्याच्या समन्वयवादी भूमिकेची पार्श्वभूमी आहे; तर-

हीच उपासना धरा । नरदेही सार्थक करा ।
भक्ती देवाची करावी । भेददृष्टी हे सोडावी ।।
आत्मा आहे हा भूतांत । भूते आहे ती आत्म्यांत ।
ऐसा धरा दृढभाव । जगमित्र नाग्याचा हा ठाव ।।

ही या यादवकालीन संताची आध्यात्मिक व सामाजिक समतेचा पुरस्कार करणारी भूमिका जगमित्र नागा यांच्यामधील संताप्रमाणंच समाजप्रबोधनकाराचंही दर्शन घडवीत नाही का? महाराष्ट्रातील प्रबोधनाच्या पाऊलखुणा शोधताना या पादुकांचंही विस्मरण होऊ देता कामा नये. जगमित्र नागा हे ब्राह्मण होते, असं म्हणणंही त्यांच्या संतत्वाभोवती मर्यादेची सीमारेषा काढण्यासारखं आहे.

'हरिजागरासी जावे। माझ्या विठोबावरती पाहावे ।।' किंवा 'हरी पाहावा, हरी ध्यावा । सदा हरी वाचे गावा ।' यासारख्या त्यांच्या अभंगांतील भक्तिवेल्हाळ रसाळ ओळी तर मनाभोवती सतत रुंजी घालीत राहतात नि यापुढंही घालीत राहतील.

❑❑❑

१४. चोखामेळा

संत चोखामेळा हे नामदेव-ज्ञानदेवांच्या प्रभावळीतील संत आहेत. त्यांना नामदेवांनी गुरुपदेश दिला होता. यादवकाळात वर्णभेदाच्या, उच्चनीचत्वाच्या, स्पृश्यास्पृश्यत्वाच्या कल्पना रूढ असल्यानं चोखोबांना उपेक्षित जीवन जगता जगता संसार करावा लागला. तशाही स्थितीत मनातील विठ्ठलभक्तीचे अंकुर त्यांनी कोमेजू दिले नाहीत. त्यांची भक्तिकविता त्यांच्या जीवनप्रवाहाबरोबरच वाहत होती.

चातुर्वर्ण्यव्यवस्थेमुळं यादवकालीन समाजात जी विषमता निर्माण झाली होती, तिचे पडसाद चोखोबांच्या भक्तिकवितेत, अभंगरचनेत उमटले आहेत. तत्कालीन समाजात स्त्री आणि शूद्र या दोन्ही वर्गांवर अन्याय होत होता. हा अन्याय केवळ धार्मिक संदर्भातच नव्हता तर सामाजिक संदर्भातही होता. एकाच नाण्याच्या त्या दोन बाजू होत्या. त्यामुळं या दोन्ही वर्गांतील घटकांची मानसिक कोंडी होत होती नि मनाची घालमेल होत होती. कर्मसिद्धांतामुळं ही पोलादी चौकट अधिकच बळकट झाली होती.

वारकरी संप्रदायानं आध्यात्मिक संदर्भातील विषमता अमान्य केली. सर्वांना भक्ती करण्याचा, तसंच स्वोद्धार करून घेण्याचा, अधिकार असल्याची भूमिका घेतली. आध्यात्मिक समता प्रस्थापित झाली, की ओघानंच सामाजिक समतादेखील प्रस्थापित होईल, ही भूमिका स्वीकारण्यामागील पार्श्वभूमी होती.

चोखोबा हे मंगळवेढ्याचे. तिथं गावकूस बांधण्याचं काम दलित मजुरांच्या साहाय्यानं चालू होतं. त्यांत चोखोबाही होते. हे बांधकाम कोसळलं नि त्यात हे सारे जण सापडून निधन पावले, अशी ह्यांची चरित्रात्मक माहिती मिळते.

चोखोबांच्या अभंगांची संख्या बरीच मोठी आहे. त्यातला बराचसा

भाग दलितांना समाजात जी हीन वागणूक दिली जात होती, त्याविषयी आहे. दलितांना विठ्ठलमंदिरात जाऊन विठोबाचं दर्शन घेण्याचीही मनाई होती. त्यामुळं चोखोबांना व त्यांच्या दलित बांधवांना कसं अपमानास्पद व असह्य जीवन जगावं लागत होतं, याची कल्पना येते. चोखोबांचा 'जोहार' हा एक प्रदीर्घ अभंग आहे. तो एकनाथांच्या 'जोहार'विषयक अभंगाचं पूर्वरूप असावं, असं वाटतं. हा अभंग बारकाईनं वाचल्यास तत्कालीन दलितांची घुसमट तीव्रतेनं जाणवते.

तथाकथित प्रस्थापितांची अनुमती नसतानाही, सगळे अन्याय सहन करीत चोखोबा देवाची भक्ती करीतच होते. त्यांच्या या उपासनेचा/साधनेचा प्रवास व त्यातील टप्पे टिपणं हा एक अत्यंत हृदयस्पर्शी अनुभव आहे. त्या काळातील उपासनेची समीकरणं त्रिविध स्वरूपाची होती. त्यांतील ज्ञानमार्ग हा अभिजनांसाठी होता; कारण धर्मग्रंथांतील हे अध्यात्मज्ञान दलितांपर्यंत जाऊच नये, अशी बंदिस्त व्यवस्था तथाकथित धर्मधुरीणांनी केली होती. व्रतानुष्ठान, जपजाप्य, यज्ञयाग इ. कर्मकांडदेखील या उपेक्षित समाजाला आचरणं शक्य नव्हतं. राहता राहिला भक्तिमार्ग. त्याचीही अनुमती शूद्रांना नव्हतीच. तथापि हाच अत्यंत सुलभ मार्ग असल्यानं चोखोबांनी त्याचंच अनुसरण केलं. तोच मार्ग चोखाळला. नामदेवांनी आपल्याला हा मार्ग दाखविला म्हणून तेच आपले गुरू आहेत, असं चोखोबांनी आपल्या काही अभंगांत म्हटलं आहे.

'न करी, न करी आणिक साधन । नामयाने खूण सांगितली।।'

या शब्दांत चोखोबांनी आपल्या गुरूबद्दलची कृतज्ञता व्यक्त केली आहे.

साधनेच्या त्रिविध अवस्थांचं दर्शन चोखोबांच्या अभंगवाणीत घडतं. यांतील पहिल्या अवस्थेतील संसारविषयक विरक्तीची व ईश्वरास शरण गेल्याचं वर्णन असं केलं आहे-

जनक तूं माझा, जननी जगाची । करुणा आमुची का हो न ये?
कासया संसार लावियेला पाठीं । पडलीसे तुरी तुमची माझी।।
जरा-मरण आम्हां सुख-दुःख । पहासी कौतुक काय देवा ?
गहिंवरूनी चोखा उभा महाद्वारीं । विनवी जोडूनी करी विठोबासी ।।

असं असूनही ईश्वराचं दर्शन होत नाही, त्या वेळी साधकाच्या मनाची जी उलाघाल होते, तिचं वर्णन करणाऱ्या चोखोबांच्या अभंगांची संख्या इतकी मोठी का असावी, याचं कारण आपल्याला समजू शकतं. या दुसऱ्या अवस्थेत चोखोबा तुकोबांप्रमाणं देवावर रागावतात व त्याच्याशी भांडतातही. 'असें करणें होतें तरी कां जन्म दिला?' असा जाबही ते देवाला विचारतात. दुसऱ्या एका अभंगात 'आतां माझा तंव। अवघा खुंटला उपाय । रिता दिसे ठाव। मजलागी।।' असं म्हणून ते फार

उदास होतात. देवाशी संवाद (की वाद?) करताना चोखोबा जे उद्‌गार काढतात, ते आपलं अंत:करण भेदून जातात.

आतां कोठवरी। भीड तुमची धरू हरी?
दार राखीत बैसलों। तुम्ही दिसे मोकलिलों।।
ही नीत नव्हे बरी। तुमची साजे तुम्हां थोरी।
चोखा म्हणे काय बोलों? आमुचें आम्ही वाया गेलों।।

-आणि या दोन अवस्थांची परिणती तिसऱ्या साक्षात्काराच्या अवस्थेत होते. चोखोबा या अवस्थेत म्हणतात-

आम्हां आनंद झाला। आम्हां आनंद झाला।
देवोचि देखिला। देहामाजीं।।
देखणें उडालें, पाहणें लपालें। देवें नवल केलें देहामाजीं।।
मागें पुढें देव, रिता ठाव कोठें? हृदयींच भेटे देहीं देव।।
चोखा म्हणे देव देखिला पंढरी। उभा भीमातीरी विटेवरी।।

चोखोबांचे अभंग म्हणजे उत्कट रूपकात्मक भावकविताच आहेत. या दृष्टीनं त्यांचे 'हाट'सारखे अभंग अत्यंत लक्षणीय आहेत. 'कैचा हा हाट? कवणाची गोणी?वेगळाचि राहिला मालधणी।' किंवा-'सांज झाल्यावरी हाटा कोण पुसे? सहज ते नासे वाणावाण!' हे या अभंगांचे प्रथम चरण आपल्या मनाचा ठाव घेतात, आपल्याला अस्वस्थ करू लागतात.

चोखोबांनी नामदेव व जनाबाई यांच्या जीवनातले काही महत्त्वाचे प्रसंग निवडून त्यांविषयी जी रचना केली आहे, ती अत्यंत भावस्पर्शी आहे. 'ऊस डोंगा परि रस नव्हे डोंगा।' या एकाच अभंगाचा उल्लेख वारंवार व नेहमी चोखोबांचं नाव आठवताच केला जातो. असं केलं म्हणजे चोखोबांच्या संपूर्ण भावविश्वाचं दर्शन घडविण्याची आपली जबाबदारी संपली, असं काही संतसाहित्यसमीक्षकांना वाटतं. त्यांच्या अभंगांतील काव्यात्मता खऱ्या अर्थानं अनुभवण्यासाठी या अभंगाबरोबरच

'येथें तो दुःखाचे डोंगर आठविती। वाटतसे खंती माझ्या मना।।'

किंवा -

'काय हे दुःख, किती या यातना। सोडवी नारायणा। यातोनिया।।'

अशा अभंगांचा सागर म्हणजे चोखोबांची अभंगवाणी होय. यादवकालीन मराठी कवितेतील हा पहिला दलितोद्‌गार, हा भावी दलित कवितेचा प्रेरणास्त्रोत होय, असं म्हटलं तर ते वावगं ठरू नये. त्यातील वेदनाच इतकी प्रखर नि तीव्र आहे, की ती अनुभवल्यानंतर त्यातून विद्रोहाचे स्फुल्लिंग बाहेर पडले नाहीत तरच नवल!

❑❑❑

१५. नरहरी सोनार

यादवकालीन संतमंडळात विविध जातिजमातींचे संत आहेत. विविध व्यवसाय करणारेही संत आहेत. गोरोबा (गोरा कुंभार), सावतोबा (सावता माळी) यांच्या नावातच त्यांचा व्यवसायही दडला आहे. नरहरीमहाराज हे सुवर्णकार जातीतले होते. विविध वाङ्‌मयेतिहासात त्यांचा 'नरहरी सोनार' असा उल्लेख केला जातो.

वारकरी संप्रदायाच्या संतनामावळीतील बहुतेक संत प्रपंच करीत परमार्थसाधनाही करीत होते. ते विविध व्यवसाय करीत असल्यानं त्यांच्या लेखनात विविध व्यवसायांतील शब्द आले व त्यामुळंही मराठी भाषा समृद्ध व संपन्न झाली. (तिचा शब्दकोशही समृद्ध व संपन्न झाला.)

यादवकालात शिवाचे (शंकराचे) उपासक 'शैव' आणि विष्णूचे (विठ्ठलाचे) उपासक 'वैष्णव' या दोन्ही संप्रदायांचा विशेष प्रभाव होता. या दोन्ही संप्रदायांतील जे समताभिमानी होते, त्यांच्यापैकी काही जणांमध्ये अन्य मतांबद्दल व संप्रदायांबद्दल दुरावाही होता. ज्ञानदेवांनी शिव आणि विष्णू ही एकाच परमेश्वराची नावं आहेत, अशी 'हरिहरैक्या'ची समन्वयवादी भूमिका घेतली. त्यामुळं या दोन्ही संप्रदायांतील दुरावा व एकमेकांविषयीचा भेदभाव नाहीसा झाला. त्याचं एक प्रातिनिधिक उदाहरण म्हणून नरहरीमहाराजांच्या जीवनाचा उल्लेख करायला हवा.

ज्ञानदेवांनी जी शैव आणि वैष्णव यांच्यामधील एकात्मतेची अपेक्षा केली, ती नरहरीमहाराजांनी प्रत्यक्ष आपल्या आचरणाद्वारे पूर्ण केली. ते प्रारंभी नाथसांप्रदायिक (शिवोपासक) होते. 'कटिसूत्र'– प्रसंगानंतर ते वारकरी (विठ्ठलोपासक) झाले. कारण त्यांना शिव आणि विष्णू यांच्यामधील अभेद जाणवला. ज्ञानदेवांचे वडील बंधू निवृत्तिनाथ हे नाथसांप्रदायिक होते व तेच ज्ञानदेवांचे गुरूही होते. त्यामुळं ज्ञानदेव गुरूपरंपरेनं नाथसांप्रदायिक होते.

त्यांचे वडील विठ्ठलपंत हे विठ्ठलोपासक असल्यानं वैष्णव होते; म्हणजे ज्ञानदेव घराण्याच्या परंपरेनं वैष्णव होते. वारकरी होते.

ज्या 'कटिसूत्र' (कडदोरा) प्रसंगानं नरहरीमहाराजांना शिव आणि विठ्ठल यांच्यामधील अभेद जाणवला, त्या 'कटिसूत्र' प्रसंगाचं/आख्यायिकेचं आकलन आपण करून घ्यायला हवं. त्यामुळं नरहरीमहाराजांनी ज्ञानदेवांची हरिहरैक्याची भूमिका का स्वीकारली, याचा उलगडा होईल. ही घटना/आख्यायिका अशी आहे:-

देवगिरीच्या एका सावकारानं विठ्ठलमूर्तीला 'कटिसूत्र' (कडदोरा) अर्पण करायचं ठरविलं व ते काम त्यानं नरहरीमहाराजांकडे सोपविलं. महाराज शैव असल्यानं ते विठ्ठल मंदिरात जात नव्हते. विठ्ठलमूर्तीचं दर्शन त्यांना निषिद्ध वाटत होतं. त्यामुळं त्यांनी त्या सावकारालाच मूर्तीच्या 'कटिसूत्रा'चं माप आणायला सांगितलं. त्यानुसार नरहरीमहाराजांना त्या सावकारानं माप आणून दिलं. नरहरीमहाराजांनी त्यानुसार 'कटिसूत्र' तयार केलं., पण ते चार बोटं सैल झालं. मग विठ्ठलाचं दर्शन घ्यायचं नाही हणून स्वत: नरहरीमहाराज डोळ्यांवर पट्टी बांधून मूर्तीच्या 'कटिसूत्रा'चं माप घेऊ लागले. तेव्हा विठ्ठलमूर्ती ही शिवमूर्ती आहे, असं त्यांना जाणवलं. डोळ्यांवरील पट्टी काढल्यावर पुन्हा ती विठ्ठलमूर्तीच असल्याची प्रचीती त्यांना आली. त्यामुळं 'हरी' आणि 'हर' हे एकच आहेत, हे चिरंतन सत्य त्यांना जाणवलं. त्याविषयी ते पुढील अभंगात म्हणतात-

शिव आणि विष्णू एकचि प्रतिमा। ऐसा ज्याचा प्रेमा सदोदित।
धन्य ते संसारी नर आणि नारी। वाचे 'हरी हरी' उच्चारीत।।
नाही पैं भेद,। द्वेषाद्वेष संबंध उरी नुरे।
सोनार नरहरी न देखे द्वैत। अवघा मूर्तिमंत एकरूप।।

'नरहरी' नावाचे एकूण नऊ संतकवी वेगवेगळ्या कालखंडांत होऊन गेले असले तरी नरहरी सोनार हे यादवकालीन ज्ञानदेवांच्या प्रभावळीतील प्रमुख संतकवी असल्याचं संशोधनान्ती मान्य झालं आहे. भाषिक व ऐतिहासिक प्रमाणांच्या आधारे चिकित्सा केल्यावर नरहरीमहाराजांच्या अभंगांची संख्या चाळीस ते पन्नास इतकीच असावी, असं मानलं जातं. मौखिक परंपरांचा आणखी धांडोळा घेतल्यास त्यात आणखी भर पडू शकेल, असं अनुमान करता येतं. असं असूनही नरहरीमहाराजांची उपलब्ध असलेली निर्मिती अल्प असूनही तिनं आपलं वैशिष्ट्य नि वेगळंपण सिद्ध केलं आहे, हे दुर्लक्षून चालणार नाही. आपला व्यवसाय व संसार चांगल्या प्रकारे करीत असताना नरहरीमहाराजांनी आत्मचिंतन केलं नि आत्मशोध घेण्याचा प्रयत्न केला. त्या वेळी त्यांना कशाची जाणीव झाली?

'जग हे अवघें सारें ब्रह्मरूप। सर्वांभूती एक पांडुरंग।

अणुरेणुपर्यंत ब्रह्म भरियेलें। सर्वांघटीं राहिलें अखंडित।।
विश्व हें व्यापिलें भरूनी उरलें। कवतुक दाविलें मायाजाळ।
भ्रांती मायाजाळ काढता तात्काळ। परब्रह्मीं खेळे अखंडित।।
अखंडित वस्तू हृदयी बिंबली। गुरुरूपे पाही नरहरी।।

ही जाणीव म्हणजेच ज्ञानदेवांनी 'ज्ञानेश्वरी'त प्रतिपादिलेला 'चिद्विलासवाद' होय. या परब्रह्माची प्राप्ती आपल्याला कशी होईल? यासाठी साधना करायला हवी. ही साधना करताना अनुताप, संसाराविषयी विरक्ती नि परमात्म्यास शरणागती या विविध अवस्थांतून ते जातात आणि मग-

देह-विदेह याचा मानुनी कंटाळा।
बाणलीसे कळा परिपूर्ण।।
म्हणे नरहरी सोनार चरणीं दृढ भाव।
अवघा भासे देव जळी-स्थळीं।।

अशी साक्षात्काराची अवस्था त्यांना प्राप्त होते आणि मग त्यांचा प्रपंच नि व्यवसाय परमार्थरूप होतो. 'देवा, मी तुझा सोनार' किंवा 'देह बागेसरी जाण' हे त्यांचे लोकप्रिय अभंग याच स्थितीचा प्रत्यय देतात.

❑❑❑

१६. सोयराबाई

सोयराबाई या संत चोखामेळा यांच्या धर्मपत्नी. त्यांचा जन्मशक व मृत्युशक उपलब्ध होत नाही. यादवकालीन संतकवयित्रींमध्ये त्यांचाही आदरपूर्वक उल्लेख केला जातो तथापि त्यांच्या अभंगवाणीचा जितका व जसा विविधांगी विचार व्हायला हवा, तितका व तसा झालेला नाही. काही विद्यापीठांत त्यांच्याविषयी काही शोधनिबंध लिहिले गेल्याचं कळतं पण ते प्रकाशित झाल्याचं दिसत नाही. ज्या धार्मिक व सामाजिक परिस्थितीत त्यांचे पती संत चोखामेळा यांच्याबरोबर त्यांनी जीवनाची वाटचाल केली, तिचा संदर्भ घेऊन त्यांच्या अभंगवाणीचं आकलन केलं तर तिचं महत्त्व व माहात्म्य लक्षात येईल. या दृष्टीनंच या लेखात सोयराबाईंच्या साधनेची व लेखनाची वैशिष्ट्यं विशद करण्याचा प्रयत्न केला आहे.

चोखोबांच्या चरित्रातील फारच थोड्या घटना उल्लेखिल्या जातात व त्या घटना अर्थातच सोयराबाईंच्या चरित्राशीही निगडित आहेत, हे आपल्याला ओघानंच कळतं पण चोखोबांच्या नंतर त्यांची बहीण निर्मळा व त्यांचा मुलगा कर्ममेळा यांचे जे उल्लेख आढळतात, ते सोयराबाईंच्या चरित्राच्या आकलनाच्या संदर्भात कमी महत्त्वाचे आहेत, असं नाही.

सोयराबाईंच्या अभंगांच्या शेवटच्या चरणातील 'चोख्याची महारी' किंवा 'महारी चोखियाची' ही नाममुद्रा सकृद्दर्शनीच आपलं लक्ष वेधून घेते. वर्णव्यवस्थेचा व स्त्रीशूद्रांना गौण किंवा हीन लेखण्याच्या मानसिकतेचा तत्कालीन समाजव्यवस्थेवर किती मोठा नि गहिरा प्रभाव होता, याची असंख्य प्रमाणं आपल्याला सोयराबाईंच्या अभंगांत आढळतात. स्त्री, त्यातही अशिक्षित स्त्री नि तीदेखील तथाकथित प्रस्थापित समाजव्यवस्थेनं हीनत्व लादलेल्या वर्णातील, हा चढता क्रम नि ही पार्श्वभूमी लक्षात घेतल्यावर तर चोखोबांपेक्षा सोयराबाईंची अवस्था किती बिकट व अगतिक असेल, याची

कल्पनाच केलेली बरी. त्या म्हणतात-

'हीन मी काय वानूं देवा? तुम्ही केशवा उदार।
करा माझें समाधान। दाखवा चरण आपुले ।
लोटलेंसे महानदी । नाहीं शुद्धी देहाची ।
बुडत्यें काढावें बाहेरी । म्हणे 'चोख्याची महारी' ।।

किंवा मंदिराबाहेरूनच 'देव-दर्शन' (?) झाल्यावर त्यांच्या अभंगात उमटलेली ही प्रतिक्रिया काळीज पिळवटणारी आहे आणि त्यामुळंच त्यांनी 'विटाळा'बद्दल काढलेले हे जळजळीत उद्‌गार त्यांच्या असह्य यातनांना वाट देऊन आपल्याला कमालीचे अस्वस्थ करतात -

'देहासी विटाळ म्हणती सकळ।
आत्मा तो निर्मळ, शुद्धबुद्ध ।
देहींचा विटाळ देहींच जन्मला।
सोवळा तो झाला कवण धर्म?
विटाळावांचोनि उत्पत्तीचें स्थान।
कोण देह निर्माण नाहीं जगीं?
म्हणुनी पांडुरंगा, वानितसे थोरी ।
विटाळ देहांतरीं वसत असे ।।
देहाचा विटाळ देहींच निर्धारी ।
म्हणतसे महारी चोखियाची ।।'

'पंढरीचे ब्राह्मणें चोख्यासी छळीलें' हा सोयराबाईंच्या अभंगातील उल्लेख यादवकाळापासून दलितांवर होणाऱ्या अन्यायाचं व त्यांच्या शोषणाचं ऐतिहासिक प्रमाणच देत नाही का? चोखोबा तर दलित समाजातले पुरुष होते पण दलित वर्गातील स्त्री म्हणून तर सोयराबाईंना किती वाईट व तुच्छतेची वागणूक दिली जात असावी, याचे कित्येक आधारभूत उल्लेख सोयराबाईंच्या अभंगांत आढळतात. त्यांतील केवळ एकच अभंग इथं उद्‌धृत करतो-

'आमची तो दशा विपरीत झाली।
कोण आम्हां घाली पोटामध्यें?
आमचें पालन करील बा कोण?
तुजविण जाण दुजें आतां।।
कळेल तें करा तुमचें उचित।
माझी तो नित निवेदिली।।
सोयरा म्हणे माझा जीव-प्राण तुम्ही।

तो आम्ही कोठें जावें?'

-अशा अवस्थेत सोयराबाई कुणाकडे धाव घेणार? आपल्या आईशिवाय-विठाईशिवाय- त्यांना दुसरं कोणतं गणगोत होतं? 'अवघे सुखाचे सांगाती । दुःख होता पळती आपोआप॥' असं सोयराबाई का म्हणतात, याचं मर्म त्यामुळं लक्षात येतं. 'शिणल्या-भागल्याचा तूंचि विसावा' असं देवाला म्हणणाऱ्या सोयराबाईंवर दुःखाचे डोंगर कसे कोसळले असतील, याची कल्पनाही या एकविसाव्या शतकात करता येत नाही. या शतकातली एक गोष्ट मात्र सोयराबाईंनी यादवकाळात केली नि ती म्हणजे 'धरणं' धरलं आणि तेही पांडुरंगाच्या चरणाशी. 'धरणे घेतिले, तुमचिये पायी' यासारखे अभंग सोयराबाईंच्या यातनांची स्पंदनं आपल्या मनातही उमटवून आपल्याला अस्वस्थ करतात. सोवळ्याओवळ्याच्या नि विटाळाच्या कल्पना तत्कालीन तथाकथित 'धर्मरक्षकां'नी समाजावर कशा लादल्या, याचं हृदयद्रावक चित्र व त्यावरची प्रखर प्रतिक्रिया सोयराबाईंच्या अभंगांत उमटल्याशिवाय कशी राहील? अशा या परिस्थितीतही गावकुसाबाहेर राहून सोयराबाई चोखोबांप्रमाणंच ईश्वराच्या भक्तीच्या मार्गाचं अनुसरण करतात कारण त्याशिवाय त्यांना दुसरा तरणोपायच नसतो.

या प्रसंगी आपला सारा 'वृत्तांत' त्या विठामाऊलीलाच सांगतात. यातील 'वृत्तांत' हा शब्द साधासुधा नाही तर त्यामागं समाजातील अपमानास्पद वागणुकीमुळं निर्माण झालेली अस्फुट स्फुंदनं व व्यथांचे कढ आहेत. अशा वेळी कधी कधी असं वाटतं की, सोयराबाई हे कढ चोखोबांपेक्षाही अधिक प्रभावीपणे व अधिक तीव्रतेनं अंतःकरण विदीर्ण करणाऱ्या नेमक्या शब्दांत व्यक्त करताहेत. या पराकाष्ठेच्या उदासीनतेचे व असहायतेचे कितीतरी अभंग सोयराबाईंच्या गाथेत आहेत. या अवस्थेतही त्या विठ्ठलभक्तीची कास सोडत नाहीत. त्यामुळंच त्यांना साक्षात्कारानुभवाची प्रचीती विठ्ठल मंदिराबाहेर राहूनही होते.

तथापि याही अवस्थेत आपलं जीविताचं उद्दिष्ट साध्य झालं म्हणून त्या स्वयंकेंद्रित होत नाहीत तर समाजातील सर्व घटकांना आपला उद्धार करता यावा, यासाठी उपदेश व मार्गदर्शन करतात. या उपदेशाला स्वानुभवाचं अधिष्ठान असल्यानं तार्किक सुसंगतीचं तेजस्वी बळही लाभलं आहे.

अनेकदैवतवादाला विरोध करताना 'तयांचे भरी पडू नका' असं म्हणून त्या एकेश्वरवादाचा पुरस्कार करतात. अशा वेळी त्यांना 'देखोनि आंधळे का बा जन होती?' असाही प्रश्न पडतो. 'शिणल्या भागल्याचा तूंचि विसावा' असं देवाला सांगून निष्ठेनं देवाची भक्ती केली तर, माझ्याप्रमाणं 'आनंदे न समाये मनाचे अंतरीं' ही साक्षात्काराची अवस्था तुम्हालाही प्राप्त होईल, असा विश्वास त्या

जनमानसात रुजवितात. आपला देह हा 'पंच ही भुतें। तयांचा हा खेळ आहे,' इतक्या साध्यासोप्या शब्दांत भारतीय दर्शनातील 'पंचीकरणा'चा सिद्धांत किती सहजपणे स्पष्ट करतात, याचं कुणालाही नवलच वाटेल. भक्तीची आर्तता तर त्यातून प्रकट होतेच पण त्यांच्या अक्षराअक्षरांतून व शब्दाशब्दांतून प्रकटणारी दलित व्यथेची स्पंदनं यादव-काळातून भावी काळातील दलित साहित्यनिर्मितीची पार्श्वभूमीच सिद्ध करीत आहेत, असं वाटल्यावाचून राहत नाही.

❏❏❏

१७. निर्मळा

संत चोखा मेळा यांचं आयुष्य जसं भक्तिमय झालं होतं तसंच त्यांच्या संपूर्ण परिवाराचं आयुष्यही भक्तिमय झालं होतं. सोयराबाई या संत चोखोबांच्या पत्नी जशा भक्तिप्रवण झाल्या, तशाच त्यांच्या भगिनी निर्मळा याही भक्तिप्रवण झाल्या. केवळ भक्तिप्रवणच झाल्या नाहीत तर त्यांनी विपुल अभंगरचनाही केली. यादवकाळात स्त्रियांना व शूद्रांना भक्ती करण्याचा आणि मुक्ती प्राप्त करण्याचा अधिकार नाही, असं काही तथाकथित स्वयंघोषित उच्चवर्णीयांचं व सनातनी मंडळींचं मत होतं. खरं तर हा समाजातल्या एका महत्त्वाच्या घटकावर केला जाणारा फार मोठा अन्याय होता. त्यामागं सामाजिक व आध्यात्मिक न्याय नाकारणारी विषमतावादी विचारसरणी होती; आणि यामुळं हा अन्याय अर्थातच चोखोबांप्रमाणं त्यांची पत्नी, बहीण नि मुलं यांच्यावरही होत होता.

पण या अन्यायाविरुद्ध दाद कुणाकडे मागायची? सुदैवानं वारकरी संप्रदायानं हा अन्याय दूर करण्याची प्रतिज्ञा केली व सक्रिय भूमिकाही घेतली. समाजातल्या या दोन्ही घटकांनाही भक्ती करण्याचा जन्मसिद्ध अधिकार आहे; त्यांच्या परमार्थसाधनेत कुणाचाही अडथळा असू शकत नाही; कारण ही सारी परमेश्वराचीच लेकरं असून त्यांनाही उपासनेच्या व भक्तीच्या माध्यमातून त्यांचा उद्धार करून घेण्याचा निश्चितपणे अधिकार आहे, असं केवळ मतप्रदर्शन केलं नाही, तर प्रत्यक्षात तो अधिकार दिलाही. खुद्द चोखोबांनीच निर्मळेला भक्ती करण्याचा उपदेश केला, असं निर्मळाच म्हणतात :

चोखा म्हणे निर्मळेशी । नाम गाये अहर्निशी ।
तेणें संसार सुखाचा । अिह- परलोक साचा ।।
साधन हेंचि थोर असे । शांति, क्षमा, दया वसे ।।
ऐकताचि आनंदिली । निर्मळा म्हणे मिठी चरणीं घाली ।।

निर्मळा चोखोबांच्या उपदेशानुसार भक्ती तर करू लागते पण परमेश्वराची-विठ्ठलाची-गाठभेट होतच नाही. ईश्वराचं-विठ्ठलाचं-दर्शन होत नाही म्हणून त्यांच्या मनात जी तळमळ निर्माण होते, ती या अभंगात उत्कटपणे व्यक्त झाली आहे -

रात्रंदिवस मन करी तळमळ ।
बहु हळहळ वाटे जीवा ।।
काय करूं आता? पाऊलें न दिसती ।
पडलीसे गुंती, न सुटे गळें ।।
बहु हा उबग, आला संसाराचा ।
तोडा फासा याचा, मायबापा ।।
निर्मळा म्हणे, आता (नको) दुजेंपण ।
चोखियाची आण तुम्हां असे!

प्रत्यक्ष चोखोबांची शपथ घातल्यावर पांडुरंगाला दर्शन देण्याशिवाय गत्यंतरच उरणार नव्हतं! हे दर्शन घ्यायलाही यापूर्वी समाजातील अभिजनांनी नकार दिला होता.

एवढ्या निष्ठेनं भक्ती केल्यानंतर देव कसा पावणार नाही? पांडुरंग का बरं दर्शन नाही देणार? पांडुरंगानं भक्ताच्या श्रद्धेवर नि उपासनेवर प्रसन्न होऊन जे दर्शन दिलं, त्यालाच 'साक्षात्कार' असं म्हणतात. खुद्द निर्मळासुद्धा आपल्याला झालेल्या दर्शनाचं व साक्षात्काराचं जे वर्णन करते, त्यावरून यादवकालीन शूद्र स्त्रीलाही आध्यात्मिक व सामाजिक न्याय मिळाला, हे पाहून कुणालाही धन्यता नाही का वाटणार? निर्मळा आपली साक्षात्कारावस्था कोणत्या शब्दांत व्यक्त करते, ते पाहा -

आनंदें वोविया तुम्हांसी गाईन ।
जीवेंभावें वोवाळीन पायांवरी ।।
सुकुमार साजिरी पाउलें गोजिरी ।
ते हे मिरविली विटेवरी ।।
कटावरी कर धरोनी श्रीहरी ।
उभा भीमातीरीं पंढरीये ।।
महाद्‌वारीं चोखा तयांची बहीण ।
घाली लोटांगण उभयतां ।।

पांडुरंगाचं दर्शन हेच निर्मळेला त्याच्या साक्षात्कारासारखं वाटतं कारण या दर्शनाच्या वाटेतही किती तरी अडथळे आले होते!

❑❑❑

१८. कर्ममेळा

दलित समाजाच्या व्यथा-वेदना, त्यांच्यावर झालेला अन्याय, आपल्यावर तथाकथित उच्च वर्णीयांनी लादलेलं हीनत्व व कनिष्ठत्व व त्याविषयीची या समाजाच्या मनातील अस्वस्थता व या समाजाच्या मनात निर्माण झालेला असंतोष हे केवळ अलीकडील मराठी साहित्याच्या एका अत्यंत महत्त्वाच्या प्रवाहात म्हणजे आधुनिक दलित साहित्यातच प्रतिबिंबित झाला आहे, असा एक समज प्रचलित आहे पण हा असंतोष नि ही विद्रोहाची प्रखर जाणीव तर यापूर्वीच मराठी साहित्याच्या आदिकाळात- यादवकाळात-या समाजाच्या काही संतांच्या अभंगवाणीत प्रकट झाली आहे, दलित साहित्याच्या निर्मितीचे काही स्त्रोत निश्चितपणे प्रकट झाले आहेत, याची असंख्य उदाहरणं संत चोखोबांचे पुत्र संत कर्ममेळाच्या भक्तिकवितेत आढळतात. त्याकडे मराठी समीक्षकांचं लक्ष कितपत गेलं आहे, याची कल्पना आपल्याला आहेच.

विशिष्ट समाजावर त्याचं हे कनिष्ठत्व कुणी लादलं आहे? ते लादलेलं आहे चातुर्वर्ण्यव्यवस्थेनं आणि या व्यवस्थेचं आदिकारण असलेल्या भारतीय दर्शनातील कर्मसिद्धांतात आणि त्याचा दोष मग द्यायचा तरी कुणाला? तो ज्यानं आपल्याला हा जन्म जर या समाजातले कर्ममेळा यांच्यासारखे संतकवी देत असले तर ते युक्तिसंगतच आहे, असं म्हणायला हवं-

आमुची केली हीन जाती ।
तुज कां नकळे श्रीपती?
जन्म गेला उष्टें खाता ।
लाज न ये तुमचे चित्ता?
आमुचे घरीं भात दही ।
खावोनी कैसा म्हणसी नाही?
म्हणे जे चोखियाचा कर्ममेळा ।

हाचि आमुचा ठेवा भागाभाग ।।

कर्मसिद्धांतातील 'संचित' आपल्या या जन्मीच्या कनिष्ठत्वाचे हीनत्वाचे मूळ कारण आहे, असं काही तथाकथित प्रस्थापित आणि कर्मसिद्धांताची निर्मिती करणारे काही जण सांगताहेत, ते आमचं दुर्दैवी संचित तरी कोणतं? या प्रश्नातील गर्भित आशय कुणालाही सहज कळण्याजोगा आहे. कर्ममेळा म्हणतात, हे आमचे पूर्वजन्मीचे अपराध तरी कोणते?

बहुधा अपराध घडले मजसी । म्हणोनि तुम्हांसी पडली तुटी ।।
आमुचें 'संचित' जैसें जैसें आहे ।
तैसें तैसें होय आपोआप ।
तुम्हांसी हो बोल नारायणा।
आमुच्या आचरणा ग्वाही तुम्ही।।
कर्ममेळा म्हणे तुम्हासी बोल ।
वाया काय फोल वेचू देवा?

(अधोरेखन माझं)

आमच्या हातून अपराध घडले, हे तुम्हीच ठरवून तुम्हीच आम्हाला सांगणार नि दोष तुम्हीच आम्हाला देणार, पण आमचे हे अपराध तरी कोणते हे कुणी पाहिले? देवा, तुमच्याशिवाय ते कोण पाहणार? तुम्हीच याचे साक्षीदार ना? आम्हाला पुढच्या जन्मी सुख मिळणार की दु:ख, हे पूर्वीच तुम्ही निर्धारानं ठरविलं असलं तर ते आम्हाला या जन्मी भोगायलाच लागणार कारण तसे आम्ही जन्मण्याआधीच कुणी तरी 'निर्धारित' केलं आहे! यातील उपहासगर्भ टीका नि त्यातच या दलित समाजमनात उमटलेली असंतोषाची स्पंदनं तुम्हाआम्हाला जाणवत नाहीत का? आमचा अपराधही तुम्हीच आम्ही जन्मण्याआधीच ठरविणार नि त्याची शिक्षाही तुम्ही आम्ही जन्मण्यापूर्वीच आम्हाला ठोठावणार! हाच काय तुमचा न्याय?

सुखदु:ख दोन्ही आमुचे पदरीं ।
पूर्वीच निर्धारिं बांधियेली ।
आतां वाईट म्हणो कशासाठी?
आपुली ती राहाटी भोगूं आम्ही!
तुम्ही तो व्यापक सर्वांसी, निराळें।
आमुची कर्मफळें भोगू आम्ही ।
कर्ममेळा म्हणे, वचन प्रमाण ।
आमुची निजखूण कळली आम्हां।

(अधोरेखन माझं)

यातील प्रत्येक शब्द म्हणजे विद्रोहाचा स्फुलिंग नाही का? देवा, आमच्या वर्तमान जीवनातील भोग यापूर्वीच भूतकाळात कुणी तरी ठरवूनच टाकले असतील, तर तुम्हाला तरी दोष देण्यात काय अर्थ? यामागील अगतिकता व असहायता वर वर वाच्यार्थानं सामान्य वाटत असली तरी तिच्यात विद्रोहाचा ज्वालामुखी दडला आहे, हे वेगळं सांगायला हवं का?

देवा, तुझा 'भरंवसा' आम्हाला होता- तू आमच्यावर असा अन्याय करणार नाहीस असा! पण आता असा 'भरंवसा' ठेवण्यात काही अर्थ नाही. कुणीतरी अगोदरच ठरवून ठेवलेल्या माझ्या कर्माचं (की 'दुष्कर्माचं?') फळ तर मला या जन्मी भोगायलाच हवं ना?

भरवसा मानिला, परि झाली निरास ।
म्हणोनि कासावीस जीवें झालों ।।
बोलिल्या वचना ते काहीं साचपण ।
नयेचि दिसोन अद्यापवरी ।
किती किती मन आवरूनी धरू?
कवणासी विचारू? पुसू? आता ।
कर्ममेळा म्हणे कर्म हीन माझें ।
भोगणें सहजें सहज असे!

(अधोरेखन माझं)

विनवणी, असंतोष, असमाधान, अस्फुट हुंदके, अगतिकता, असहायता ही इथंच थांबली असती तर प्रवाहपतित जीवन जगावं लागल्याशिवाय दुसरा पर्यायच नव्हता; पण कर्ममेळा त्या प्रवाहाला, आपल्या विद्रोह-भावनेला प्रकट करण्याचा प्रयत्न करतात. माझ्या पित्याचं 'ठेवणं' सत्मकर्माचं फळ, हा माझाही वारसा आहे, तो का बरं तू मला देत नाहीस? असा खडा सवाल ते परमेश्वराला विचारल्याशिवाय राहत नाहीत -

'आमुच्या बापाचें ठेवणे । कां तूं न देसी आम्हांकारणें ?
कैसी तुझी नीत बरी? मागतां (मागता) शिणलों मी हरी ।।
वाउग्या येरझारा । किती कराव्या दातारा?
कर्ममेळा म्हणे । किती मागावे?

(अधोरेखन माझं)

तू तर माझं मला देतच नाहीस पण आमचं आम्हाला पण देत नाहीस. दुसऱ्याच्या ताटातलं आम्हाला काहीच नको, पण आमचं आम्हाला तरी मिळावं की नाही? यातील सामाजिक न्याय मिळण्याची भावना विद्रोहाच्या स्फोटक पण अदृश्य

जाणिवेतूनच निर्माण झाली की नाही?

नाहीं मी मागत आणिकांचें काही ।
आमुचे आम्हां देई, पांडुरंगा ।
समर्थ म्हणोनि धरितो पदरा ।
वाउुगा पसारा? देऊं नको।।
ब्रीद बांधिलें कासया चरणीं?
तें सोडीं चक्रपाणी।
कर्ममेळा म्हणे तुज आमची आण ।
नको निर्वाण करू आतां ।।

(अधोरेखन माझं)

यावर अधिक भाष्य करण्याची आवश्यकता आहे का? संत कर्ममेळा यांची ही स्वरव्यंजनं नि त्यांतले आरोह-अवरोहच आपल्याला कितीतरी सांगून जात नाहीत का?

❑❑❑

१९. बंकामहाराज

संत बंकामहाराज हे चोखोबांचे (संत चोखामेळा यांचे) मेहुणे. त्यांच्या अभंग- रचनेचा नामोल्लेख होत असला, तरी तिच्या वैशिष्ट्यांचा विचार झाल्याचं माझ्या वाचनात नाही. आज ही रचना वाचत असताना मला जी वेगळीच प्रतीती आली, ती मी इथं नोंदवीत आहे. आज उपलब्ध असलेली बंकामहाराजांची रचना फार थोडी आहे. ती अल्प असली तरी, बहुगुणी व बहुपेडी आहे. वारकऱ्यांच्या अभंगांच्या बाडात (हस्तलिखितांत) व मौखिक परंपरेत शोध घेतल्यास बंकामहाराजांची आणखी रचना उपलब्ध होण्याची शक्यता आहे. या दृष्टीनं महाराष्ट्रातील विद्यापीठाच्या मराठी विभागांनी का प्रयत्न करू नयेत?

तेराव्या शतकातील दलितांच्या वेदना, त्यांची दुःखं, त्यांना नाकारला गेलेला सामाजिक न्याय, त्यांच्या अस्फुट हुंदक्यांतून शब्दबद्ध झालेली समर्थ कविता बंकामहाराजांच्या प्रतिभेतून प्रकटली आहे.

बंकामहाराजांची भक्तिकविता अनेकपदरी आहे. नामदेवांनी त्रिखंडात्मक ज्ञानदेव-चरित्र लिहिलं. त्यातून आपल्याला ज्ञानदेव आणि त्यांची भांवडं यांच्या जीवनाचा शोध घेता आला. ज्ञानदेव-नामदेवांना तत्कालीन समाजस्थितीचं अधिक यथार्थ आकलन कसं झालं व या सूक्ष्म निरीक्षणानं त्यांच्या भावी समाजचिंतनास कशी दिशा मिळाली, याचा मूल स्त्रोत आपल्याला कळतो. बंकामहाराजांचं 'चोखोबा चरित्र' या दृष्टीनं अभ्यासण्याजोगं आहे. केवळ अकरा (आज उपलब्ध असलेल्या) अभंगांच्या माध्यमातून बंकोबांनी किती गोष्टी साध्य केल्या? यादवकालीन साम्प्रदायिक व धार्मिक वास्तवाची पार्श्वभूमी जितकी (खऱ्या अर्थानं) 'समरस' होऊन आपण लक्षात घेऊ, त्या त्या प्रमाणात आपल्याला बंकामहाराजांच्या लेखनावरून सहज लक्षात येईल. आज जरी त्यांचे एवढे चोखोबाचरित्राचे अकराच अभंग उपलब्ध असले, तरी

त्यांनी त्यांत अकरा हजार अभंगांचं सार सांगून ठेवलं आहे. आपल्या मराठी भाषेत 'शितावरून भाताची परीक्षा' ही एक म्हण आहे, ती इथं लक्षात घ्यायला हवी.

अभंगांपेक्षा 'मोठा' भाग व्यापला आहे तो 'चोखोबांच्या चरित्रानं व त्यातील एका लक्षणीय, लाक्षणिक व प्रतीकात्मक घटनेनं. ही घटना म्हणजे चोखोबांच्या भक्तीवर प्रसन्न होऊन प्रत्यक्ष पांडुरंगानं भुकेल्या ब्राह्मणाचं रूप घेऊन, चोखोबांच्या अनुपस्थितीत, त्यांच्या घरी भोजनाला येणं. संत नामदेवांच्या त्रिखंडात्मक 'ज्ञानदेव चरित्रा'तील तीर्थावळीच्या अभंगांप्रमाणंच 'चोखोबा चरित्रा'तील या घटनेचाही वाच्यार्थ न घेता लक्ष्यार्थ, सूचितार्थ, ध्वन्यर्थ समजून घ्यायला हवा. बंकामहाराजांनी आपल्या लेखनासाठी हाच विषय का बरं निवडला? याचं कारण स्पष्ट आहे. 'भेदाभेद' हा 'भ्रम' न मानता व तो 'अमंगळ' न मानता, जे वर्णवादी सनातनी शूद्रांना 'अ-स्पृश' मानत होते, त्यांच्या बुरसटलेल्या मानसिकतेवर हा एक कठोर प्रहारच नाही का? कुणी साधे ब्राह्मण चोखोबांच्या घरी जेवायला किंवा अन्न मागायला आले असते, तर ती घटना त्या मानानं सामान्य मानावी लागली असती. (खरं म्हणजे यादवकाळात अशी घटनाच घडली नसती; कारण शूद्राघरचं भोजन कितीही चांगलं असलं, तरी ते ब्राह्मणांनी घेऊ नये, असे दंडकात्मक उल्लेखच आहे,) चोखा 'चोखट' असून 'निर्मळ'च आहे, हे यादवकाळात सांगण्याचं साहस बंकामहाराजांसारखे मराठी भाषेच्या प्रारंभीच्या काळातील दलित संतकवी करू शकतात, ते तत्कालीन बुरसटलेल्या मूलतत्त्वाविरोधी मानसिकतेचा चुरा करण्यासाठी. या दृष्टीनं व अर्थानं तसंच संदर्भानं बंकामहाराजांचा हा अभंग पुन्हा एकदा वाचावा -

'चोखा चोखट निर्मळ । तया अंगी नाहीं बळ ।
चोखा सुखाचा सागर । चोखा भक्तीचा आगर ।।
चोखा प्रेमाची माउली । चोखा कृपेची साउली ।
चोखा मनाचें मोहन । बंका घाली लोटांगण ।।

बंकामहाराजांना विठोबा भक्तवत्सल वाटतो; कारण तो भक्तांमध्ये दुजाभाव बाळगत नाही. तो सर्वांचाच उद्धार करण्यास तत्पर असतो व त्यासाठी धावून येतो. यासाठीच ते आम्हाला (दलितांनाही) 'पांडुरंगा वाचोनी दुजा कोण सखा?' असा मार्मिक प्रश्न समाजाला विचारून दुजाभाव बाळगणाऱ्यांना अंतर्मुख करून आत्मनिरीक्षण व आत्मपरीक्षण करायला लावतात. ते दोन अभंग असे -

(१) **प्रेमाचा पुतळा, सावळा विठोबा 'उभा तो देखिला भीमातटी।**
कर कटावरी पाऊले साजरी।शंख, चक्र करीं मिरवतसे।।
योगियांचा राणा, गोपी मोहन कान्हा।भक्तीचा आदणा घरोघरीं।
बंका म्हणे, कृपेचा कोवळा । पाळी भक्तलळा प्रेमासाठी ।।

(२) **पांडुरंगा वाचोनी दुजा कोण सखा? निर्वाणीचा देखा मायबाप**
तारीतसे एक नावासाठी जगा । ऐसा हा पैं वा श्रेष्ठाचार
गणिका, गजेन्द्र यासी उद्धरिलें । प्रत्यक्ष तारिलें अजामेळा ।
बंका म्हणे ऐसा आहे भरवसा । मज तवं सर्वेशा विठोबाचा।।

(अधोरेखन माझं)

विठोबाचं चोखोबांच्या घरचं भोजन हा प्रसंग सर्वज्ञात आहे. त्यातून निघणारा सामाजिक आशय मात्र हृदयभेदक आहे. असं काही घडलं तर त्याची समाजात किती प्रक्षोभक प्रतिक्रिया उमटेल, या कल्पनेनंच सोयराई शहारते, हादरून जाते, भेदरून जाते. 'हा अविचार करू कैसा?' हा प्रश्न तिला हरणकाळजी लावतो, कारण -

'यासी अन्न देता आपुला विचार । मज मारामार करिती लोक।।'

आणि त्याला भोजन नाही दिलं तर चोखोबा संतापतील.

'विन्मुख हा जातां, पति रागावेल।
बोल हा लागेल कपाळासी!'

अशा द्विधा, भांबावलेल्या मन:स्थितीतही सोयराई स्वत:ला सावरते व वस्तुस्थिती ब्राह्मणाला सांगण्याचं साहस करते -

'आम्ही तो जातीचे आहेती महार । तुम्ही तो थोर उंच वर्ण ।
अन्नपाणी देतां निंदितील जन । करतील ताडण मजलागीं ।।

यावर ब्राह्मणरूपी पांडुरंगानं (म्हणजे अवतारांच्याही अवतारानं!) दिलेलं उत्तर सोयराईला असलं, तरी ते खऱ्या अर्थानं वर्णश्रेष्ठत्व समाजावर लादणाऱ्यांना आहे.

'ऐकोनिया मात येरू बोले वचन । यातीसी कारण नाहीं मज'
माझा तू वाचवी अन्न देऊनि प्राण । पुढील कारण पाहूं नको।।

आणि सोयराईची चिंता मिटते न मिटते, तोच पांडुरंग भोजन करून आणि संतुष्ट होऊन परत गेला. चोखोबा घरी परतले तेव्हा त्यांच्या मनात सोयराईचीच चिंता घर करू लागते. ते सोयराईला म्हणतात -

'येरू म्हणे हे काय अनुचित केलें
बोल ते लाविले आपणासी ।
जातीचे तो महार, जग जाणताती ।
आपुली तो फजिती, आपुल्या हाते ।।'

यादवकालीन वर्णभेदविषयक वास्तव किती भयावह नि भयाण होतं,

याचं बंकामहाराजांच्या अभंगाव्यतिरिक्त प्रमाण देण्याची याउपरही गरज आहे का?

❑❑❑

२०. रोहिदास

संत रोहिदास हे उत्तर भारतातील महान संत असले तरी महाराष्ट्रातील बहुतेक 'संत-नामावळ्या'त त्यांचा निर्देश आढळतोच. संत कबीरांचंही तसंच आहे. आपले महाराष्ट्रातले बहुतेक संत आपल्या लेखनातही त्यांचा उल्लेख अत्यंत आदरपूर्वक करतात. वारकरी संप्रदायात पुढील उक्ती प्रसिद्ध आहे. तिच्यात संत कबीरांचा उल्लेख असा केला असून मराठी संतकवी शेख महंमद हे हिंदी संतकवी कबीर यांच्याप्रमाणं असल्याचं म्हटलं आहे. ही उक्ती अशी-

'ज्ञानाचा एका। नामयाचा तुका। आणि कबिराचा शेका (शेख महंमद)।।'

तसंच संत रोहिदास यांचंही आहे. ते चर्मकार समाजाचे होते व त्यांचं लेखन हिंदी भाषेत आहे. महाराष्ट्रातही ते सर्वांनाच आदरणीय आहेत. यापुढं जाऊन असंदेखील म्हणता येईल, की महाराष्ट्रातील दलित साहित्याच्या निर्मितीला त्यांचीही प्रेरणा, काही प्रमाणात का होईना, निश्चितपणे लाभली असावी. दलित समाजातील मराठी संतकवींप्रमाणंच संत रोहिदासांनीदेखील दलित समाजाची व्यथा व्यक्त केली असून भक्ती करण्याचा या समाजाचा अधिकार कुणीही हिरावून घेऊ शकत नाही, अशा आशयाचे विचार आपल्या हिंदी भाषेतील पदांत व्यक्त केले आहेत.

तथाकथित प्रस्थापित वर्गानं स्वतःला उच्चवर्णीय व समाजातील काही अन्य वर्गांना कनिष्ठवर्णीय घोषित करून त्यांना हीनत्व 'प्रदान' केलं व त्यांना साधनेचा, भक्तीचा, मुक्तीचा अधिकार नाकारून फार मोठा अन्याय केला. त्याचे पडसाद भारतात सर्वत्र उमटले.

संत चोखा मेळा यांच्या नावातील 'चोखा' शब्दच हा सामाजिक व धार्मिक विषमतेविरुद्धचा ज्वलंत उद्गार होय, असं मला नेहमी वाटलं आहे. जेव्हा संत रोहिदास (रविदास) म्हणतात -

'जाती ओछी, पाती ओछी।
राजाराम की सेवा न कीन्ही।
कही रविदास चमारा।। (अधोरेखन माझं.)

यातील 'मी देवाची सेवा केली नाही' याचा अर्थ ती मला करू दिली नाही कारण मी चर्मकार समाजातला होतो (चमार), आणि म्हणूनच 'ओझा' (म्हणजे वाईट, हीन) होतो. या शब्दांत ती सारी वेदना, तो सारा असंतोष नि त्यात दडलेला सुप्त विद्रोह जाणवत नाही का? असं असूनही रोहिदासांनी भक्ती केलीच. तिचं किती स्वच्छ प्रतिबिंब त्यांच्या या उद्‌गारांत उमटलं आहे, पाहा -

जिव्हा भजे हरिनाम नित ।
हत्थ करहि नित काम ।
रविदास भए निहचित हम ।
मम चिन्त करेंगे राम ।।

(हत्थ - हात, निहचित - निश्चिन्त, चिन्त - चिन्ता)

आपण प्रपंच करूनही परमार्थसाधना करू शकतो, हा मराठी संतांनी प्रतिपादिलेला विचार व रोहिदासांचा वरील विचार यांत किती साम्य आहे!

'सर्वां भूतीं भगवद्‌भाव' या मराठी संतांच्या विचारांशी संत रोहिदास यांचे विचार तंतोतंत जुळतात. ते चर्मकार असल्यानं त्यांचा चामड्याशी (व्यवसायामुळंही) संबंध येणारच पण 'विश्वात सर्वच चामडंच नाही का?' असा त्यांचा प्रश्न सर्वांनाच निरुत्तर करणारा आहे. गाय, वासरू, उंट, त्यावर वाद्य, हत्ती व त्यावर आरूढ होणारा राजा, तुम्ही-आम्ही सारेच नाही का? यातूनच रोहिदासमहाराजांनी सर्व प्राणिमात्रांतील व अन्य वस्तूंतील अद्वैत स्पष्ट केलेलं नाही का? त्यांचं मूळ पद असं आहे -

'ज्याहां देखो वहाँ चाम ही चाम ।
चाम के मंदिर बोलत राम ।।
चाम की गऊ, चाम का बछडा।
चाम ही धुने, चाम ही ठाडा।
चाम का हाथी, चाम का राजा।
चाम के उँटपर चाम का बाजा।।
कहत रोहिदास, सुनो कबीरभाई।
चामविना देह किनकी बनाई?'

हा शेवटचा रोहिदासमहाराजांनी विचारलेला प्रश्न किती बिनतोड आहे! परमेश्वर सर्वांचा उद्‌धार करतो; कारण 'पतित पावन' हेच त्याचं ब्रीद आहे.

परमात्म्याचाच अंश सर्व जीवात्म्यांत व चराचरांत आहे, ही भावना व हा विचार जसे सर्व मराठी संत व्यक्त करतात, तसा संत रोहिदासांनीही व्यक्त केला आहे. सर्व संत समान विचार व्यक्त करतात याचं हे किती सुंदर उदाहरण आहे! ते परमेश्वरालाच सांगतात -

देवा, हमन पास करंत अनंता।
'पतितपावन' तेरा बिरद क्यौ अहंता।।
तोहि-मोही, मोही-तोही अंतर ऐसा।
कनक कटक जल तरंग जैसा।।
मैं कई नर तू हिं अंतरजायी।
ठाकुर थै जन जानिये, जन थै स्वामी।।
तुम सबन में, सब तुम माहीं।
रैदास दास असमझि सी कहौं कहाँ ही।।

आपल्या संतांप्रमाणंच सत्संगाचं नि संतसंगाचं महत्त्व नि माहात्म्य संत रोहिदासांनी या पदात फार चांगल्या प्रकारे वर्णिलं आहे.

त्यांच्या संत तुझी तन-संगति प्रान।
सद्गुरू ज्ञान संत देवादेव।।

❑❑❑

२१. जोगा परमानंद

'संतनामावळी' हे मराठी संतसाहित्याचं एक आगळंवेगळं लेणं आहे. यात महाराष्ट्रातील संतांच्या नावाची मालिका गुंफलेली असते. 'अशा प्रकारच्या संतनामांच्या यादीत विशेष ते काय?' असा प्रश्न काही जणांना (सहज) पडण्याची शक्यता आहे. या 'नामावळी' ज्यांनी लिहिल्या, ते विशिष्ट काळातील संतकवी किंवा संत-नाम-सूचिकार होते. त्या काळापर्यंत विशिष्ट धर्मसंप्रदायात किंवा तत्कालीन विविध संप्रदायांत कोणकोणते संत होऊन गेले, याचा तपशील या लेखनावरून कळतो व तो संतसाहित्याच्या आकलनासाठी व संशोधनासाठी अत्यंत उपयुक्त असल्यानं त्याला एक विशिष्ट संदर्भमूल्य आहे, हे आपण लक्षात घ्यायला हवं.

अशा मध्ययुगीन 'संतनामावळया'त संत जोगा परमानंद यांचा उल्लेख बहुधा आढळतोच. 'जोगा' या शब्दाचं मूळ 'जोगी' ('योगी') हे आहे. त्यावरून त्यांचं संतत्व साहजिकच स्पष्ट होतं. त्यांची विरक्ती, संन्यस्त वृत्ती व साधनाही त्यातून प्रकट होते.

संत जोगा परमानंद यांची रचना त्या मानानं अल्प आहे. पण संख्येनं ती लहान असली तरी भक्तिसाहित्याच्या संदर्भात ती महत्त्वाची आहे. ती पदांच्या, अभंगांच्या माध्यमातून प्रकट झाली आहे. भक्तीच्या वा साधनेच्या वाटेवरील पहिला टप्पा म्हणजे ऐहिक जीवनाविषयीची विरक्ती व ईशप्राप्तीची लागलेली ओढ. ही ओढ म्हणजेच भक्ताची देवाजवळची 'शरणागती.' या अवस्थेत तो देवाची करुणा भाकतो. त्यानं आपला उद्धार करावा, अशी कळकळीची याचना करतो. तिचं दर्शन जोगा परमानंदांच्या या रचनेत कसं घडतं, ते पाहा-

रोमांच खरवितु । स्वेदबिंदू डळमळीतु।
पाहता नेत्र उन्मीळतु । मग मिळोत मागुते ।।

ऐसी हृदयी प्रकटली । कै माझा नरहरी?
तुज देखना तनु कांपे । मन-बुद्धी पै हारपे ।
सकळही अहंभाव लोपे । येक तत्त्वचि उरे ।।
अष्टही सात्त्विक गुण । प्रेमभरित अंतःकरण ।
ते मज देई गा नारायणा । जोगा तुज शरण आला।।

अशा वेळी परमार्थसाधनेविषयी मार्गदर्शन कोण करणार? अर्थातच जे या वाटेवरून यापूर्वी गेले आहेत किंवा जात आहेत ते संत. हे संत परमेश्वराचे 'डिंगर' (म्हणजे आवडते/लाडके) आहेत. ते 'देव-प्रिय' किंवा 'ईश्वरप्रिय' आहेत. यासाठी त्यांच्या सहवासात म्हणजेच 'सत्संगा'त राहून आपणही या परमार्थमार्गावर चालण्याचा प्रयत्न करावा, असं भक्ति-प्रबोधन संत जोगा परमानंद या अभंगात करतात-

संत-जन ते साचार। राया विठोबांचे 'डिंगर'।
नाम-कीर्तनी अपार। अहर्निशी गर्जती।।
प्रेम-बोधले डुलती। राम-नाम जपती।
आसलेन देई-वेगळालें। सदा हृदयीं निवाळे।
देशकाळातें विसरले। ते संत-माउली।।
ते संत सचिदानंदाचिया मिर्ती। रामनाम जपती।
जोगा विनवी पुढती-पुढती। ते संत हो 'माहेर!'

यात संतांची 'माहेरा'शी केलेली तुलना किती समर्पक आहे! माहेरात ओतप्रोत भरलेली माया तिच्यातून ओसंडत नाही का?

साधनेचं किंवा भक्तीचं फलित म्हणजे ईशप्राप्ती. ही परमार्थसाधनेतील अंतिम स्थिती. सर्वोच्च स्थिती. ती जोगा परमानंद यांनी 'वाचा लोधावली गुणां। स्वरूपी राहिले लोचना।' यासारख्या अनेक अभंगांत प्रतिपादिली आहे. याच संदर्भातील त्यांचा आणखी एक अभंग असा आहे -

हृदयी प्रगटला साकार। जो लावण्यगुणसागर ।
परमानंदे वाटे पूर । तेणे गहिंवर न संवरे ।।
प्रेमे पाझरती लोचन । पहाता जगजीवन ।।
मेघश्याम पाहाता आपोआप । डोळ्या लागले वडप ।
अष्ट सात्त्विकांचे रोप । हृदय-आळा उगवले ।।
भक्तिभावे बोल्हावले । प्रेम कळासी पै आले ।
नवविधा हे पिकले । परमानंद म्हणे, जोगा ।।

स्वतः 'जोगी' असलेल्या परमानंदांनी खऱ्या साधूची लक्षणं सांगून समाजाला भोंदू साधूंपासून दक्ष राहण्याची गर्भित सूचनाही या अभंगात केली आहे-

चंदनाआंगीचा परिमळ निघे । निर्जीव काळाच्या हृदयी रिघे
ऐसे जयाचे बोलणे आहे । तयाची जम दाखवा सोये ।।
वचन जंव विसावे कानीं । तंव तो परिपाकुचि मनीं ।
श्रवणद्वारा पीयूष रिघे । वोसंडोनि मग बाहेर निघे ।।
विवेकसुखे विचरे जनीं । सुबुद्धी सदा वावरे मनीं ।
जोगा म्हणे, नामभेदे तो 'साधु'। अनुभवी तोचि परमानंदु ।।

साधूचं अंत:करण, त्याचं बोलणं-चालणं, त्याचे विचार, त्याची विवेकनिष्ठा या सर्वांतच पावित्र्य, निर्मळपणा कसा असतो, याचा जणू हा वस्तुपाठच नाही का?

'भारूड' हा मराठी संतांचा एक आवडता लेखनप्रकार. भारुडं ही रूपकात्मक असतात. त्यांचे दोन अर्थ असतात– (१) सर्वसामान्य स्वरूपाचा वरकरणी वाटणारा अर्थ व (२) त्यात दडलेला गर्भित अर्थ. या दुसऱ्या प्रकारच्या अर्थाच्या माध्यमातूनच संत त्यांना अभिप्रेत असलेलं प्रबोधन करीत असतात. परमानंदांच्या भारुडांपैकी एक इथं उद्धृत करीत आहे. त्याचा थोडक्यात आशय असा आहे–

'मी संतांच्या घरी बसून 'हुक्का' (गुडगुडी) प्यालो. 'गुडगुडी' (हुक्का) हे चिलिमीसारखंच धूम्रपानानं एक साधन आहे. ही गुडगुडी साधीसुधी नसून 'सोऽहम्' गुडगुडी आहे. तिच्या धूम्रपानाच्या सा अग्नीनं मी अज्ञानाचा अंधकार जाळून टाकला. विकारही जाळून टाकले. तिची नळी ही 'सावधान नळी' किंवा विवेकाची व दक्षतेची नळी आहे. या नळीतून मीपणाचा किंवा अहंभावाचा झुरका घेऊन तो नाहीसा केला व विषय-वासनेचा धूर सोडला. जन्म-मृत्यू यांचाही विलय त्यातच झाला. त्यामुळं मला परमानंद म्हणजे ब्रह्मानंद मिळाला. संतांच्या व गुरूच्या मार्गदर्शनानं मला असा लाभ झाला व माझ्या जन्माचं सार्थक झालं–

बैसुनि संताघरी हो। घेतली गुरगुडी हो ।।
आधीं ब्रह्मांडनारळ। मेरू सत्त्व तो आढळ।
निर्मळ सत्तावीचे जळ। 'सोहं- गुरगुडी' हो ।।
चिलमी त्रिगुण। 'मी-पण' खडा तो अभेद ।
तमतमारक जाळुनि शुद्ध । वैराग्य, विंगळ धडधडी हो।।
या 'सावधान' लावुनी नळी। मी-पण झुरका विरळा
जन्म-मरण मुरकुंडी सांभाळी। विषय-धूर सोडी-गिळी हो।।
लागला गुरगुडीचा छंद। त्याला प्रसन्न परमानंद ।
जोगा स्वामी तो अभंग। गुरू-चरण न सोडी हो।।

- आहे की नाही ही 'गुडगुडी'जगावेगळी?

❑❑❑

२२. कान्होपात्रा

संत कान्होपात्रा यांचा काळ चौदाव्या शतकाचा उत्तरार्ध असा आहे. मंगळवेढ्याला श्यामा नावाची गायिका होती, तीच कान्होपात्रा यांची आई. कान्होपात्रा अत्यंत सुंदर व देखण्या होत्या. लहानपणापासूनच त्यांचा परमार्थाकडे ओढा होता. मातेला करावा लागणारा व्यवसाय त्यांना मुळीच करायची इच्छा नव्हती. एकदा गावावरून वारकऱ्यांची दिंडी पंढरपूरला जात असताना त्या दिंडीबरोबर गेल्या आणि पंढरपुरातच पांडुरंगाच्या भक्तीत रमल्या. या काळातच त्यांनी जी अल्प अभंगरचना केली, ती अल्प असली तरी काव्यात्मतेनं आणि भक्तिरसानं ओथंबलेली होती.

कान्होपात्रा यांच्या सौंदर्याची ख्याती बीदरच्या बादशहालाही कळली व त्यानं कान्होपात्रा यांना आणण्यासाठी दूत पाठविले; पण हे दूत पंढरपुरास पोचण्यापूर्वीच कान्होपात्रा यांनी आपला देह पांडुरंगाच्या चरणी अर्पण केला, अशी आख्यायिका त्यांच्याविषयी सांगितली जाते.

ज्या काळात कान्होपात्रा होत्या, त्या काळात तथाकथित उच्चभ्रूंनी स्त्रियांना नि शूद्रांना भक्तीचा व मुक्ती प्राप्त करण्याचा अधिकार नाकारून या दोन्ही वर्गांची घोर उपेक्षा केली होती. त्यांच्या दृष्टीनं कान्होपात्रा या स्त्री असल्यानं नि त्यांची आई गणिका (आणि म्हणूनच शूद्र) असल्यानं त्यांचा भक्ती करता येत नव्हती. असं असूनही कान्होपात्रा यांनी स्वत:चा उद्धार स्वत:च करण्याचा निश्चय केला व पारंपरिक व्यवसाय करण्याचं नाकारून त्या विठ्ठलभक्तीकडे वळल्या. त्यांच्या या निर्णयाची तत्कालीन तथाकथित प्रस्थापितांमध्ये तीव्र प्रतिक्रिया उमटणं स्वाभाविक होतं पण कान्होपात्रा यांनी मनोमन जे करायचं ठरविलं होतं, तेच केलं. त्या भक्ती करीतच राहिल्या. बादशहाचे दूत पंढरपूरला येण्यापूर्वीच त्यांनी भक्ती करीत करीत आपली जीवनयात्रा संपविली. कान्होपात्रा यांचं आयुष्य म्हणजे एक हीन व शूद्र

मानल्या गेलेल्या स्त्रीनं परमार्थासाठी केलेलं बलिदानच होय.

संत कान्होपात्रा यांच्या अभंगांची संख्या कमी असली तरी त्यांतील प्रत्येक अभंग भक्तिरसपूर्ण आहे. तत्कालीन धर्मव्यवस्था व समाजव्यवस्था यांतील विषमतेविरुद्ध प्रकट केलेला निर्भीड उद्गार हा एका अर्थानं, या अन्यायाविरुद्ध प्रकटणारा विद्रोही उद्गारच होय. भावी दलित कवितेचे काही अंकुर या असंतोषात व असमाधानात दडले आहेत. त्यासाठीच (या प्रस्थापितांच्या मतानुसार) आपण हीन आहोत, दीन आहोत नि पतित आहोत, असं जेव्हा त्या म्हणतात, त्या वेळी त्यामागील प्रखर व्यथा व वेदना जाणवल्याशिवाय राहत नाही. त्या वेदना व ते दु:ख कान्होपात्रा यांच्या कित्येक अभंगांत प्रकटलं आहे. त्यांपैकी पुढं एकच अभंग उद्धृत करतो. त्यात केवळ परमेश्वरच अशा पतितांचा व 'दीनां'चा उद्धार करू शकतो. असा विश्वासही प्रकट झाला आहे-

दीन पतित अन्यायी। शरण आले विठाबाई।
मी तो आहे यातिहीन । न कळे कांहीं आचरण ।।
मज अधिकार नाहीं। भेटी देई विठाबाई।।
ठाव देई चरणापाशीं। तुझी कान्होपात्रा दासी।।

'विठू दीनांचा दयाळ। वागवी दासाची कळकळ' या अभंगातही हाच विश्वास प्रकट झाला आहे. परमेश्वराच्या भक्तवत्सलतेची अनेक उदाहरणं देऊन तो निश्चितपणे आपला उद्धार करील, अशी भावना त्या व्यक्त करतात; तथापि जेव्हा परमेश्वराचं दर्शन होत नाही व त्याची भेट होत नाही, त्या वेळी मात्र त्या काहीशा सात्त्विक संतापानं विठ्ठलाला म्हणतात, की 'पतितपावन,' 'दीनोद्धारक', या तुझ्या ब्रीदालादेखील तू जपणार नाहीस का?'

'पतितपावन' म्हणविसी आधीं। तरी कां उपाधि भक्तामागे?
तुझें म्हणवितां दुजें अंगसंग। उणेपणा सांग कोणाकडे?
...म्हणे कान्होपात्रा देह समर्पणें। करावा जतन ब्रीदासाठी।।

नामस्मरण व कीर्तन हे उपासनेचे महत्त्वाचे मार्ग आहेत, अशी जी वारकरी संप्रदायाची धारणा आहे, तिचं प्रतिबिंब कान्होपात्रा यांच्या या भावकवितेत उमटलं आहे. 'नामें दोष जळती। नामें पापी उद्धरती।।' याचा अनुभव आपल्याला आला आहे, असं नामस्मरणाचं महत्त्व विशद करताना त्या सांगतात.

विठ्ठलमहिमा, पंढरी-माहात्म्य, हरिहरैक्य, एकेश्वरवाद यांचं विवरणही त्यांनी काही अभंगांत केलं आहे.

भक्तीची सुगमता नि सुलभता हे वारकरी संप्रदायाचं एक महत्त्वाचं वैशिष्ट्य आहे. सर्वसामान्य माणूस यज्ञ-याग, व्रतवैकल्यं आदी कर्मकांडं करू शकत नाही,

यासाठी भक्ती करण्याचे मार्ग जटिल व क्लिष्ट नसावेत. सुगम व सुलभ भक्ती सर्वसामान्य माणसं सहज करू शकतात, याचा उच्चारही कान्होपात्रा **'योग-याग-तपें करिता भागली'** यासारख्या अभंगात करतात. त्या विठ्ठलाला 'कान्हाई' म्हणतात. **'माझें माहेर पंढरी। सुखें नांदू भीमातीरीं'** यासारखे संत कान्होपात्रा यांचे चौदाव्या शतकात लोकप्रिय असलेले अभंग आजच्या एकविसाव्या शतकातही लोकप्रिय आहेत.

❑❑❑

२३. सावता माळी

ज्ञानदेव-नामदेव संतपरिवारातील संत सावता माळी यांचं नाव कुणाला माहीत नाही? 'वारकरी संप्रदाय' म्हटला की, वरील दोन संतांबरोबर सेनामहाराज, चोखोबा, गोरोबा, सावतोबा ही नावं ओघानंच आपल्या डोळ्यांसमोर येतात. प्रपंच करून परमार्थ साधणारे जे संत आहेत, त्यांत सावतोबांचा अत्यंत आदरपूर्वक उल्लेख केला जातो व तो सार्थ तसाच अपरिहार्यही आहे. प्रपंच करून चांगल्या प्रकारे भक्ती कशी करता येते, याचा जणू वस्तुपाठच सावतोबांनी घालून दिला, असं म्हटल्यास ते वावगं होणार नाही.

संत सावता माळी म्हटलं की, केवळ 'कांदा मुळा भाजी' हा त्यांचा अभंग लिहिला की आपली जबाबदारी संपली, असं काही अभ्यासकांना वाटतं. खरं तर तसं करणं योग्य नाही. कारण सावतोबांचं व्यक्तिमत्त्व, त्यांची साधना, त्यांचं भावविश्व नि विचारविश्व यांचं दर्शन त्यांच्या एक दोन अभंगांचा नाममात्र नामनिर्देश करून योग्यरीत्या घडत नाही.

'कांदा मुळा भाजी' हा त्यांचा अभंग अप्रतिम तर आहेच पण त्याचबरोबर त्यांचा पुढील अभंगही त्यांच्या प्रपंच- परमार्थसमन्वयाचा निदर्शक नाही काय?

आमुची माळियाची जात । शेत लावू बागाईत।।
आम्हां हातीं मोट-नाडा। पाणी जातें फुलझाडा।।
शांति-शेवंती फुलली। प्रेमजाई जुई व्याली, फुलली।।
सावतानें केला मळा। विठ्ठल देखियेला डोळां।।

इतक्या साध्यासुध्या, भाळ्या-भोळ्या, वृत्तालंकारांचं अवडंबर नसलेल्या भाषेतून अध्यात्माचे मनोहर तसेच परमार्थप्रेरणा देणारे झरे वाहताहेत आणि तेही यादवकाळात, ही बाब मराठी वाङ्मयाच्या संदर्भात लक्षणीय नाही का?

याच स्रोताबरोबर ज्ञानदेव-नामदेवप्रभावित विविध व्यवसाय करणाऱ्या

व तथाकथित उच्चवर्णीयांनी आपल्यामध्ये न सामावून घेतलेल्या व भक्तीचा अधिकार नाकारलेल्या स्तरांतील जनसामान्यांमध्ये जी प्रबळ प्रतिक्रियात्मक, काहीशी 'भेदाभेद मंगळ' मानणाऱ्यांविरुद्ध विद्रोह करण्याची सुप्त जाणीव असलेली भावना हळूहळू प्रकट करून, त्यांनाही सामाजिक न्याय देण्याची अपेक्षा करणाऱ्या वर्गाचाही एक विचार- स्रोत किंवा अंत:प्रवाह कसा प्रकटू लागला होता, याचे निदर्शक व प्रातिनिधिक स्वरूपाचे, सावतोबांचे काहीसे दुर्लक्षित असलेले अभंग पुढं उद्धृत करीत आहे. यांतील पहिल्या अभंगात समाजातील स्वयंघोषित 'उच्च' वर्णीयांकडून आता काहीही मागण्यात अर्थ नाही व यापुढं असा भेदाभेद न करणारे संतच आपल्याला न्याय देतील, तेच आपल्याला 'भक्ती दावितील'; म्हणजेच 'भक्ती करण्याचा काही प्रस्थापितांनी नाकारलेला अधिकार देतील', अशी संतांच्या समतावादी विचारसरणीवरील विश्वास व्यक्त करणारी व स्वत:च्या अस्मितेविषयीचा तसंच आपल्या जन्मसिद्ध (भक्ती करण्याच्या) अधिकाराला अधोरेखित करणारा आत्मविश्वास व्यक्त करणारी भावना किती उत्कटपणे व उत्स्फूर्तपणे व्यक्त झाली आहे, ते पहा-

मागणें तें आम्हां । नाहीं हो कोणासी।
आठवावें संतांसी, हेंचि खरें।।
पूर्ण भक्त, आम्हां । ते भक्ती दाविती।
घडावी संगती तयाशींच।।
सावता म्हणे, कृपा । करी नारायणा।
देव तोचि जाणा असे मग।।

'परमेश्वरानं जरी आम्हाला तथाकथित 'हीन' जातीतच जन्म दिला तरी ते आमच्या पथ्यावरच पडलं आहे नि तेच आम्हाला अधिक हितकारक ठरलं आहे, त्यामुळं तथाकथित श्रेष्ठ वर्णीयांच्या कर्मकांडाच्या जंजाळात आम्ही सापडलो नाही, हे देवाचे आमच्यावर केवढे उपकारक आहेत,' अशी काहीशी प्रखर, काहीशी उपहासात्मक पण अत्यंत मार्मिक भाषाही सावतोबांसारखे सोज्ज्वळ संत का बोलू लागतात, यामागील मर्म किंवा वर्म समजून घ्यायला हवं–

भली केली हीन याति। नाही वाढली 'महंती'!
जरी असता ब्राह्मण- जन्म । तरी हे 'अंगी' लागतें कर्म।।
स्नान नाहीं, संध्या नाहीं। याति-कुळ-संबंध नाहीं।।
सावता म्हणे हीन याती। कृपा करावी श्रीपती!

नामस्मरणासारखा अत्यंत सोपा उपासनामार्ग ज्ञानदेव-नामदेवादी संतांनी दाखविला असताना अन्य कर्मठ, क्लिष्ट, तापदायक उपासनामार्गांचा विचार तरी कशाला करायचा? असं म्हणून ते देवाविषयीची अढळ श्रद्धा व्यक्त करतात व

त्याचीच करुणा भाकतात –

कां गा रुसलासी कृपाळू बा हरी? तुजविण दुसरी भक्ती नेणें.
दीन, रंक, पापी, हीन माझी मती। सांभाळा श्रीपती अनाथनाथा।।

या त्यांच्या ओळींत वरकरणी वाच्यार्थ वाटत असला तरी खऱ्या अर्थानं त्यांत लक्ष्यार्थ किंवा सूचितार्थ ठासून भरला आहे. तिसऱ्या चरणातील विशेषणांची साखळी सावतोबांनी स्वत:च्या जातीविषयी व समाजस्तराविषयी योजिली असली, तरी ही विशेषणं या समाजाला वस्तुत: कुणी दिली? जे स्वत:ला 'उच्च'वर्णीय समजतात, त्यांनीच ना? म्हणून 'अनाथांचा नाथ' असलेल्या पांडुरंगाला आपला सांभाळ व लालनपालन करण्याविषयी सावतोबा अत्यंत कळवळून सांगतात. अशा बहुजन समाजाचा त्राता शेवटी परमेश्वरच आहे की नाही?

'नामाचिया बळें । न भिऊं सर्वथा।।' ही केवढी समर्थ प्रतिज्ञा सावतोबांनी केली आहे! तळागाळातल्या समाजालादेखील अस्मितेचं प्रखर स्थान यादवकाळातच येऊ लागलं होतं, याची जणू ही गर्भित पूर्वसूचनाच नाही का?

❑❑❑

२४. गोरा कुंभार

ज्ञानदेवांच्या प्रभावळीत ज्या विविध जातींतील संतांचा उल्लेख केला जातो, त्यांत संत गोरा कुंभार यांचं नाव अपरिहार्यपणे येतं. खरं तर कुठलाही संत किंवा महापुरुष एका विशिष्ट जातीचा आहे, असं तरी म्हणता येईल का? साऱ्याच महापुरुषांचा वा संतांचा धर्म मानवताधर्मच असतो. त्या सर्वांनी जगातील सर्व प्राणिमात्रांच्या उद्धारासाठीच आपलं आयुष्य वेचलेलं नसतं का? त्यांचं मन नि त्यांची दृष्टी विशाल असते, व्यापक असते. त्यांच्या मनाच्या नि दृष्टीच्या कवेत सारं जग सामावलेलं असतं. ज्ञानदेवांच्या प्रभावळीत काही संतांच्या जातींचाही उल्लेख आढळतो. याचं कारण असं की, यादवपूर्व काळापासून समाजात चातुर्वर्ण्यव्यवस्था बद्धमूल झाली होती. त्यामुळं काही विशिष्ट वर्णाचे वा जातीचे लोक 'उच्चवर्णीय' तर अन्य वर्णांचे व जातींचे लोक 'कनिष्ठ' असा दुजाभाव समाजात निर्माण झाला होता. याचं वर्णन यादवकालीन संतांच्या लेखनातही आढळतं. संत मात्र असा कोणताही भेदभाव मानीत नसत. तरीही काही तत्कालीन तथाकथित प्रस्थापित उच्च वर्णीयांनी स्त्रियांना व शूद्रांना भक्ती करण्याचा व मोक्ष प्राप्त करण्याचा अधिकार नाकारला होता. ज्ञानदेव-नामदेवांनी ही विषमता अमान्य केली. सर्व जातींच्या व वर्णांच्या लोकांना भक्ती करण्याचा व आपला उद्धार करून घेण्याचा अधिकार असल्याच्या समतावादी विचारसरणीचा पुरस्कार केल्यानं वारकरी संप्रदायाला नवचैतन्य लाभलं व वेगवेगळ्या जातींचे लोक वारकरी संप्रदायाचे अनुयायी झाले व ते पांडुरंगाची भक्ती करू लागले. त्यांत या विविध जातींचे संतही झाले. चोखामेळा, सोयराबाई, कान्होपात्रा, नरहरी सोनार, सावता माळी, गोरा कुंभार यांचा निर्देश या संदर्भात करता येईल.

संत गोरा कुंभार यांचा उल्लेख अत्यंत आत्मीयतेनं 'गोरोबाकाका' असाही केला जातो. त्यांच्याविषयीच्या अनेक आख्यायिकाही प्रचलित आहेत.

गोरोबा आपला प्रपंच नि कुंभाराचा व्यवसाय सांभाळून पांडुरंगाची भक्तीही करीत होते. त्यांचं 'तेर' हे गाव मराठवाड्याच्या उस्मानाबाद जिल्ह्यात असून मी या गावी अनेकदा संशोधनासाठी गेलो आहे. तिथं राहिलोही आहे. 'तेर' च मूळ नाव 'तगर' असं असून ही फार प्राचीन वारसा जपणारी नगरी आहे. अजूनदेखील तिथं अनेक प्राचीन अवशेष सापडतात. तेथील रामलिंगप्पा लामतुरे या ऐतिहासिक वस्तू- संग्राहकांनी अनेक सातवाहनकालीन वस्तू जमविल्या होत्या. महाराष्ट्र शासनानं त्यांच्या नावानं स्थापन केलेल्या वस्तुसंग्रहालयात या वस्तू जतन करून ठेवल्या आहेत. तेर हे गाव तेरणा नदीच्या काठी वसलं आहे.

गोरोबा आपलं कुंभाराचं काम करीत असतानादेखील ईश्वरभक्तीत इतके तल्लीन होत, की एकदा चिखल तुडविताना त्यात रांगत आलेलं आपलं मूल असल्याचं भान त्यांना राहिलं नाही. दुर्दैवानं त्या चिखलात त्यांचं मूलही तुडविलं गेलं. ही गोरोबोविषयीची आख्यायिका सर्वज्ञात आहे; त्याचप्रमाणं ज्ञानदेव-नामदेव-चरित्राशीही सम्बद्ध असलेली एक कथा सांगितली जाते, ती अशी :-

संत नामदेव हे ज्ञानदेवांपेक्षाही वडीलधारे होते. एक श्रेष्ठ भक्त म्हणून त्यांची ख्याती होती. ते ज्ञानदेवांच्या भेटीला गेले तेव्हा ज्ञानदेवांनी त्यांना लवून नमस्कार केला पण नामदेवांनी ज्ञानदेवांना प्रतिनमस्कार केला नाही; कारण नामदेवांना मनोमन असं वाटलं की, 'ज्ञानदेव तर आपल्यापेक्षा वयानं लहान आहेत. यासाठी ज्ञानदेवांनी आपल्याला नमस्कार केला, हे योग्यच झालं. शिवाय आपण ईश्वरभक्तीतही त्यांच्यापेक्षा श्रेष्ठ आहोत. त्यामुळं आपण ज्ञानदेवांना नमस्कार करण्याचं कारण नाही.' हे पाहून ज्ञानदेवांची लहान बहीण मुक्ताई म्हणाली, 'हे मडकं अजून नीट भाजलेलं दिसत नाही, ते कच्चंच आहे. त्यासाठी नामदेवांना गोरोबांकडे पाठवायला हवं.' त्यानुसार नामदेव गोरोबांकडे गेले. त्यांना आपली चूक उमगली होती. गोरोबांनी थापटणं थोपटून नामदेवांची 'परीक्षा' केली व त्यांना योग्य गुरूकडून दीक्षा घ्यायला सांगितलं. त्यानुसार नामदेवांनी विसोबा खेचर यांच्याकडून गुरूपदेश घेतला. यावरून तत्कालीन संतमंडळात गोरोबांविषयी किती आदर होता, याची कल्पना येते.

गोरोबांनी भक्ती करता करता अभंगरचनाही केली. ती केवळ वीस अभंगांपुरतीच सीमित कशी? याचं कोडं मला अजून उलगडलेलं नाही. तेरच्या आसमंतात व मराठवाड्यातील खेडोपाड्यांत हिंडूनही याव्यतिरिक्त अन्य अभंग मला उपलब्ध झाले नाहीत. वारकरी सांप्रदायिकांच्या मौखिक परंपरेत गोरोबांचे आणखी काही अभंग म्हटले जात असण्याची दाट शक्यता आहे, त्यांचं संशोधन व्हायला हवं असं मला वाटतं.

गोरोबांच्या अभंगांवर 'म्हणे गोरा कुंभार' ही नाममुद्रा आढळते. त्यांचे अभंग चार-पाचपदरी आहेत. त्यांतील आशयाचं स्वरूप असं आहे:-

त्यांच्या अभंगांत साधनेच्या पूर्वावस्थेचं वर्णन फारसं आढळत नाही तथापि साक्षात्काराच्या अवस्थेचं वर्णन करणाऱ्या अभंगांची संख्या अधिक आहे. त्यांच्या पुढील अभंगात साक्षात्कारावस्था तर आढळतेच पण त्याचबरोबर योगशास्त्रातील 'अनुहात नाद' ('अनहद नाद' किंवा 'अनाहत नाद') आणि 'सत्रावीचे नीर' यांसारख्या पारिभाषिक संज्ञाही आढळतात.

'अंतरीचें गुज बोलूं ऐसें काही । वर्ण व्यक्त नाहीं शब्द शून्य ।
जय जय झनकूट जय जय झनकूट! अनुहात जंगट नाद गर्जे।।
परतल्या श्रुती म्हणती नेती। त्याही नादाअंती स्थिर राहे।
म्हणे गोरा कुंभार, सत्रावीचें नीर। सेवी निरंतर नामदेव।।'

त्यांच्या व्यवसायाचा उल्लेखही काही अभंगांत आढळतो -

**'केशवाचे ध्यान धरूनि अंतरीं । मृत्तिकेमाझारीं नाचतसे ।।
विठ्ठलाचे नाम स्मरे वेळोवेळ । नेत्री वाहे जळ सद्‌गदति ।।
कुलालाचे वंशीं जन्मलें शरीर। तो गोरा कुंभार हरिभक्त ।।'**

त्यांचे काही अभंग जनसामान्यांना उपदेश करणारे आहेत तर काही अभंग नामदेवांना उपदेश करणारे आहेत. त्यांपैकी एक अभंग पुढं देत आहे -

**'काया- वाचा- मन एकविध करी । एक देह धरी नित्यसुख ।
अनेकत्व सांडी, अनेकत्व सांडी । आहे तें ब्रह्मांडीं रूप तुझें ।।
निर्वासना बुद्धी असतां एकपणें । सहज भोगणें ऐक्य राज्य ।।
म्हणे गोरा कुंभार नाहीं रूपरेख । तोचि तुझें सुख नामदेवा।।'**

नरहरीमहाराज 'देवा, मी तुझा सोनार' असं एका अभंगात म्हणतात त्याचप्रमाणं गोरोबाही आपल्या एका अभंगात 'देवा, मी तुझा कुंभार। नासी पापांचे डोंगर' असं म्हणतात. गोरोबांच्या अभंगांतील तत्त्वचिंतन, दार्शनिक परिभाषा व प्रतिमा पाहता ते बहुश्रुत असावेत, त्याचप्रमाणं त्यांनी अद्वैत तत्त्वज्ञानाचं सखोल चिंतन केलं असावं, याचा प्रत्यय येतो.

गोरोबांची समाधी तेरणा नदीच्या काठी आहे. या समाधीजवळ असलेलं लिंबाचं झाड मी पाहिलं. या झाडाची पानं कडू नसून गोड असल्याची वदंता प्रचलित आहे. आज ते झाड गोरोबांच्या समाधीजवळ नसलं! तरी आजही गोरोबांच्या अभंगांतील गोडवा व रसाळपणा तसाच टिकून आहे.

❑❑❑

२५. नागेश

महाराष्ट्रात वारकरी, महानुभाव, नाथ, समर्थ, दत्त आदि संप्रदाय आहेत, त्याप्रमाणं नागेशसंप्रदाय हाही एक महत्त्वाचा संप्रदाय आहे. त्याची एक मोठी शिष्यपरंपरा आहे. या संप्रदायाचे शिष्य-प्रशिष्य महाराष्ट्र आणि कर्नाटक यांच्या सीमेवर आहेत. या संप्रदायाच्या अनेक संतांनी विपुल लेखन केलं असून त्यात भाष्यग्रंथ, पदं, अभंग इ. प्रकारचं साहित्य आहे. अत्यंत महत्त्वाची गोष्ट ही, की या संप्रदायाचे अनेक अनुयायी व संत वेगवेगळ्या धर्मांचे/जातींचे आहेत. त्याप्रमाणं वेगवेगळ्या भाषा बोलणारेही आहेत. ते हिंदू, वीरशैव, इस्लाम या विविध धर्मांतील असून ब्राह्मण, तेली, सोनार, धनगर इ. जातींचेही आहेत. या अनुयायांत मराठीप्रमाणंच कन्नड, तेलगू, दक्खिनी, हिंदी, उर्दू इ. भाषा बोलणारे आहेत.

नागेश उर्फ नागनाथ हेच संप्रदायाचे प्रवर्तक असून ते या संप्रदायाचे अवतारस्वरूपही आहेत. त्यांना इस्लाधर्मीय नसीरुद्दीन चिराग देहलवी हे संत असल्याचं मानतात. सोलापूर जिल्ह्याच्या मोहोळ तालुक्यातील वडवळ हे गाव या संप्रदायाचं मुख्य तीर्थक्षेत्र आहे. तेथील एका वडाच्या झाडाखाली जे सिद्धपुरुष होते, तेच 'वडवाळसिद्ध नागनाथ' (नागेश), हे आहेत. तिथंच नागनाथांची समाधीही आहे व कबरही आहे. नागेश (ऊर्फ नागनाथ) यांचा थोडाफार उल्लेख मराठी वाङ्मयेतिहासात केला जात असला तरी त्यांचा एक स्वतंत्र संप्रदाय महाराष्ट्रात आहे, याची कल्पना त्या इतिहासकारांना नसावी, असं वाटतं. त्यामुळंच नागेशसंप्रदायाचा निर्देश त्यांनी केला नाही. या संप्रदायाचा शोध इ. स. १९६० च्या आधीपासून मी घेत होतो. बऱ्याच वर्षांच्या संशोधनानंतर 'नागेश संप्रदाय' हा एक स्वतंत्र संप्रदाय आहे व त्याचं सर्वधर्मसमभावाचं व समन्वयवादी तत्त्वज्ञान आहे, त्याच्या अकरा

शिष्यशाखा आहेत, त्याच्या अनेक संतकवींनी मध्ययुगीन मराठी साहित्यात मोलाची भर घातली आहे, याची खात्री पटल्यावर मी 'नागेश संप्रदाय' नावाची शोधपुस्तिका लिहून ती १९६३ च्या सुमारास डॉ. बाबासाहेब आंबेडकर मराठवाडा विद्यापीठाच्या बहि:शाल शिक्षण मंडळाच्या वतीनं प्रसिद्ध केली. त्यानुसार 'नागेश संप्रदाय' या संप्रदायाचा समावेश प्रमुख मराठी वाङ्मयेतिहासकारांनी आपल्या ग्रंथांत केला. यात महाराष्ट्र- सारस्वताचे पुरवणीकार डॉ. शं. गो. तुळपुळे, 'प्राचीन मराठी वाङ्मयाचा इतिहास' या ग्रंथाचे लेखक डॉ. अ. ना. देशपांडे, 'प्राचीन मराठी नवधारा' या ग्रंथाचे लेखक व 'इंद्रायणी' पत्रिकेचे संपादक डॉ. रा. चिं. ढेरे यांचा अवश्य उल्लेख करायला हवा. आजमितीस जवळपास सर्वच मध्ययुगीन मराठी वाङ्मयेतिहासकारांनी या महत्त्वपूर्ण संशोधनास मान्यता दिली आहे.

या संप्रदायाच्या शिष्यपरंपरेविषयी 'नागेशलीलामृत' या ग्रंथात विवेचन केलं आहे. या संप्रदायाचं तत्त्वज्ञान या संप्रदायाचे प्रमुख संतकवी अज्ञानसिद्ध यांनी 'वरद नागेश' या भाष्यग्रंथात विशद केलं असून त्यांचं संपादन मी केलं आहे. हा ग्रंथ इ. स. १९७० मध्ये प्रसिद्ध झाला. त्यामुळं नागेशसंप्रदायाचं तत्त्वज्ञान प्रथम महाराष्ट्रासमोर आलं. ते अद्वैतमताधिष्ठित असून त्यात सूफी व चैतन्यसंप्रदायाच्या तत्त्वज्ञानाचाही समावेश झाला आहे. त्याचप्रमाणं नाथ, वीरशैव व शैव यांचं उपास्यदैवत शिव (शंकर) आहे. ते निर्गुण परमात्म्याचं सगुण स्वरूप शिव (शंकर) आहे. हे तत्त्व नागेश संप्रदायानं स्वीकारलं आहे. 'जीव-शिवैक्य' म्हणजेच मुक्ती हे व्रत वरील सर्व संप्रदायांनी मान्य केलं आहे. वारकरीसंप्रदायाचं दैवत विठ्ठल (विष्णू) हे असून त्यांनीही हरिहरैक्याची भूमिका स्वीकारली आहे.

यापूर्वी उल्लेखिल्याप्रमाणं नागेशसंप्रदायाच्या अकरा शिष्यशाखा असून त्यात हेग्रस, त्यांचा नातू अज्ञानसिद्ध, आलमखान अल्लंखान एकलिंग तेली, बदकव्वा, मन्मथस्वामी, वेडा नागा इ. चा उल्लेख आढळतो. या संप्रदायाच्या अनेक संतकवींनी पद, अभंग इ. स्फुट रचना केली आहे. काही शाहिरांनी आपल्या कवनात नागेश हे आपलं दैवत असल्याचा उल्लेख केला आहे.

❏❏❏

२६. पंडित मेघराज

    पंडित मेघराज हे पंडितकवी नसून संतकवी होते. या जैन संतकवींचा काळ सोळावं शतक असा होता. त्यांचे गुरू ब्रह्मशांतिदास ऊर्फ शांतिनाथ हे होते. शांतिदास हे गुजरातेच्या जैन 'ईडर' शाखेतील संत असून त्यांच्या अनेक शिष्यांनी मराठीप्रमाणंच गुजराती भाषेतही लेखन केल्याचं आढळतं. पं. मेघराज यांना हिंदी भाषाही येत असावी असं दिसतं कारण त्यांनी स्वत:विषयी पुढील हिंदी पदही लिहिलं आहे-

    'बलि जिहां जिहां हुवा सिद्ध जल थल, आकाशगृह गंहिए।
    तेहुं वंदु तिनकाल, मेघराज कहे भाव धरीए।।'

    (अर्थ:- जळी, स्थळी, आकाशी जे अंतिम सत्य आहे, त्याविषयीचा श्रद्धाभाव माझ्या मनात असून मी त्याला वंदन करतो.) पं. मेघराजांनी 'गुर्जरी-मऱ्हाटी गीत,' लिहिलं आहे. त्यात प्रथम या दोन्ही स्त्रिया एकमेकींना दूषण देतात व नंतर आपण एकोप्यानं साधना केली तर आपला सर्वांचाच उद्धार होईल, असा एकात्मताभाव प्रकट करतात. ही एकात्मता केवळ भाषिकच नाही तर ती आध्यात्मिकही आहे. या गीताच्या शेवटच्या कडव्यातील पहिल्या दोन ओळी गुजरातीत असून त्यानंतरच्या दोन ओळी मराठीत आहेत. पहिल्या दोन ओळी गुर्जरीच्या तर त्यानंतरच्या दोन ओळी मराठमोळ्या स्त्रीच्या आहेत-

    'भीन भाव मीलीने चढतां वारि।
    ऐकला मिलिने तेम्ही चढो गिरिनारी।।
    पुजा-दान करून पुन्य जोडावे भारी।
    मेघयाचा स्वामि नेमि बालब्रह्मचारी।।'

    जैन तत्त्वज्ञानात पुनर्जन्माच्या सिद्धांतास महत्त्वपूर्ण स्थान असलं,

तरी ईश्वरतत्त्वाचा आढळ व त्यास मान्यता कुठंच आढळत नाही. मानवच सत्कर्म व साधना करून 'महामानव' वा 'तीर्थंकर' होतो, असा प्रयत्नवादाचा सिद्धांत जैन तत्त्वज्ञानात मांडला आहे. त्यामुळंच जैनांचे तीर्थंकर एक नसून चोवीस आहेत.

'भवांतर' म्हणजे पूर्वजन्मातून पुढच्या जन्मात प्रवेश. अशा प्रकारच्या संतकवींनी लिहिलेल्या 'भवांतर-कथा' हे जैन मराठी साहित्यातील वैशिष्ट्यपूर्ण चरित्रात्मक आख्यानकाव्य होय. या अभिनव काव्यप्रकारास पं. मेघराजांसारखे संतकवी एक आगळाच रसाळपणा व प्रासादिकता प्रदान करतात. जैन मराठी साहित्यातील चार महत्त्वाच्या 'भवांतर' काव्यांपैकी मेघराजांचं 'पार्श्वनाथ भवांतर' हे एक फार महत्त्वाचं आख्यानकाव्य आहे. पार्श्वनाथांची आई त्यांना विवाह करून संसार करावयास सांगते. त्या वेळी प्रपंचाचं निरर्थकत्व गतजन्मी कसं प्रत्ययास आलं, त्याची कथा पार्श्वनाथ आईला सांगतात, अशी या आख्यानकाव्याची किंवा चरितकथेची पार्श्वभूमी आहे.

'जसोधररास' हाही पं. मेघराजांचा महत्त्वपूर्ण ग्रंथ असून ती यशोधरांची चरितकथाच आहे. हा ग्रंथ म्हणजे जैन मराठी काव्याचं एक भूषण आहे. हिंदीमधील रासो-काव्याच्या आकृतिबंधाप्रमाणं याचं लेखन झालं असून रासकाव्याच्या एका नवीन काव्यप्रकाराची भर जैन मराठी संतकवींनी मध्ययुगीन मराठी कवितेत घातली आहे. पाच 'अधिकारां'च्या म्हणजे अध्यायांच्या पं. मेघराजांच्या या ग्रंथाची ओवीसंख्या ११६४ आहे. मध्ययुगातही अंधश्रद्धांचा विरोध करण्याची भूमिका जैनधर्मीय संतांनी कशी घेतली होती व त्याला आपल्या अहिंसाधिष्ठित तत्त्वज्ञानाचा आधार कसा घेतला होता, हे पाहून मन विस्मित होतं. मातेनं आग्रह केल्यामुळं यशोधर नावाचा सम्राट बलिदान करतो व त्या पापाचं फळ त्याला पुढं सात जन्मांत भोगावं लागतं, अशा आशयाची कथा 'जसोहररास' या आख्यानकाव्यात वर्णिली असून तिच्यात जैन तत्त्वज्ञानातील ब्रह्मचर्य व अहिंसा या मूल्यांचं महत्त्व विशद केलं आहे.

याशिवाय पं. मेघराजांनी कृष्णगीत व गोमटगीतादी स्फुट लेखनही केलं आहे.

पं. मेघराजांनी 'शांतिनाथचरित्र' या ग्रंथात आपल्या ब्रह्मशांतिदास या गुरूचं चरित्र लिहिलं आहे. हा ग्रंथ गुजराती भाषेत आहे.

❑❑❑

२७. गुणकीर्ती

ज्या जैन संतांनी मध्ययुगीन मराठी साहित्यात अत्यंत मोलाची भर टाकली, त्यांत गुणकीर्ती यांचं नाव अग्रभागी लिहायला हवं. त्यांचा काळ पंधरावं शतक उत्तरार्ध असा असून ते 'ईडर' शाखेतील होते. याच शाखेतील 'भुवनकीर्ती' हे त्यांचे गुरू होते. संत एकनाथांसारखी प्रचंड ग्रंथरचना त्यांनी केली. एकनाथांच्या लेखनाप्रमाणच गुणकीर्ती यांच्या लेखनातही विविधता आढळते.

'जाणतेनि-नेणतिनी धर्माचा संग हो करावा।
धर्माचा विषें आलसु न करावा।।'

ही त्यांच्या लेखनामागील प्रेरणा, अंत:सूत्र: नि उद्दिष्ट होतं. त्यात त्यांनी विविध गद्यप्रकार आणि काव्यप्रकारही योजिल्याचं आपल्याला जाणवतं. याहीबाबतीत त्यांची तुलना संत एकनाथांशी करता येईल. मराठी जैन साहित्याचे थोर अभ्यासक व माझे स्नेही डॉ. सुभाषचंद्र अक्कोळे यांच्या मतानुसार ब्रह्मगुणदास व गुणकीर्ती हे एकच असून ब्रह्मचारी अवस्थेतील ब्रह्मगुणदास हेच विरक्तीनंतरचे गुणकीर्ती आहेत, असं मत प्रतिपादन केलं आहे. तथापि गुणकीर्तींची प्रचंड विविधतापूर्ण रचना व त्यांची लेखनप्रकृती पाहता हे दोन वेगवेगळे जैन संत असल्याची प्रचीती येते. ब्रह्मगुणदासांनी आपलं विशेष लक्ष श्रेणिकचरित्रावर केंद्रित केलं आहे तर गुणकीर्ती यांनी ते रामचरित्रावर केंद्रित केलं आहे. त्याचप्रमाणं जशी भाष्यात्मक, महाकाव्यात्मक, आख्यानकाव्यात्मक नि चिंतनात्मक विचारगर्भ रचना गुणकीर्ती करतात तशी ब्रह्मगुणदास करीत नाहीत. ब्रह्मगुणदास केवळ एकच महाकाव्यसदृश ग्रंथ लिहितात व अन्य थोडीशी पदात्मक स्फुटरचना करतात. ज्या प्रकारच्या उत्तुंग प्रतिभेचे विविध उन्मेष गुणकीर्तींच्या लेखनात प्रकटले आहेत तसे

ब्रह्मगुणदासांच्या लेखनात उमटलेले नाहीत. गुणकीर्तींच्या प्रतिभेचा पल्ला फार मोठा, विशाल नि व्यापक आहे. पूर्वी उल्लेखिल्याप्रमाणं संत एकनाथांच्या लेखनाची व प्रतिभेची तुलना गुणकीर्ती यांच्याशी अनेक बाबतीत करता येते. एकनाथांनी 'भावार्थ रामायण' हे महाकाव्य लिहिलं व त्यातून स्वकालीन परिस्थितीच्या संदर्भात अत्यंत सूचक अशा धर्माच्या अस्मितेचं जागरण करण्याचा यशस्वी प्रयत्न केला, तसाच जैनधर्मीयांना अभिप्रेत असलेल्या वेगळ्या रामायणाचं विवरण गुणकीर्ती यांनी आपल्या या महाकाव्याच्या पहिल्या अठ्ठावीस अध्यायांत केलं. एवढंच नव्हे तर त्याच्यापलीकडे जाऊन 'चिंतना'चं महत्त्व विशद करणारी पद्मपुराणातील 'अनुप्रेक्षा' ही चिंतनातून विरक्तीचं उद्दिष्ट साध्य करणारी स्वतंत्र रचनाही केली. एकनाथांच्या 'भावार्थ रामायणा'चा उरलेला भाग गावबानं पूर्ण केला त्याचप्रमाणं गुणकीर्तींच्या अठ्ठावीस अध्यायांच्या अपूर्ण पद्मपुराणाचे शेवटचे सात अध्याय ब्रह्मचिंतामणी यांनी, तर त्यानंतरचे आठ अध्याय ब्रह्मसागरांनी लिहून, गुणकीर्तींच्या महाकाव्यलेखनाचं स्वप्न पूर्ण केलं, साकार केलं. संत एकनाथ 'रुक्मिणीस्वयंवरा'सारखं आख्यानकाव्य लिहून त्यातून वाच्यार्थाप्रमाणं आध्यात्मिक लक्ष्यार्थाचं उद्दिष्ट गाठतात, त्याचप्रमाणं गुणकीर्तीही 'रुक्मिणीहरणा'सारखं आख्यानकाव्य लिहितात. एका बाबतीत गुणकीर्तींची तुलना नामदेवांशीही करता येईल. नामदेवांनी 'आदि', 'तीर्थावळी नि समाधी' हे त्रिखंडात्मक 'ज्ञानदेवचरित्र' लिहिलं आहे, त्याचप्रमाणं गुणकीर्तींनी 'नेमिनाथ पाळणा' (नेमीनाथांचा जन्म), नेमिनाथ (-राजीमती) विवाह आणि 'नेमिनाथ जिनदीक्षा' यांतून बावीसावे तीर्थंकर नेमिनाथ यांचं त्रिखंडात्मक चरित्र लिहिलं आहे. एकनाथांनी भागवताच्या एकादश स्कंधावर भाष्यग्रंथ लिहिला, त्याचप्रमाणं गुणकीर्ती यांनी समन्तभद्रांच्या 'रत्नकरंडक' या संस्कृत तत्त्वचिंतनात्मक ग्रंथावर भाष्यग्रंथ लिहिला.

ब्रह्मगुणदास व गुणकीर्ती या दोन जैन संतकवींमधील साम्य त्यांच्या स्फुट गीतरचनेत जाणवतं. ब्रह्मगुणदास यांनी 'क्षमागीत,' 'विंचूगीत' यांच्यासारखी अत्यल्प गीतरचना केली, तर गुणकीर्ती यांनी 'धंदागीत' हे एकुलतं एक गीत लिहिलं.

ब्रह्मगुणदास आणि गुणकीर्ती यांचं साम्य आणखी एका बाबतीत दाखविता येईल. दोघेही गुजरातेतील 'ईडर' शाखेचे असल्यानं त्यांनी तेथील 'रास' आणि 'फाग' हे लोककाव्यप्रकारही मराठीत आणले, हे या दोन्ही संतकवींनी मध्ययुगीन मराठी साहित्याला दिलेलं योगदान आहे. ब्रह्मगुणदास यांच्या 'श्रेणिकचरित्रा'चा आधार गुजरातीतील 'श्रेणिकरास' हा आहे तर गुजरातेतील सामूहिक नृत्यगीतात्मक लोककाव्य नि लोककलाप्रकार हा गुणकीर्तींच्या 'रामचंद्र फाग' या लोकगीतसदृश रचनेचा आधार आहे. ही रचना गुजराती व मराठी अशा दोन्ही भाषांमध्ये असल्यानं ती या दोन्ही भाषांच्या संमीलनाची व संगमाची द्योतक आहे. संतकाव्य भाषाभेदही

मानीत नाही, याचं हे एक उल्लेखनीय उदाहरण.

गुणकीर्तींचं एकनाथांशी आणखी एका बाबतीत साम्य आढळतं. विकार आपल्याला त्रस्त करतात अशी तक्रार ईश्वराकडे गुणकीर्ती 'गाऱ्हाणं' या रचनेत करतात व एकनाथ 'अर्जदास्त' या पत्रात्मक भारुडात करतात.

वरील विवेचनावरून गुणकीर्ती या जैन संतकवींचं मध्ययुगीन मराठी संतकवितेला किती मोठं नि महत्त्वपूर्ण योगदान लाभलं, यांची सहज कल्पना येईल.

❏❏❏

२८. ब्रह्मगुणदास

भारतातील जैन धर्म हा फार महत्त्वाचा व प्राचीन धर्म आहे. यासारखाच आणखी एक अतिप्राचीन धर्म म्हणजे बौद्ध धर्म होय. भगवान गौतम बुद्धांनी बौद्ध धर्माची स्थापना केली तर भगवान महावीर यांनी जैन धर्माचा व दर्शनाचा मोठ्या प्रमाणात प्रसार केला. भारतीय दर्शनातील बौद्ध आणि जैन ही दर्शनं अवैदिक परंपरेतील आहेत. वैदिक परंपरेनं आपलं चिंतन व तत्त्वज्ञान 'गीर्वाणवाणी'त प्रतिपादिलं. 'गीर्वाणवाणी' म्हणजे देवांची वाणी. वैदिक परंपरेचं सर्व साहित्य या 'देव-वाणी'त आहे तर बौद्ध आणि जैन या दर्शनांनी आपलं तत्त्वज्ञान तत्कालीन लोकवाणीत प्रतिपादिलं. बौद्ध धर्माचं तत्त्वज्ञान तत्कालीन पाली या प्राकृत भाषेत आहे. बौद्ध धर्मीयांचा पवित्र धर्मग्रंथ 'धम्मपद' हा असून तो पाली भाषेत लिहिला आहे. जैनदर्शनाचं प्रतिपादन तत्कालीन लोकभाषांपैकी म्हणजे प्राकृत भाषांपैकी अर्धमागधी या भाषेत केलं आहे. भगवान महावीर हे जैन धर्मीयांचे चोविसावे तीर्थंकर आहेत. 'तीर्थंकर' म्हणजे महामानव. सर्वसामान्य माणसानंही उपासना व भक्ती केली तर त्याचं 'महामानवा'त रूपांतर होऊ शकतं, अशी जैन दर्शनाची धारणा आहे. भगवान महावीरांची वाणी ही लोकवाणी आहे. तत्कालीन अर्धमागधी या प्राकृत भाषेतून भगवान महावीरांनी जैन दर्शनाचं प्रतिपादन केलं. जैन 'भट्टारकां'नी पुढील काळात भारतातील वेगवेगळ्या भागांत त्या त्या प्रदेशातील लोकभाषेतूनच आपल्या विचारसरणीचं व जैनदर्शनाचं प्रतिपादन केलं. या लोकाभिमुख दृष्टिकोणामुळं व मानसिकतेमुळं या दोन्ही धर्मांचा प्रसार फार मोठ्या प्रमाणात झाला. लोकवाणीत आपल्या वेगळ्या तत्त्वज्ञानाचं विवेचन केल्यामुळं भारतातील वेगवेगळ्या भागांत या लोकाभिमुखतेला चांगला प्रतिसाद मिळाला. हिंदी, गुजराती, मराठी यासारख्या

आर्य भाषांत तसेच कन्नड, तमिळ यांसारख्या द्रविड भाषांतही जैन संतांनी विपुल लेखन केलं. जैन संतांच्या साहित्याचा आजवर जितका अभ्यास व संशोधन व्हायला हवं होतं, तितकं झालेलं नाही. खरं तर या संशोधनक्षेत्राला अजून खूप वाव आहे.

जैन धर्मात मठाधीशांना 'भट्टारक' म्हणतात. जसं जैनदर्शनाचं विवेचन तत्कालीन लोकभाषेत-अर्धमागधी या प्राकृत भाषेत– केलं, त्याप्रमाणं विविध आधुनिक भारतीय भाषांमध्येही जैन धर्माविषयीचा विचार जनसामान्यांपर्यंत जावा, या हेतूनं भट्टारकांनी या लोकभाषेतील साहित्यनिर्मितीसाठी प्रेरणा दिली. त्यामुळं मध्ययुगीन मराठी साहित्यात एक महत्त्वाचा नवा प्रवाह निर्माण झाला आणि त्याची व्याप्तीही खूपच वाढली.

ब्रह्मजिनदास हे गुजरातेतील 'ईडर'पीठाचे भट्टारक होते. आद्य मराठी जैन संतकवी ब्रह्मगुणदास हे त्यांचे शिष्य होते. त्यांनी 'श्रेणिक रास' नावाचं गुजराती काव्य लिहिलं. आपल्या गुरूच्या या रचनेपासून प्रेरणा घेऊन ब्रह्मगुणदासांनी 'श्रेणिकचरित्र' नावाचं काव्य लिहिलं. भगवान महावीरांच्या काळात श्रेणिक नावाचा राजा होता. त्याचं हे चरित्र. ब्रह्मगुणदासांची एवढीच पण मोठी रचना आहे. या ग्रंथाची ओवीसंख्यादेखील मोठी म्हणजे तीन-चार हजार आहे.

योगायोग असा, की मराठीतील आद्य गद्यग्रंथदेखील चरित्रात्मकच आहे. तो महानुभाव संप्रदायाचाही आद्यग्रंथ असून तोही चरित्रात्मक आहे. त्याचं नाव आहे 'लीळाचरित्र'. 'श्रेणिकचरित्र' हे काव्य आहे तर 'लीळाचरित्र' हा गद्यग्रंथ आहे. शिवाय, ही दोन्ही चरित्रं सांप्रदायिक आहेत. 'श्रेणिकचरित्रा'ला गुरूच्या रचनेचा आधार आहे तर 'लीळाचरित्रा'ला जनाधार आहे. जनमुखातून प्रकटलेल्या श्रीचक्रधरचरित्रविषयक प्रसंगांचं ते संकलन आहे व एका अर्थानं संपादनही आहे. 'श्रेणिकचरित्रा'तून जैन धर्माचे जीवनादर्श प्रकटले आहेत तर 'लीळाचरित्रा'तून श्रीचक्रधरस्वामींचे जीवनादर्श प्रकटले आहेत. लीळाचरित्रातून 'सिद्धांतसूत्रपाठ,' 'दृष्टांतपाठ,' 'स्थानपोथी' यांसारख्या ग्रंथांची निर्मिती झाली आहे, तसं मात्र ब्रह्मगुणदासांच्या 'श्रेणिकचरित्रा'च्याबाबतीत घडलेलं दिसत नाही.

ब्रह्मगुणदासांची अल्पस्वल्प स्फुट रचना आहे. ती त्रिविध प्रकारची आहे.

(१) 'विंचूगीत' हे एक भारूड आहे. ते एकनाथांच्या 'विंचू' या भारुडासारखं आहे. नाथांनी कामक्रोधरूपी विंचू चावल्याचं वर्णन केलं आहे तर ब्रह्मगुणदासांनी 'अहंकार' या विंचवाच्या दंशाचं वर्णन केलं आहे.

या दोन्ही 'प्रकारचे' विंचू चावले तर त्यांचं विष चढू नये, म्हणून काय उपाययोजना करायला हवी, याचं ब्रह्मगुणदास नि संत एकनाथ यांचं उत्तर

समानच आहे नि ते म्हणजे आपण आपल्या विकारांवर नियंत्रण ठेवायला हवं. या दोन्ही भारुडांत अर्थाचे दोन पदर आहेत व ते एकमेकांशी जवळपास समांतरच आहेत.

(२) ब्रह्मगुणदासांच्या गीतरचनेत 'क्षमागीत' व 'गाऱ्हाणं' यासारख्या गीतांचा उल्लेख करायला हवा. आपले दुर्गुण व विकार आपल्या भक्तिमार्गात अडसर होत असल्याबद्दलची तक्रार भक्तानं देवाकडे केली आहे. क्षमागीताचं नावच त्याचा आशय स्पष्ट करतं.

(३) यादवकाळात महानुभाव साध्वी महदंबा यांनी 'धवलगीत' किंवा 'धवळे' लिहिले; तशाच प्रकारच्या 'रामचंद्र हळदुली' या गीतात राम-सीता-विवाहप्रसंगी हळद लावण्याचा सोहळा कसा होतो, त्याचं वर्णन कवीनं केलं आहे.

❑❑❑

२९. चिमना पंडित

चिमना पंडित हे मूळचे पैठणचे. महत्त्वाच्या जैन मराठी संतकवींमध्ये त्यांचा उल्लेख येणं अपरिहार्य आहे. ते शीघ्र संतकवी म्हणून प्रख्यात होते. अजितकीर्ती यांचे ते शिष्य होते. पैठण आणि अजितकीर्ती यांचा उल्लेख त्यांच्या 'अनंत– व्रतकथेत' असा केला आहे-

श्रीमूलसंधे सरस्वति ।
'गच्छाधिपति बलात्कार-विज्ञानी।
अजितकीर्ति भट्टारक । यतिनायक ।
मज भेटले प्रमानी ।।
प्रतिष्ठान महानगरी। जिनमंदिरी।
चंद्रप्रभ सुभ स्थानी ।।
कथा करि चिमना पंडित। भावसहित ।
महाराष्ट्र नागरवाणि ।।

चिमनापंडितांचा काळ सतराव्या शतकाचा उत्तरार्ध असावा, असं जैन मराठी साहित्याचे संशोधक डॉ. अक्कोळे यांचं मत आहे. ते अत्यंत लोकप्रिय संतकवी होते. त्यांची रचना मुख्यत्वेकरून पदात्मक होती. ती अत्यंत प्रासादिक, गेय व रसाळ होती, हे चिमना पंडितांच्या या लोकप्रियतेचं रहस्य आणि मर्म असावं. त्यांनी मराठीप्रमाणंच हिंदी भाषेतही लेखन केलं.

त्यांच्या एकूण वीस रचना उपलब्ध आहेत. लोकजीवनातील विषयांची निवड करून त्यांची अध्यात्माशी सांगड घालणं, हे चिमनापंडितांचे लक्षणीय वैशिष्ट्य आहे. त्यांची पदरचना अशी रूपकात्म असून त्यातून वाच्यार्थाबरोबरच कवीची पारमार्थिक लक्ष्यार्थ सूचित करण्याची विलक्षण हातोटी प्रत्ययाला आल्यावाचून राहत नाही. 'टिपरी', चेंडुफळी, पिंगा, झंपा ही या पदांची

नावंच किती सूचक व उद्‌बोधक आहेत! 'पाळणा', 'भूपाळी', यांसारखे पदप्रकारही त्यांच्या लेखनात आढळतात. 'भवांतर-गीतांचा' केवळ जैन मराठी संतसाहित्यात दिसणारा गीतप्रकारही चिमना पंडितांच्या लेखनात आढळतो. त्याचप्रमाणं 'पूजागीत'प्रकारही. अशा प्रकारचं भक्तिसाहित्य लिहिणाऱ्या चिमना पंडितांनी स्तोत्रं किंवा आरत्या लिहिल्या नसत्या, तरच आपल्याला आश्चर्य वाटलं असतं.

त्यांच्या रचनेचं वर्गीकरण पुढीलप्रमाणं करता येईल-

पद : बालकछटी

रूपकात्मक पद : भारूड, फुगडी, झंपा, पिंगा, चेंडुफळी, लय-लाखोटा, टिपरी

गीत : गुरूगीत, तीर्थवंदना

स्तोत्र : गोमटस्वामी

पाळणा : नेमीश्वर

भूपाळी :

आरती : आदिनाथ, चंद्रनाथ, चिंतामणी, पार्श्वनाथ

भवांतरपद : नेमीनाथ-भवांतर

पूजागीत : त्रिकाळ-तीर्थंकर

कथागीत : अनंतव्रतकथा इ.

एका अर्थानं चिमना पंडितांचं हे सत्तसाहित्य लोकसाहित्यही आहे. जनमानसाशी संवाद साधायला नि परमार्थप्रबोधन करायला हे संतसाहित्य-'लोकसाहित्य' अत्यंत प्रभावी ठरलं. 'मातेची सोळा स्वप्ने' हे चिमना पंडितांचं फार वेगळ्या प्रकारचं पद. तीर्थंकर गर्भात येताच त्यांच्या मातेला जी सोळा शुभ स्वप्नं पडतात, त्यांचं वर्णन या पदात केलं आहे.

त्यांच्या 'फुगडी' या अध्यात्मपर रूपकात्मपदाची 'वानगी' पहा-

आगम वचन । फुगडी चालता वो फुगे ।।
क्रोध, मान, माया । लोभ सांडुनि देइ मागे ।।
सारासार निबाड करी । अनुभव वेगे ।।
चिमना म्हणे परमात्म । स्मरूनि तु जागै ।
फुगडी फु गै । घाली बाई तु गै!

❑❑❑

३०. सजन कसाई

मराठी संतांनी ज्या 'संतनामावळ्या' लिहिल्या आहेत, त्यांत आणि त्याचप्रमाणं त्यांच्या अनेक अभंगांत 'सजन कसाई' या मुसलमान संतकवींचा उल्लेख बहुधा येतोच. त्यामुळं तेही महाराष्ट्राच्या संतपरंपरेचा एक अपरिहार्य घटक आहेत, असं म्हणायला हवं. सजन कसाई यांची रचना आपल्या महाराष्ट्रीय संतांच्या अभंगगाथ्यांतही समाविष्ट केल्याचं आढळतं. खरं तर ही रचना मराठी भाषेत नसून दक्खिनी भाषेत आहे आणि आपल्या नामदेव, एकनाथ, रामदास, तुकोबा, निळोबा या संतांच्या काही रचना मराठीप्रमाणंच दक्खिनी हिंदीतही आहेत. दाक्खिनी हिंदी या भाषेत मराठी किंवा मराठी वळणाचे शब्दविशेष आहेत त्याचप्रमाणं वाक्‌प्रचारही आहेत. व्याकरणविशेषही आहेत. यावरून या दक्खिनी रचनेचं 'मऱ्हाटपण' आपल्याला जाणविल्याविना राहत नाही.

सजन कसाई यांच्याविषयीच्या आख्यायिकांव्यतिरिक्त काहीही ऐतिहासिक माहिती उपलब्ध होत नसली तरी त्यांच्या मराठी भाषेच्या व महाराष्ट्राच्या संपर्काविषयीचे संकेत मिळतात.

सजन कसाई यांची ही दक्खिनी रचनाही फार मोठ्या स्वरूपात वा संख्येनं उपलब्ध होत नाही. ती अल्पस्वल्प असली तरी मराठी संतांनाही दखल घेण्याजोगी का वाटावी, याचं उत्तर त्यांच्या रचनेतच आपल्याला मिळतं. सजन कसाई हे मुसलमान असले, तरी भारतीय संस्कृतीशी व दर्शनांशी एकरूप झालेले संत होते. ते आपल्या लेखनात संत कबीरांचा जसा उल्लेख करतात तसा उल्लेख आपले मराठी संतही करतात हे आपल्याला 'सकल संत गाथे'वरून सहज लक्षात येतं. सजन कसाई हे भारतीय संस्कृतीशी, परंपरांशी व रामायण-महाभारताशी परिचित होते,

याची साक्ष त्यांच्या काही पदांवरूनच पटते. त्यांनी बहुतेक स्फुटरचनाच केली आहे. त्यांनी आख्यानादी प्रदीर्घ रचना केल्याचे संदर्भ कुठंही उपलब्ध होत नाहीत.

पुढील पदात त्यांनी कृष्णकथा आपल्या रसाळ वाणीत किती समरसून सांगितली आहे, ते पहा -

वसुदेव देवकी जन्म लीनो, छूट गये सब बंद ।
भक्त-काज यशोदा घर आये, नाम धरियो नंदानंद।।१।।
बारसी बरसी पुतनां मारी, पथके पान करंद।
माटी खाते मुझे क्या? तन रहे ले तीन लोक, दीख दिखंद।।२।।
गेंद उबये, कदमके हारे, जमुनाके कुद परंत ।
बेणु बजावे, नागकू जगावे, फनपर नृत्य करंद।।३।।
सुखके सागर दुःखको आयो, पुरन परमानंद।
कहे सजन कसाई, बिद्राबनको छंद ।।४।।
महाराज पांडव घरमों, दासनके दास बिचारे।
चारो भूजासो आयुध डारे।
झुटे पात समैट सारे। हिरदे लीये उठाये ।।५।।

या पदात त्यांनी महाभारत-कथेतील प्रसंग वर्णन करून श्रीकृष्णमहिमा प्रतिपादिला आहे. त्यावरून ते भारतीय संस्कृती व परंपरा यांच्याशी किती एकरूप झाले, याचा प्रत्यय येतो. या पदातील 'गाठ पडी' (गाठ पडली) 'मार्गात' (मागत), 'विठ्ठल आपरूप' (अप्रूप-अपूर्व), 'ऋषीकू' (ऋषिको शब्दाचे दक्खिनी रूप) व इतर पदांतील 'गर्दी', 'कंबर', 'भूल पडी' (भूल पडली), 'हो गई सीमा' (सीमा झाली), निदान यांसारख्या भाषिक वैशिष्ट्यांनी सजन कसाई यांच्या दक्खिनी हिंदी पदांचं 'मऱ्हाटपण' विशेषकरून जाणवतं. ज्या वेळी संतांची स्थल-काल इ. विषयक माहिती उपलब्ध होत नसेल तर त्यांच्या रचनेतील भाषिक रूपांच्या आधारे व अन्य भौगोलिक-ऐतिहासिक प्रमाणांच्या आधारे त्यांच्या चरित्रात्मक तपशिलाचा मागोवा घेता येतो. सजन कसाई यांची ही रचना याचंच प्रमाण होय.

सजन कसाई हे सूफी संप्रदायाशी संबंधित असावेत काय, याविषयी आजवर कुणी काही लिहिल्याचं माझ्या वाचनात नाही. त्यांच्या दक्खिनी हिंदी रचनांतर्गत प्रमाणांच्या आधारेच त्यांचं 'सूफीपण' सहज सिद्ध होतं. त्यांचं घराणं जसं कसायाचं घराणं होतं, तसंच वारकरीसंप्रदायाशी एकरूप झालेल्या सूफी संतकवी शेख महंमद यांचंही. शेख महमंद विठ्ठल व अल्ला ही एकाच परमेश्वराची दोन नावं मानीत व तशी प्रमाणं त्यांच्या अभंगांत आहेत. त्याविषयी मी माझ्या 'मुसलमान (सूफी) मराठी संतकवी'या माझ्या ग्रंथात सविस्तर विवेचन केलंच आहे.

सजन कसाई यांच्या पुढील पदातील जिकीर (ईश्वराचं विवरण, त्याचं चिंतन व त्याची स्तुती), मौला (परमेश्वर), साहेब (परमेश्वर), हाक (हक = परमेश्वर),

जिकीर मौलाकी हार्दम न पाई।
तुने फकीरी काहेकुं लीई भाई।।धृ.।।
पेटके मारे फकीर भया।
अलमकू तसदी दिया साधु और सीधारो फंद किया।।१।।
पुलाव कर खावे औरत ले सोवे।
साहेबकी बंदगीमे कैसा भूल जावे? ।।२।।
ऐसे फकीर बहुत भरे अलम।
कहे सजन कसाई यारो हमसे होवत होना सम ।।३।।

आपलं आयुष्य भक्ती करण्यासाठी व्यतीत करावं, ऐहिक सुखोपभोगांत गुंतून पडू नये. 'कंबर (कबर) की खबर मट्टी हो रही है' हा विचार आपल्याला अंतर्मुख करीत नाही का?

दो दिनकी जिनगानी, तुजे नही खबर।
अलमका महाल मौला सब खबर।
संसार भूल पडी, गर्दी मर्दों की गर्दी।
हुवी साधु भीस्त, ले जदी।।१।।
हाक मनाई हाक, उंबर तेरी गई।
कंबर की खबर, मट्टी हो रही।
निदानके बखत करता है कलमा।
कहे सजन कसाई हो गई सीमा।।२।।

'वेद' किंवा 'कुराण'या पवित्र धर्मग्रंथांमध्ये मानवतेच्या कल्याणाचीच कामना व्यक्त केली आहे. आपण विकाराधीन होता कामा नये, हे पुढील पदातील मुख्य सूत्र आहे. त्यात स्त्रीचा उल्लेख असला, तरी कामवासना किंवा विषयवासना आपल्या जीवनाला भरकटवते. आपण विकारांवर नियंत्रण ठेवणं आवश्यक आहे, हे यातून सजन कसाई या संतकवींना सुचवायचं आहे. त्यांचं मूळ दक्खिनी हिंदी पद असं आहे-

बेद और कुरान, पुरान, किताब की बात।
और बात सर पुरी, बडी औरत की जात ।।१।।
दैत्य, देव दस्त किया, ऋषीकू दगा दिया।
इंद्र, चंद्रसे चपेटा पाया हाल कियो गर्क किया।।२।।
सबी खलख बीख- चढनेकू नही लगता पलख।

पंडीत गुसाई डर पावे, डरके म्याने जंगल भाग जावे ।।३।।
गुरूका ले दुवा, औरतकी नही बात।
कहे सजन कसाई, भजन मो नही जात ।।४।।

कोणतेही संत विशिष्ट जातीच्या, पंथाच्या, धर्माच्या अनुयायांच्या कल्याणाची कामना करीत नाहीत; तर ते सर्व प्राणिमात्रांच्या उद्धारासाठी आपली लेखणी, वाणी नि आयुष्य वेचतात, हेच सजन कसाई यांच्यासारख्या संतांचं जीवन आपल्याला सांगत नाही का?

❏❏❏

३१. अंबर हुसेन

महाराष्ट्रातील मुसलमान (सूफी) संतकवींनी मराठी भाषेत विपुल रचना केली आहे. त्याचप्रमाणं त्यांनी नामदेव-एकनाथ-तुकारामांसारख्या संतश्रेष्ठांप्रमाणं दक्खिनी हिंदी (वा उर्दू) भाषेतही लेखन केलं आहे. यांतील बहुतेक मुसलमान संतांचा, त्यांचा पवित्र कुराणाचा अभ्यास असल्यानं अरबी भाषा तर ज्ञात होतीच; पण त्यांच्या पूर्वसूरी सूफी संतांनी ज्या भाषेत लेखन केलं, ती फार्सी भाषाही ज्ञात होती. त्याचप्रमाणं त्यांना आणखी एक जन्मसिद्ध देणगी मिळाली ती इस्लाम धर्माच्या तत्त्वज्ञानाची. याचा उपयोग, जेव्हा त्यांनी महाराष्ट्रातील धर्मसंप्रदायांच्या तत्त्वज्ञानाचा अभ्यास केला, त्या वेळी झाला कारण यामुळं त्यांना हिंदू व इस्लाम या दोन्ही धर्मांच्या मूलतत्त्वांतील साम्य शोधता आलं व त्यातून जी एकात्मतेची जाणीव झाली, ती त्यांनी आपल्या मराठी व दक्खिनी हिंदी लेखनात प्रकट केली. याचा फार मोठा उपयोग दोन्ही धर्मांच्या अनुयायांत सामंजस्य व एकोपा प्रस्थापित करण्यास झाला. ज्या मराठी (हिन्दू) संतांनी इस्लाम धर्माच्या व सूफी संप्रदायाच्या तत्त्वज्ञानाची ओळख करून घेतली (उदा., संत एकनाथ, मुरारीमल्ल बासमहानुभाव, चक्रपाणी येळम्बकर, महानुभाव इ.), त्यांनीही असंच परधर्म-सामंजस्य वृद्धिंगत करणारं लेखन केलं. [उदा., 'हिंदू-तुर्क संवाद' (एकनाथ), 'दर्शन प्रकाश' (मुरारीमल्ल बास महानुभाव) किंवा 'ग्यानतीसा' (चक्रपाणी येळम्बकर) 'मुसलमानी अष्टकं' (रामदास)].

अम्बर हुसेन हा मराठीतील एकमेव मुसलमान गीताटीकाकार आहे. त्याचा जन्मशक त्याचा शिष्य वैद्यनाथ यानं 'चिंदबरजयंती - स्तोत्रा'त म्हणजे अम्बर हुसेनच्या चरित्रात्मक स्तोत्रात शके १५२५ (म्हणजे इ. स. १६०३) असा नोंदविला आहे. त्यांचा मृत्युशक उपलब्ध होत नाही;

तथापि आपल्या गीता-टीका-लेखनसमाप्तीचा काळ शके १५७६ असा नोंदविलेला आहे. म्हणजे, त्यांचं आयुष्य किमान अर्धशतक असावं, असं अनुमान करता येतं.

अम्बर हुसेन यांनी ज्ञानदेवांची निश्चितपणे 'ज्ञानेश्वरी' अभ्यासिली असावी, यामुळंच ते तिचा निर्देश आपल्या लेखनात करतात पण हे लेखन म्हणजे ज्ञानदेवांचं अनुकरण नव्हे. तसा आभास काही संशोधक वा ज्यांनी याचा वरवर अभ्यास (?) केला असावा (किंवा केलाच नसावा), ते निर्माण करतात. त्यांनी ही गीताटीका का लिहिली, याचं विवरण करताना काहीसं धाष्ट्र्यानं ते म्हणतात की, माझी गीताटीका 'तात्पयार्थदीपिका' आहे. 'अम्बर हुसेनी' समश्लोकी गीताटीका आहे, असंही म्हणता येत नाही कारण मूळ गीता ही सातशे श्लोकांचीच, तर 'अम्बर हुसेनी' ८६१ ओव्यांची. म्हणजे गीतेच्या प्रत्येक श्लोकाचा हा मराठी अनुवाद नव्हे. नाहीतर 'अम्बर हुसेनी'ची ओवीसंख्या गीतेच्या श्लोकसंख्येपेक्षा जास्त वाढली नसती. गीता, कुराण, ज्ञानेश्वरी व 'अम्बर हुसेनी' या सर्वच ग्रंथांत एकेश्वरवादाचा पुरस्कार केला आहे.

ही गीताटीका लिहिण्यापूर्वी अम्बर हुसेन यांनी 'शांकरभाष्य' आणि 'श्रीधरी टीका' यांचंही अध्ययन केलं असावं, असं त्यांनीच या ग्रंथात केलेल्या उल्लेखावरून लक्षात येतं. तो उल्लेख असा -

'भाष्य शंकराचार्यांचे । आणि व्याख्यान श्रीधरस्वामींचे ।
पाहोनिया भगवद्गीतेची । टीका महाराष्ट्र भाषेते करिजे ।।'

(अम्बर हुसेनी, अ १, ओ १३)

आपण गीतेचा जो अर्थ सांगत आहोत, तो आपल्याला कल्पनेनं सांगत नसून तो आपण साधार सांगत आहोत; त्याची शहानिशा करता यावी, यासाठी 'अभिधानकोशा'च्या आधारे करीत आहोत, असंही अम्बर हुसेन सांगतात.

दहाव्या शतकात भारतात आलेल्या अल् बेरूनी या विद्वानानं जसा अरबी भाषेत संस्कृत गीतेचा अनुवाद केला व गीतेचंही अध्ययन केलं, त्याचप्रमाणं अम्बर हुसेन यांनीही गीतेचं अध्ययन केलं, ही बाबही लक्षणीय आहे.

❑❑❑

३२. जनार्दनस्वामी

मध्ययुगीन मराठी संतसाहित्यात काही प्रख्यात गुरू-शिष्य परंपरांचा उल्लेख नेहमी केला जातो. निवृत्तिनाथ ज्ञानदेवांचे वडीलबंधू असूनही ते ज्ञानदेवांचे गुरू आहेत. अशीच एक गुरू-शिष्यपरंपरा म्हणजे जनार्दनस्वामी व एकनाथ ही होय. जनार्दनस्वामींविषयीचा परम आदरभाव एकनाथांनी आपल्या अभंगवाणीत व पदांमध्ये सातत्याने केला. ही गुरु-शिष्य परंपरा कायम टिकून राहावी, यासाठी एकनाथांनी आपल्या नाममुद्रेत 'एका जनार्दन' या शब्दात आपल्या गुरूचं नाव जोडून आपलं गुरु-शिष्याचं नातं चिरंतन करून ठेवलं आहे. त्यामुळं आता नि यापुढंही या गुरू-शिष्यांना कुणी विभक्त करू शकणार नाही!

समर्थ संप्रदायाच्या गुरु-शिष्यपरंपरेचा विचार केला तर तिच्यात समर्थ रामदास व कल्याणस्वामी ही परंपरा अशीच 'अविभक्त' राहिली आहे.

जनार्दनस्वामी हे बहमनी राजवटीतले देवगिरीचे किल्लेदार होते. त्यांचा कालखंड इ. स. १५०४ ते १५७५ असा मानतात. त्यांचं मूळ गाव चाळीसगाव. चाळीसगावच्या परिसरात पाटणादेवी, गौतम ऋषींचा आश्रम, 'लीलावती'कार भास्कराचार्यांचं तसंच कालिकादेवीचं स्थान आहे. ही प्राचीन संस्कृतीची स्मृतिस्थळं आहेत. वेरूळची लेणीदेखील याच परिसरात आहेत.

जनार्दनस्वामींनी बालपणी वेदोपनिषदं, महाभारत-भागवतादी ग्रंथ त्याचप्रमाणं ज्ञानेश्वरी यांसारख्या महत्त्वपूर्ण ग्रंथांचं अध्ययन केलं होतं. त्यांनी प्रपंच करून परमार्थ- साधनाही केली होती. बहमनीकाळात राज्यकर्त्यांची सेवा करीत त्यांनी काही मोहिमांत विजय मिळविला होता. याचं फलित

म्हणजे तत्कालीन राज्यकर्त्यांनी त्यांच्यावर सोपविलेली किल्लेदारपदाची जबाबदारी. हे कार्य करीत असताना त्यांनी अव्याहत भक्तीही केली. शौर्य आणि भक्ती यांचा सुंदर समन्वय त्यांच्या व्यक्तिमत्त्वात झाला होता.

त्यांनी ईश्वराची उपासना करीत जी बलोपासना केली, तिचे उल्लेख त्यांच्या चरित्रातील पूर्वार्धात आढळतात. दांडपट्टा, तलवार चालविणं इ. युद्धविषयक कौशल्यं त्यांनी या काळात चांगल्या प्रकारे आत्मसात केली होती. पराक्रमी शूर वीर आणि संत हे अपवादात्मक समीकरण जनार्दनस्वामींच्या बाबतीत अत्यंत सार्थ ठरतं.

सूफी संत चांद बोधले (चाँदसाहेब काद्दरी) हेही या परिसरातच राहत असत. त्यांच्यापासून जनार्दनस्वामींनी गुरूपदेश घेतला नसल्याचे व अरबी-फार्सी भाषांचंही ज्ञान असल्यानं त्याच्या भाषांच्या ग्रंथांचंही जनार्दनस्वामींनी अध्ययन केलं असल्याचे उल्लेख जनार्दनस्वामींच्या चरित्रात आढळतात. या संदर्भात जनार्दनस्वामींचा पुढील अभंग लक्षात घेण्याजोगा वाटतो -

'अहो, सद्‌गुरू अनंता । फार काय बोलू आता?
नारायणा कृपावंता। असों द्यावी माजी चिंता ।।
भलते याती हो कां जन्म । परी आवडो गुरुनाम ।
नामें पतीत तारिले । पशुपक्षी मोक्षा नेले ।
मातंगाचे मुखी वेद । लीले करविला संवाद ।।
जरी करिसी अंगिकार । तरी काय माझा भार?
जनार्दन चिन्ती भावें । याचें स्मरण असों द्यावें ।।'

अशा प्रकारे देवगिरीच्या किल्लेदारपदाची जबाबदारी सांभाळून तिच्याशी आपल्या साधनेचा व भक्तीचा मेळ घालीत जनार्दनस्वामींनी आपल्या अभंगलेखनासही प्रारंभ केला.

जनार्दनस्वामी योगविद्येत अत्यंत पारंगत असल्याचं त्यांच्या लेखनातील योगविषयक पारिभाषिक संज्ञांवरून आपल्या लक्षात सहज येतं. योगसाधनेची परिणती 'समाधी'त होते. या समाधीत साधकाला आपण परमेश्वराशी एकरूप झाल्याची आणि 'सोऽहम्'ची म्हणजे आपण परमात्मस्वरूप झाल्याची प्रचीती कशी येते, याविषयी 'उदयसमाधी लागो तीन वेळा' या चरणानं प्रारंभ होणाऱ्या प्रदीर्घ अभंगात जनार्दनस्वामींनी सविस्तर विचार केला आहे. स्थलाभावी तो संपूर्ण अभंग न देता त्याचा काही भाग इथं उद्‌धृत करतो-

'उदय-समाधी लागो तीन वेळ ।
अवघा ब्रह्मांडगोळ उदयो होतो ।।

चक्रामध्ये चक्र येती व्योमाकार।
आदि मध्य हेर ज्योती त्याची ।।
प्रथम समाधि निबिड सर्पाकार ।
त्यामध्यें आकार चक्राचे ते ।
झळकती माणिक, दिव्य रत्नखाणी ।
अविनाश देखणी चिन्मयाची ।
एक चक्र येती आभाळायेव्हडी ।
त्यामध्ये चौकडी मोतीयांच्या ।।
मानी ज्योती संध्याकाळी जे वानिती ।
ते लावण्य-दीप्ती पाजळल्या ।
म्हणे जनार्दन एकनाथा घेई ।
'सोऽहं' याची देहीं समाधि-सुख।।'

अशा प्रकारे 'समाधी'च्या अवस्थेपर्यंत कसं जाता येतं, याचा उपदेश जनार्दनस्वामींनी त्यांचे शिष्य एकनाथ यांना केला आहे.

जनार्दनस्वामी देवगिरीच्या किल्ल्याच्या दुर्गा तोफेजवळ गोरक्ष गुंफेत बसून ध्यानधारणा करीत असत. ते दत्तोपासक असल्यानं दर गुरुवारी 'शूलभंजन' या पर्वतस्थानी दत्तोपासनेसाठी जात. तिथंच त्यांना दत्तदर्शन झालं होतं, असं मानतात. हा काळ १४७५ शकाची (म्हणजे इ. स. १५५३ ची) फाल्गुन वद्य षष्ठी असल्याची नोंद त्यांच्या चरित्रात आढळते.

जनार्दनस्वामींची रचना अल्प असली तरी बहुगुणी व लक्षणीय आहे. आजमितीस त्यांचे केवळ ३३ अभंग उपलब्ध असून त्यांतील काही अभंग गुरुस्तुतिपर व काही योगपर आहेत. काही अभंगांत त्यांनी आपले शिष्य एकनाथ यांना साधनाविषयक मार्गदर्शन व उपदेश केला आहे.

त्यांच्या शिष्यपरंपरेत नाथांप्रमाणेच नाथपंचकातील जनीजनार्दन व रामा जनार्दन यांचाही निर्देश केला जातो. योगसाधनेसारख्या उपासना सर्वसामान्यांना अवघड वाटण्याची शक्यता जाणवल्यामुळं त्यांच्यासाठी जनार्दनस्वामींनी नामस्मरणरूप भक्तिमार्गाचा पुरस्कार केला आहे. सुलभ भक्तीसाठी सगुणोपासनेचा मार्ग दाखविणारे जनार्दनस्वामी परमात्म्याचं मूळ स्वरूप निर्गुण, निराकार असल्याचं सांगायलाही विसरत नाहीत. या संदर्भात त्यांचा **'मुळी नाही गुण । म्हणोनी निर्गुण । ब्रह्म परिपूर्ण। गुरूनाथ।।'** हा अभंग लक्षात घेण्याजोगा आहे. दत्तोपासक असलेले जनार्दनस्वामी आपल्या अभंगात 'पंढरीचा व पांडुरंगाचाही आदरपूर्वक उल्लेख करतात. कारण 'दत्त' काय किंवा 'विठ्ठल' काय, ही एकाच परमात्म्याची विविध

नावं व त्याचेच विविध अवतार आहेत. जनार्दनस्वामींप्रमाणंच त्यांचे शिष्य एकनाथ यांनीही हीच भूमिका स्वीकारली आहे.

जनार्दनस्वामी अनावश्यक कर्मकांडाचा विरोध करतात, यासंबंधी आजवर विचार झाला नाही. यासाठी त्यांचा पुढील अभंग उद्धृत करणं मला फार आवश्यक वाटतं-

तीर्थपर्यटन कासया करणें?
मन शुद्ध होणें आधीं बापा ।।
तीर्था जाऊनि काय; मन- शुद्धि नाहीं ।
निवांतची पाही ठायीं बैसे ।
मन शुद्ध जालीया गृहीच देव असे।
भाविकासी दिसे बैसल्या ठायीं ।
म्हणे जनार्दन हाचि बोध एकनाथा ।
याहूनि सर्वथा श्रेष्ठ नाही ।।

जनार्दनस्वामींनी हा उपदेश एकनाथांना केला असला तरी तो तुम्हाआम्हालाही उपयुक्त नाही का?

जनार्दनस्वामींना शके १४९७ (इ. स. १५७५) मध्ये फाल्गुन वद्य षष्ठीला योगसमाधी लाभल्याचा उल्लेख त्यांच्या चरित्रात आढळतो.

❑❑❑

३३. शेख महंमद

महाराष्ट्रातील संतसाहित्यात ज्यांनी आपल्या स्वतंत्र प्रज्ञेनं व प्रतिभेनं अत्यंत मोलाची भर घातली; सर्वधर्मसमभावाचं, एकात्मतेचं, अंधश्रद्धानिर्मूलनाचं त्याचप्रमाणं तत्त्वविवेचनाचं अत्यंत लक्षणीय कार्य केलं; त्या सूफी संप्रदायाच्या कादरी शाखेच्या या संतकवींचं-शेख महंमदांचं- योगदान फार महत्त्वाचं आहे. वारकरी संप्रदायाचं त्यांचं कार्यही तितकंच महत्त्वाचं. या संप्रदायाशीही ते इतके एकरूप झाले, की ते सूफी आहेत की वारकरी? असा संभ्रम पडावा. अशी एकात्मता सूफी संप्रदायाच्या महाराष्ट्रातील एकाच संतकवीनं निर्मिली नाही तर जवळपास सर्व मुसलमान मराठी संतकवींनी हेच कार्य केलं. देशाच्या राष्ट्रीय एकात्मतेच्या व सर्वधर्मसमभावाच्या, परधर्मसहिष्णुतेच्या व परस्परसामंजस्याच्या भूमिकेच्या संदर्भात हे कार्य बिनतोड आहे. त्याची जशी व जितकी दखल घ्यायला हवी, तितकी घेतली गेली नाही. अनेक वेळा पूर्वग्रहदूषित दृष्टिकोणातून वा अज्ञानानं त्याचा उल्लेख केला गेला; त्याचप्रमाणं त्यांचं मूळ साहित्य संपूर्णतया व बारकाईनं न वाचताच पहिल्या विश्व मराठी साहित्य संमेलनाच्या अध्यक्षीय भाषणातही हा दोष आढळतो, त्याचप्रमाणं मुसलमान मराठी संतकवीविषयी लेखन करणाऱ्या लेखकांनीही ही चूक केली आहे. त्यामुळं या महत्त्वाच्या संतकवींनी खऱ्या अर्थानं व तळमळीनं महाराष्ट्रात व पर्यायानं देशात सर्वधर्मसमभावाचं व एकात्मतेचं जे शिल्प खऱ्या अर्थाने घडविलं व सामंजस्याची भावना समाजात अधिक खोलवर रुजविली, तिचं योग्य ते श्रेय त्यांना न देऊन एक प्रकारचा अन्यायच केला. त्यांच्या या कार्याचं मूळ स्वरूप कसं होतं, याचा विचार मी माझ्या एतद्विषयक ग्रंथात साधार व सविस्तर केला आहे. त्या संशोधनकार्यासाठी साहित्य अकादमीनं मला ज्येष्ठ गौरववृत्ती दिली

होती व तो ग्रंथ म. रा. साहित्य संस्कृती मंडळ सध्या प्रसिद्ध करीत आहे. प्रसिद्ध इतिहाससंशोधक श्री. वा. सी. बेंद्रे यांनी मात्र शेख महंमदांना बराच न्याय दिला असून त्यांनी शेख महंमदांचा 'योगसंग्राम' त्याचप्रमाणं त्यांच्या अन्य कविता संपादून दोन खंडांत प्रसिद्ध करून महनीय कार्य केलं आहे. श्रीगोंद्याचे विरचंद देसाई यांनी संपादिलेली शेख महंमदांच्या घराण्यातील प्रत प्रमाण प्रत मानणं अपरिहार्य आहे व तशी ती मी मानली असून माझ्या ग्रंथात व श्री. बेंद्रे यांच्या ग्रंथांच्या आधारे विवेचन केलं आहे.

वारकरी संप्रदायानं सगुणोपासना स्वीकारली असली तरी अन्तिमत: ती निर्गुणोपासनाच आहे. इस्लामधर्म व वारकरीसंप्रदाय हे दोन्ही आस्तिक आहेत व ते एकेश्वरवादी असल्यानं त्यातील साम्यस्थळांवर शेख महमंदांनी नेमकेपणे बोट ठेवलं आहे. विविध धर्मांत ईशनामं वेगळी असली तरी त्यामागील सूत्र, अंतिम सत्य वा चैतन्य हे एकच. म्हणून शेख महंमद 'योगसंग्रामा'त म्हणतात-

आता 'अल्ला' म्हणा वो तुम्ही वाचे!
'हरी' म्हणता तुमचे काय वेचे?
हरी, 'अल्ला' न म्हणतील ते काचे ।
अघोरी जाणावे ।। ('योगसंग्राम' ११ ×९४-९५)

ज्ञानदेवांच्या 'ज्ञानेश्वरी'तील सहाव्या अध्यायाच्या 'योगदुर्गाच्या रूपकांची' कल्पना शेख महंमदांनी योजिली असली, तरी ती त्यांची पूर्णतया स्वतंत्र, स्वयंप्रभ रचना असून हे लेखन ज्ञानदेवानुकरणात्मक नाही. एक ज्येष्ठ संशोधकानं दाखविलेल्या चार-दोन प्रतिमा वा विचारसाम्यावरून संपूर्ण ग्रंथच 'परभृत' मानणं अन्यायकारक व न्याय नाकारणारं ठरेल. योगसंग्रामा'च्या बहुतेक अध्यायांच्या प्रारंभी शेख महंमद 'निर्विकाराय नम:' असंच का म्हणतात, ते समजून घ्यायला हवं. पहिल्या अध्यायात शेख महंमद काय म्हणतात?-

श्रीकारि ॐ नमोजी नारायण ।
'या अल्ला' म्हणती यवन ।
या वेगळी अनेक स्तवनें । साही दर्शनांची ।।

हेही 'अनुकरण'च का? स्थळाभावी 'योगसंग्रामा'चं इथं संपूर्ण सविस्तर विवरण करणं अशक्य आहे. विकारावर मात करून मुक्ती कशी प्राप्त करावी, याविषयी शेख महंमदांनी या ग्रंथात साधार व सविस्तर विवेचन केलं आहे आणि माझ्या वर उल्लेखिलेल्या ग्रंथातही मी केलं आहे. अशा प्रकारचे एकच नव्हे तर असंख्य उल्लेख 'योगसंग्राम' व शेख महंमदांच्या अन्य रचना यांत आढळतात, याकडे काही संशोधक हेतुपुरस्सर दुर्लक्ष करीत असतील, तर ते सूफी मराठी

संतकवींची एकात्मतेची कळकळ व त्यांनी घडविलेलं एकात्मताशिल्प नाकारत वा दुभंगत आहेत, असं म्हणावं लागेल. एकतर ज्ञानदेवकाळात यवन महाराष्ट्रात नव्हते, ते यादवकाळाच्या शेवटी रामदेवराव यादवाच्या कारकिर्दीच्या शेवटी आले. मग अल्ला, (गुरू) जहूर, विश्वनिर्मितीनंतर आदम व इव्वा (ॲडॅम व ईव्ह) यांची परमेश्वरानं केलेली निर्मिती यासंबंधात शेख महंमदांनी योगसंग्रामाच्या प्रारंभापासून केलेले निर्देश हे ज्ञानदेवांचं अनुकरण आहे, असं विश्व मराठी साहित्य संमेलनाच्या अध्यक्षीय भाषणातही म्हणणं हे अज्ञानमूलक तर आहेच; पण शेख महंमदांच्या स्वतंत्र प्रज्ञेची व प्रतिभेची मौलिकता नाकारण्याचा प्रकार आहे, असं म्हणावं लागतं. शिवाय 'योगसंग्राम' म्हणजे केवळ एक रूपक नव्हे. हे रूपक तर या ग्रंथात-'सिद्ध' केवळ शेवटच्या दोन अध्यायांत सतराव्या व अठराव्या अध्यायात आलं आहे, हे सांगायचंही जर हेतुत: टाळलं जात असेल, तर ते शेख महमंदांच्या एकात्मतावादी व परधर्मसहिष्णू, परस्परसामंजस्याच्या विचारसरणीवर अकारण सावट आणणारे आहे. काही अध्यायांच्या प्रारंभी गणेशवंदन करून नंतर निर्विकार परमात्म्याला वंदन करण्यात शेख महंमदांची परधर्मसहिष्णुता अन्य धर्मविषयक उदार दृष्टिकोणाची द्योतक आहे. राष्ट्रीय व वैश्विक एकात्मतेच्या दृष्टीनं हे किती महत्त्वाचं आहे? 'मुसलमान मराठी संतकवी' या पुस्तकातील मजकूर तसाच ठेवून केवळ त्याचं नाव 'एकात्मतेचे शिल्पकार' असं बदलूनही शेख महमंदांच्या एकात्मतावादी, समतावादी, परिवर्तनवादी, अंधश्रद्धानिर्मूलन करणाऱ्या परधर्मसहिष्णू विचारप्रसाराचं व मौलिक समाजप्रबोधनाचं महत्त्व कुणालाही नाकारता येणार नाही.

याशिवाय शेख महंमदांनी विपुल अध्यात्मविवरणपर प्रकरण, 'दुचष्मा' हा हिंदू धर्मविषयक तुलनात्मक दार्शनिक एकता दर्शविणारा कोश व असंख्य (वारकरी सांप्रदायिक तत्त्वज्ञान विशद करणारी) अभंगरचनाही केली आहे. स्थलसंकोचास्तव मी तिचा विचार इथं करू शकत नाही.

❑❑❑

३४. एकनाथ

संत एकनाथ हे वारकरी संप्रदायाच्या परंपरेतील महत्त्वाचे संत. 'ज्ञानाचा एका आणि नामयाचा तुका' अशी एक उक्ती वारकरी संप्रदायात प्रचलित आहे. ज्ञानदेवांच्या लेखनामध्ये व विचारसरणीमध्ये नि एकतर यांच्या लेखनामध्ये, तसंच त्या उभयतांनी प्रतिपादिलेल्या तत्त्वज्ञानामध्ये बऱ्याच अंशी साम्य आढळतं, असा 'ज्ञानाचा एका'चा अर्थ आहे, असं मला वाटतं. ज्ञानदेवांचा आदर्श आपल्यासमोर ठेवून नाथांनीही आपल्या लेखनाची व कार्याची रूपरेषा ठरविली असावी व त्याचा अधिक विस्तार केला असावा, असं सतत जाणवत राहतं. संत बहिणाबाईंनी वारकरी संप्रदायाच्या परंपरेविषयी जो अभंग लिहिला आहे, त्यात 'जनार्दनी एकनाथ । स्तंभ दिला भागवत।।' असा नाथांचा गौरवपूर्ण उल्लेख केला आहे. नाथांनी 'भागवत' ग्रंथ लिहून वारकरी संप्रदायाच्या तत्त्वज्ञानास आणखी एक भक्कम आधार स्तंभ दिला; त्याचप्रमाणं आपल्या कीर्तनांच्या माध्यमातून त्या संप्रदायाचा व्यापक प्रमाणात प्रसार केला व त्याचा विकास केला.

नाथांचं लेखन बहुपेडी आहे. ज्ञानदेवांनी 'ज्ञानेश्वरी'त गीतेवर भाष्य केलं तर नाथांनी भागवताच्या एकादशस्कंधावर आपल्या 'भागवत' ग्रंथात विस्तृत भाष्य लिहिलं. त्यापूर्वी नाथांनी भागवताच्या चार श्लोकांवर 'चतु:श्लोकी भागवत' ही टीका लिहिली. ती जणू त्यांच्या भावी भागवताच्या एकादशस्कंधावरील विस्तृत टीकेची पूर्वसूचनाच असावी.

'भागवता'च्या प्रारंभीच नाथांनी आपण हे भाष्य मराठीत का लिहीत आहोत, याविषयी विवेचन केलं आहे. 'जरी भागवत प्राकृत झालें । तरी नाहीं चुकले निजज्ञाना' या त्यांच्या आश्वासनात व आत्मविश्वासात ज्ञानदेवांच्या 'माझा मराठाचि बोल कौतुके। अमृतातेंही पैजा जिंके।।' या प्रतिज्ञेचं प्रतिम्बिब

उमटलं आहे. नाथही ज्ञानदेवांप्रमाणंच संस्कृतज्ञ होते; पण त्यांनी संस्कृत भाषेत लेखन न करता महाराष्ट्राच्या लोकभाषेत अध्यात्मविचाराचा प्रसार व्हावा, यासाठी मराठीतच लेखन केलं. संस्कृत भाषेला 'गीर्वाणवाणी' म्हणजे 'देवांची भाषा' मानतात. 'ती देवांनी निर्माण केली असेल तर प्राकृत-इथं मराठी भाषा असा संदर्भ आहे-चोरांनी केली आहे का?' या त्यांच्या प्रश्नातच स्वभाषेचा अभिमान, अस्मिता व जनहिताचा कळवळा दिसतो.

'ज्ञानेश्वरी'चं अधिष्ठान गीता आहे तर 'नाथ भागवता'चं अधिष्ठान भागवताचा एकादशस्कंध आहे. असं असूनही ज्ञानदेवांनी ज्या अद्वैतमताचं विवरण 'ज्ञानेश्वरी'त केलं, त्याच अद्वैतमताचं विवरण नाथांनी आपल्या भागवतात केलं आहे. 'भागवत' हा शब्दच 'भगवद्' या शब्दापासून सिद्ध झाला असून 'भक्त' हा अर्थ त्यातून सूचित होतो. स्वत: नाथांनी प्रपंच करून परमार्थ साधला व जनसामान्यांसमोर प्रपंच-परमार्थ-समन्वयाचा आदर्श ठेवला. भक्तीचे 'नवविध' प्रकार असले तरी त्यांत नामस्मरण ही सर्वांत सोपी व जनसामान्यांच्या आटोक्यातील उपासनापद्धती असल्यानं समाजानं तिचा स्वीकार करून आपला उद्धार करून घ्यावा, ही 'नाथ भागवता'च्या निर्मितीमागील प्रमुख प्रेरणा आहे. ज्ञानदेवांनी 'ज्ञानेश्वरी'तील सोळाव्या अध्यायात 'दैवी' व 'आसुरी' संपत्तीविषयी जे विवरण केलं आहे तशाच आशयाचं विवरण नाथांनी भागवतात 'ज्ञानी' व 'अज्ञानी' पुरुषाच्या संदर्भात केलं आहे. या भागवतातील नीतिमीमांसा 'सद्गुण-संवर्धन व दुर्गुणत्याग, या द्विसूत्रीवर आधारलेली आहे.

'भावार्थ रामायण' या महाकाव्यात नाथांनी मर्यादापुरुषोत्तम रामाचा जीवनादर्श समाजासमोर ठेवला आहे. 'रुक्मिणीस्वयंवर' हे त्यांचं आख्यानकाव्य. त्यात नाथांनी काव्य आणि अध्यात्म यांची सुंदर सांगड घातली आहे. कृष्ण म्हणजे परमात्मा आणि रुक्मिणी म्हणजे जीवात्मा, अशा प्रकारचं रूपक यात चित्रित केलं आहे.

नाथांची स्फुट रचनाही लक्षणीय आहे. त्यांची भारुडं ही उपदेशपर रूपकं आहेत. यांपैकी 'अर्जदास्त', 'विंचू', 'भूत' आणि 'पाखरू' त्याचप्रमाणं 'जोहार' यासारखी भारुडं विशेष लोकप्रिय आहेत. 'हिंदू-तुर्क-संवादा'सारख्या भारुडात हिंदू आणि इस्लाम या दोन धर्मांतील समान तत्त्वांच्या आधारे दोन्ही धर्मीयांमध्ये एकात्मता प्रस्थापित करण्याचा चांगला प्रयत्न केला आहे. नाथांच्या भारुडात काव्य, नाट्य व अध्यात्म यांचा सुरेख संगम झाला आहे. लोकसंगीत, लोकगीत, लोककला, लोकनाट्य इ. लोकसंस्कृतीच्या विविध माध्यमांतून ही भारुडं प्रकटली आहेत. मराठवाड्यात भारुडं म्हणणारी जवळपास ३२ घराणी आहेत. नाथांच्या भारुडांत विठूनाक महार, वासुदेव, दरवेश, फकीर, जंगम, नानकशाहा, भटीण, कोल्हाटीण

अशा समाजाच्या विविध थरांतील व विविध धर्मांतील व्यक्ती आहेत.

'गवळणी' हे त्यांचं लोकप्रिय मधुराभक्तिपर लेखन आहे. नाथांच्या अभंगगाथेनं मराठी अभंगवाङ्मयात फार मोलाची भर घातली आहे.

संत एकनाथ हे 'लोकनाथ' आहेत; ते लोकसाहित्यकारही आहेत, अशा शब्दांत संतसाहित्यसमीक्षकांनी नाथांचा गौरव केला आहे.

❏❏❏

३५. दासोपंत

संत एकनाथांचा काळ 'बहमनीकाळ' होता. हा काळ सुमारे इ. स. १३५० ते १६०० असा मानतात. स्थूल मानानं पंधरावं शतक हा एकनाथांचा काळ होय. त्यांच्या समकालीन संतकवींमध्ये दासोपंत हे एक प्रमुख संतकवी होते. त्यांचा समावेश 'एकनाथ- पंचका'त होतो. दासोपंतांनी विविध काव्यप्रकारांची व विपुल संख्येनंही विपुल अशी रचना केली. 'प्रचंड' हा शब्दही जिच्या वर्णनासाठी अपुरा पडावा, अशी ही रचना आहे. कदाचित् यासाठीच दासोपंतांनी आपल्या दोन रचनांची तुलना 'अर्णवां'शी म्हणजे सागराशी केली आहे. 'गीतार्णव' नि 'पदार्णव' हे ते 'अर्णव' (सागर) आहेत. 'गीतार्णव' ही भगवद्गीतेवरील मराठी भाषेतील सर्वांत मोठी टीका आहे. तिची ओवीसंख्या सव्वा लक्ष इतकी आहे; त्याचप्रमाणं 'पदार्णवा'त सव्वा लक्ष पदं आहेत. 'गीतार्णवा'चा 'कलशाध्याय' म्हणजे शेवटचा अठरावा अध्यायच 'ज्ञानेश्वरी'च्या (जवळजवळ) दुप्पट आहे. यावरून या जगावेगळ्या 'अर्णवां'ची सहज कल्पना येईल.

मराठीचे आद्य संतकवी मुकुंदराज ज्या नगरीचे, त्याच नगरीचे दासोपंतही होते. ही नगरी म्हणजे मराठवाड्यातील अंबाजोगाई. प्रा. रा. भि. जोशी यांनी तिचं वर्णन 'अंबा मनोहर नगरी' असं केलं आहे.

दासोपंतांचं मूळ घराणं कर्नाटकातील असून ते तेथूनच अंबाजोगाईला आले. त्यांनी जी विविध प्रकारची रचना केली, तिची ग्रंथसंख्या बावन्न इतकी आहे. 'गीतार्णव' हे भगवद्गीतेवरील भाष्य असून ही 'समश्लोकी टीका' नाही, हे उघडच आहे; कारण गीतेत केवळ सातशे श्लोकच आहेत. या ग्रंथाची मूळ हस्तलिखित प्रत अंबाजोगाईच्या 'देवघरा'त आहे. 'गीतार्णव' हा संपूर्ण ग्रंथ अद्यापि प्रकाशित झाला नसून त्याचे काही अध्यायच प्रकाशित

झाले आहेत. दासोपंतांची शैली व विवेचनपद्धती प्रगल्भ, प्रौढ आणि पांडित्यप्रचुर असल्यानं हा ग्रंथ विद्वानांपुरता व अभ्यासकांपर्यंतच मर्यादित राहिला. त्यातून दासोपंतांची बहुश्रुतता, विद्वता व विविध दर्शनांचा प्रगाढ व्यासंग यांचा सतत प्रत्यय येतो. त्यांचं बुद्धिवैभव व त्यांचं सखोल चिंतनही त्यातून प्रकटतं.

दासोपंतांच्या 'पदार्णवा'त अनेक प्रकारची पदं असून हा पद- संग्रहही सव्वा लक्ष पदांचा आहे. तत्त्वज्ञानाप्रमाणंच दासोपंतांच्या भारतीय संगीताचा व्यासंग किती मोठा होता, याची कल्पना 'पदार्णवा'वरून येते. दासोपंतांची पदं रसाळ व गेय असून काही पदांमध्ये त्यांनी वेद आणि उपनिषदं यांच्याविषयीही विवरण केलं आहे. उत्कट भक्तिभावाचा आविष्कार त्यांच्या अनेक पदांतून झाला आहे. दासोपंत दत्तोपासक होते, याची प्रचीतीही काही पदांमधून येते. त्यांच्या काही पदांनी 'धाव्यां'चं रूप घेतलं आहे तर काहींनी 'भारुडां'चं व 'ललिता'चं रूप घेतलं आहे.

दासोपंतांनी 'गीतार्णव' या गीतेवरील महाभाष्याची रचना तर केलीच पण सव्वा लक्ष ओव्यांचा हा ग्रंथ सर्वसामान्यांपर्यंत कितपत जाईल, असाही विचार त्यांच्या मनात आला असावा. त्याचंच फलित म्हणजे त्यांचा 'गीतार्थ- बोध- चन्द्रिका' हा ग्रंथ होय. त्याच्या नावावरूनच त्याचं स्वरूप लक्षात येतं. दासोपंतांच्या दृष्टीनं हा ग्रंथ 'संक्षिप्त' असूनही त्याची ओवीसंख्या ८८८९ इतकी म्हणजे जवळपास 'ज्ञानेश्वरी'इतकी आहे. हा ग्रंथ प्रकाशित झाला आहे.

आपले काही प्राचीन व मध्ययुगीन ग्रंथ ताडपत्रांवर लिहिल्याचं आढळतं. मध्ययुगीन मराठीतील बहुसंख्य ग्रंथ जुन्नरी किंवा दौलताबादी हातकागदावर लिहिलेले आहेत. वस्त्रावर लिहिलेले मराठी ग्रंथ अपवादात्मकच आहेत. दासोपंतांनी 'पासोडी' हा ग्रंथ वस्त्रावर (कापडावर) लिहिला असून तो चाळीस फूट लांब व चार फूट रुंद आहे. त्याच्या चारही बाजूंस चौकट व नक्षी आहे. त्यात दत्त, हंस, साप आणि अश्वत्थ वृक्ष इ. चित्रं काढलेली असून 'पंचीकरणा'विषयी विवेचन केलं आहे. मराठवाड्यातील ज्येष्ठ संशोधक कै. दादासाहेब पोहनेरकर यांनी हा ग्रंथ संपादून प्रसिद्ध केला आहे. या ग्रंथाची मूळ व नकललेली अशा दोन्ही प्रती अंबाजोगाईच्या 'थोरल्या' व 'धाकट्या' 'देवघरात' आहेत.

दासोपंत कर्नाटकातील नारायणगाव येथून आलेले असल्यानं त्यांना कन्नड भाषाही अवगत होती. मराठीप्रमाणंच त्यांनी कन्नड व हिंदी या दोन्ही भाषांत पदरचना केली. त्यांच्या हिंदी व मराठी पदरचनेची कल्पना यावी, यासाठी त्यांचं या भाषांतील एक एक पद पुढं देत आहे -

(१) मराठी पद-

परतोनी दाखवी वदन । न करी बहु मानस कठिण ।

तुझे ठायीं गुंतलें मन । वियोग- दुख न साहे दारुण ।।
दूर देशी मज का दिधले? भेटीलागीं अंतर पडलें।।
दोन्ही डोळे पाणियें भरले । हे लल्लाट पिटी करतळें ।।
'मूळ' कअी येसी रे मागुता । मजप्रती सांग अवधूता ।
दिगंबरें हारिली हे चिंता । आत्मारामु नोहे येता-जाता ।।

(१) हिंदी पद-

(या पदाचं नाव 'पीर फकीर' असं आहे)

धरम के करम का, मरम कौन जाने?
उसे देखने को, खडे हैं दिवाने ।
तनिक बोल, मुख खोल, हँसकर खुशीसुं ।
लगा है सदा दिल। हमारा उसीसुं ।।
गगन घट मनोधर, गगन में नगर कर ।
अल्ख तू जमावे। अल्ख में जिकर कर ।।
न तू है जुदा। न तु न मो है जुदाई ।
जुदाई बुझे तंव । दिगंबर खुदाई ।।

या पदात जिकर (जिक्र), खुदाई यासारखे सूफी सम्प्रदायाच्या 'तसवबुफ' या तत्त्वज्ञानातील पारिभाषिक शब्द आले आहेत.

दासोपंतांचा उल्लेख 'सर्वज्ञ' असाही केला जातो. याचं कारण असं, की ते वेदशास्त्रसंपन्न तर होतेच पण त्यांचा संगीत आणि चित्रकला यांचाही व्यासंग होता. संस्कृत, मराठी, हिंदीप्रमाणंच कन्नड या भाषांमध्येही ते पारंगत असल्यानं त्यांना 'अनेकभाषाकोविद' असंही म्हणता येईल. बेचाळीस वर्षांत त्यांनी लहानमोठ्या बावन्न ग्रंथांची रचना केली!

❑❑❑

३६. जनी जनार्दन

मध्ययुगीन मराठी संतकवींमध्ये बहमनीकाळातील- म्हणजे चौदाव्या-पंधराव्या शतकांतील- संतकवींमध्ये एकनाथांचा, त्यांच्या कार्याचा, त्याचप्रमाणं त्यांच्या लेखनाचा उल्लेख करणं अपरिहार्य का आहे, हे कोणत्याही मराठी माणसाला समजावून सांगण्याची आवश्यकता नाही. एकनाथांच्या प्रभावकक्षेतील, संबद्ध असलेले दासोपंत हेही संतसाहित्याच्या अभ्यासकांना चांगलेच परिचित आहेत. जनी जनार्दन, विठा रेणुकानंदन व रामा जनार्दन या तीन संतकवींचाही एक 'पंचक' (पाच संतकवींचा समुदाय) एकनाथ-दासोपंत यांच्याबरोबर ('एकनाथ-पंचक') बहमनीकालीन संतकवीत मानलं जातं. या तीन अन्य संतकवींची रचना एकनाथ-दासोपंत यांच्यासह व्यापक व बहुविध नसली तरी दुर्लक्षिण्याजोगी मुळीच नाही. तिची दखल मराठी वाङ्मयेतिहासात जितकी घ्यायला हवी, तितकी घेतली जात नाही, हे लक्षात घेऊनच मी मराठवाड्यातील बीड येथील 'पाटंगणा'तील जनी जनार्दनांचे वंशज व माझे विद्यार्थी प्रा. विद्यासागर पाटंगणकर यांना 'जनी जनार्दन : व्यक्ती व वाङ्मय' हा संशोधनविषय देऊन त्यांना पीएच्. डी. पदवीसाठी मार्गदर्शन केलं होतं. त्यांच्या घराण्यात 'पाटंगण' मध्ये मध्ययुगीन मराठी व संस्कृत हस्तलिखितांचा प्रचंड संग्रह असून प्रसिद्ध संशोधक इति. वि. का. राजवाडे यांना 'ज्ञानेश्वरी'ची सर्वांत जुनी प्रत याचं हस्तलिखितसंग्रहात उपलब्ध झाली होती. महाराष्ट्र शासनानं प्रसिद्ध केलेली प्रत हीच पहिली राजवाडेसंपादित प्रत आहे, हे लक्षात घेतल्यास या हस्तलिखित -संग्रहाचं महत्त्व कळेल.

जनी जनार्दनांविषयी संशोधन करताना या हस्तलिखितसंग्रहाचा फार उपयोग झाला.

'जनी जनार्दन' या नावाविषयी इथं थोडा तपशील देणं औचित्यपूर्ण

ठरावं. जनी जनार्दनांचे वडील वासुदेवपंत हे विजापूरच्या आदिलशहाच्या दरबारातील कमाविसदार होते. त्यांच्या पत्नीचं नाव 'देवकी' होतं व त्यांना 'जनाई' असंही म्हणत. (मराठवाड्यातील गंगाखेडच्या यादवकालीन संतकवयित्री जनाबाई म्हणजे या 'जनाई' नव्हेत. त्यादेखील आपल्या अभंगांत 'जनी' असा उल्लेख आपल्या नाममुद्रेत करतात.) संत एकनाथांच्या अभंगांत व अन्यत्र 'एका जनार्दनी' ही नाममुद्रा आढळते. तिच्यातील 'जनार्दन' हे नाथांचे गुरू जनार्दनस्वामी होते. ते देवगिरी (दौलताबादचे) किल्लेदार होते. त्यांचा उल्लेख एकनाथांनी आपल्या नाममुद्रेत केला आहे. (हा उल्लेख एका सत्‌शिष्यानं आपल्या गुरूविषयी आदर व्यक्त करण्यासाठी केला आहे.) तथापि त्याचा कुठलाही संबंध 'जनी जनार्दन' या नावाशी वा नाममुद्रेशी नाही.

जनी जनार्दनांचा जन्म शके १४४० मध्ये भूम इथं झाला असून त्यांनी त्याच गावी शके १५८३ मध्ये समाधी घेतली, असा निष्कर्ष डॉ. पाटंगणकर यांनी संशोधनाअंती काढला आहे.

संत जनार्दन यांचं चरित्र आणि संत दामाजी यांचं चरित्र यांत काही साम्यस्थळं आढळतात. संत दामाजी हेही जनी जनार्दनाप्रमाणंच विजापूरदरबारी सेवक असून, तेही भांडारपाल होते. त्यांच्या काळात दुष्काळ पडल्यावर जनी-जनार्दनांनी जसं धान्याचं कोठार जनतेसाठी खुलं केलं होतं, त्याचप्रमाणं दामाजींनीही केलं होतं. दामाजींना त्या प्रसंगी जसं विठ्ठलानं साहाय्य केलं, त्याचप्रमाणं जनी-जनार्दनांना हत्तीच्या पायी तुडवण्याची शिक्षा केली गेली, त्या वेळी गजाननानं त्यांची रक्षा केल्याची आख्यायिका प्रचलित आहे. यानंतर उपरती होऊन जनी जनार्दनांनी पुढील सर्व आयुष्य परमार्थमार्गासाठी, साधनेच्या प्रसारासाठी वेचलं.

त्यांना श्रीगणेशानंच नाथसाम्प्रदायिक प्रथेनुसार दीक्षा दिली. त्यानंतर त्यांनी देशभ्रमण केलं व समाजस्थितीचं सूक्ष्म निरीक्षण केलं. त्यांचा शिष्यसंप्रदायही वाढत चालला. त्यांनी बीड येथील वास्तव्यात संस्कृत, मराठी व हिन्दी या भाषांत लेखन केलं. त्यांच्या मराठी रचनेत एकनाथी भागवताप्रमाणंच भागवतातील एकादशस्कंधावर 'निर्विकल्प' ही तत्त्वविवरणपर पदरचना आहे. 'निर्विकल्पा'स 'उद्धवबोध' असंही म्हणतात. 'चौरिकलीला' ही त्यांची श्रीकृष्णाच्या बालक्रीडांविषयीची रचना आहे. 'जानकीसैंवर' हे त्यांचं ८२ ओव्यांचं आख्यानकाव्य आहे. त्याशिवाय त्यांनी वर उल्लेखिलेल्या तिन्ही भाषांत पदरचना केली आहे.

'काय वर्णू मी तया मायबापा । जनार्दनाच्या निवविले भवतापा ।।' यासारखी त्यांची रसाळ पदरचना आहे. त्यांच्या सर्व रचनांत **'दुजे नाही रे, एकचि व्यापक सर्वांठायी'** किंवा **'जन हेच जनार्दन! जन-जनार्दन ऐक्य जाण।।'** हे

अंत:सूत्र आढळतं. देशाटनामुळं तत्कालीन धर्मस्थितीचं व समाजस्थितीचं त्यांनी जे सूक्ष्म निरीक्षण केलं, त्यातून त्यांची अंधश्रद्धा, कर्मकांड व वर्णभेद यांवर प्रहार करणारी रचना निर्माण झाली आहे. नाथसाम्प्रदायिक असूनही ते विठ्ठलभक्त (वारकरी) होते; कारण ते शिव आणि विष्णू यांत अभेद मानीत असत. मराठीप्रमाणंच त्यांच्या पुढील हिन्दी पदावरूनदेखील त्यांच्या समन्वयात्मक विचारसरणीचा प्रत्यय येतो -

'सुन हो रावल सिधा मारग । नाथपंथ यह जोग ।
कंथा हमारी अतित त्रिगुण । अनंत मुद्रा कान ।।
अखाद्य खाना, अपेय पीना । सहजही कर्माकर्म ।
शून्य मंडलमो उदास रहियो । विचरत राजयोग ।।
हम सबही सबही हमारो । नहीं वर्णाश्रमधर्म।
आदिनाथ और कंठडी बाबा । पवित्र नाम ढुंढन ।।'

मराठी संतांनी दक्खिनी हिंदी भाषेलाही मोठं योगदान दिलं आहे, हे नामदेव, एकनाथ, तुकोबा, रामदास यांच्याप्रमाणंच जनीजनार्दन यांच्या हिन्दी रचनेवरून आपल्या लक्षात येतं.

❑❑❑

३७. अज्ञानसिद्ध

मी गेल्या शतकाच्या उत्तरार्धाच्या प्रारंभी एक-दोन दशकं जे महत्त्वपूर्ण संशोधन केलं, त्यातून मध्ययुगीन मराठी वाङ्मयाच्या इतिहासामध्ये त्या काळापर्यंत अलक्षित असलेल्या एका महत्त्वाच्या सर्व समावेशक व समन्वयवादी संप्रदायाची भर पडली. या संप्रदायाचं नाव 'नागेशसंप्रदाय.' ज्यांच्यापासून संप्रदायाची निर्मिती झाली, ते नागेश ऊर्फ नागनाथ होते व हा संप्रदाय त्यांनाच परमात्मस्वरूप मानतो. या संप्रदायात ब्राह्मण, लिंगायत (वीरशैव), मुसलमान, धनगर, तेली इ. कितीतरी जातिजमातींचे नि धर्माचे अनुयायी नि संत होते. संतकवी अज्ञानसिद्ध हे त्यांपैकीच एक होत.

हेग्रस हे नागेशांचे अनन्यभक्त होते. ते नागेशांची निष्ठेनं सेवा करीत. नागेशांच्या अनुग्रहामुळंच हेग्रसांच्या मुलीला पुत्रप्राप्ती झाली, अशी एक आख्यायिका आहे. त्या तीन पुत्रांपैकी पहिले अज्ञानसिद्ध हे होत. नागेशकृपेनं बालपणीच त्यांना सिद्धी प्राप्त झाली ('अज्ञान' असतानाच ते भक्ती व तत्त्वचर्चा करू लागले.), म्हणून त्यांना 'अज्ञानसिद्ध' हे नामाभिधान प्राप्त झालं.

अज्ञानसिद्ध हे 'मुंतोजी बामणी' (सूफी संतकवी मुर्तुझा कादरी ऊर्फ मृत्युंजय) यांचे समकालीन होते. अज्ञानसिद्ध हे नागेशसंप्रदायाच्या तत्त्वज्ञानाचे भाष्यकार होते. त्यांनी लिहिलेला 'वरदनागेश' हा ग्रंथ नागेशसंप्रदायात प्रमाणभूत मानला जातो.   'पैलथडी' जाण्यासाठी 'अविद्या' म्हणजे अज्ञानाचा निरास करून, मायापाशातून मुक्त व्हावं, त्यासाठी सर्व विकारांचाही त्याग करावा म्हणजे स्व-स्वरूपाची प्रचीती येते, हे 'वरदनागेश' या भाष्यग्रंथातील मुख्य सूत्र आहे. अज्ञानसिद्ध म्हणतात,

'अता हे सकळीक निरसावें. अविद्या- बंधन तोडावे।

स्वानुभव ज्ञान द्यावे । सुविद्य साधन ।।'

या भाष्यग्रंथात बौद्धमत, चार्वाकमत, न्यायदर्शन इ. चीही काही प्रमाणात दखल घेतली आहे.

अज्ञानसिद्धांनी विपुल लेखन केलं. 'वरदनागेशा' व्यतिरिक्त त्यांच्या काळज्ञान, अकाळज्ञान, तत्त्वबोध, जीव-ब्रह्मा-भेदलक्षण इ. तत्त्वविवरणात्मक रचना आहेत. त्यांपैकी 'काळज्ञान' या रचनेचं संपादन डॉ. संगीता देशमुख यांनी केलं आहे. त्यांनी माझ्या मार्गदर्शनाखाली अज्ञानसिद्धांविषयी संशोधन केलं असून तो ग्रंथ प्रकाशित झाला आहे.

'पृच्छापत्र' ही अज्ञानसिद्ध यांची काहीशी वेगळी रचना आहे. त्यांनी गुरूच्या आज्ञेवरून सूफी संतकवी मुर्तुझा कादरी मुंतोजी बामणी ऊर्फ 'मृत्युंजय' यांच्याशी चर्चा करून 'पृच्छापत्र' हे पंचीकरणविषयक आध्यात्मिक प्रकरण लिहिलं.

याशिवाय अज्ञानसिद्धांची अभंग, पदं इ. विपुल स्फुट रचनाही आहे.

गुरूच्या आज्ञेवरून आपल्या तत्त्वज्ञानाविषयीच्या शंकांचं निरसन करून घेण्यासाठी, ते मुंतोजी बामणी या सूफी संतांकडे जाऊन त्यांचं मार्गदर्शन घेतात, ही बाब तत्कालीन हिंदू-मुसलमान-ऐक्याची द्योतक आहे. त्या संदर्भातील अज्ञानसिद्ध यांच्या 'पृच्छापत्र' या रचनेतील उल्लेख असा आहे-

'इति मृत्युंजयकु अज्ञानसिद्ध नागेश पुछाया हक्क ।।'

'वरदनागेश' यासारख्या आपल्या भाष्यात्मक ग्रंथात अज्ञानसिद्ध जसं तत्त्व-चिंतन करतात, त्याचप्रमाणं त्यांच्या स्फुट रचनेतही करतात -

आकारा पाहावे शिवा ।
तेथे ठाव नाही द्वैतभावा ।।
द्वैत गेले रे कल्पान्ती ।
निर्मुळ जहाली माया-भ्रान्ती।।
भ्रान्ती नेणे शंकरासी ।
जैसा अंध दिनकरासी ।।
तृप्ती जाहली तृप्तीसी ।
सद्गुरू सहज अज्ञानसिद्ध नागेशी ।।

परमेश्वर निर्गुण व निराकार आहे, हा महत्त्वपूर्ण विचार वरील रचनेत अज्ञानसिद्धांनी किती सोप्या भाषेत सांगितला आहे, याची कल्पना यावरून येईल.

त्यांच्या दक्खिनी हिंदीमधील स्फुट रचनेत त्यांचा सर्वधर्मसमभाव व भारतीय दर्शनांबरोबरच सूफींच्या तत्त्वज्ञानाचा अभ्यासही प्रकट होतो. नागेशसांप्रदायिक श्री. वि. शं. मोहोळकर यांनी संपादिलेल्या 'नागेशदर्पणा'तील या रचनेचा प्रारंभ व

शेवट पुढं देत आहे (पृ. १२ ते १४). मूळ रचना प्रदीर्घ असल्यानं असं करावं लागलं.

प्रारंभ -

'अवल अल्ला सहि कलमा कहते। नूर उजाला ।
सहि कलमा कहते ।।
अल्लहु अक्लहु या इलिल्ला ।
ला इला ईल्लिला । महमद रसुलल्ला ।।
अखेर अल्ला सहि कलमा कहतें । म्याने भरपूर सहि कमा कहते ।
सब माहि अल्ला । सहि येक खुदा ।
करो पिर-मुरदी ।निकलेगा परदा।।'

शेवट -

'सुमान नागा, गैबी सुभान । गैबी खेल, गैबी निशान।'
गैबी नागा, पीर भुजंग । गैबी रूप सो सदा अभंग ।।
रहे सदा दिन-रात। एकही समान ।
गैबी नागा का सिब्द्ध। अज्ञान को वरदान ।।

संतामध्ये धर्मभेद नसतो, त्याप्रमाणं भाषाभेदही नसतो, याचं हे किती सुंदर उदाहरण आहे!

संतकवी अज्ञानसिद्ध यांची समाधी कोल्हापूरजवळील नरंदे इथं आहे.

❑❑❑

३८. वेडा नागेश

मध्ययुगीन मराठी साहित्यात नागेशसंप्रदायाचे प्रवर्तक व अवतारस्वरूप 'नागेश' यांच्याप्रमाणे 'वेडा नागेश' (वेडिया नागेश) या संतकवीचाही उल्लेख आढळतो. त्या संप्रदायाच्या अनुयायांमध्येच 'वेडा' किंवा 'वेडिया नागेश' ही एक संतकवी असावा, असाही एक समज रूढ होता. यांच्या 'भावार्थ' ग्रंथासारख्या साहित्यावरून हा संतकवी दत्तसांप्रदायिक असल्याचं सिद्ध होतं. ग्रंथाचा लेखनसमाप्तिकाल शके १६५३ (इस१७३१) असा असल्यानं या संतकवीचा काळ अठराव्या शतकाचा पूर्वार्ध असल्याचं स्पष्ट होतं. तो आपल्या नावाचा उल्लेख 'वेडा नागा' किंवा 'वेडिया नागा' असा करतो. त्याच्या 'भावार्थ ग्रंथा'त हे दोन्ही उल्लेख आढळतात.

(१) वेडा नागा वरदानाचा । ग्रंथ वरदि मागितला ॥

(२) वेडा नागा शरण । लिंबदासाचे गुणलागु॥

(३) मग वेडिया नागेशासि आता केली निबंदासी ॥

(४) वेडिया नाग्याने बोलावे । तुम्हीप्रचीत तरि पाहा हो ॥

गुरुपरंपरा

या संतकवीची गुरुपरंपरा अशी आहे —

अत्रि-दत्त-चांद बोधले-जनार्दनस्वामी-एकनाथ-
नरहरीस्वामी-निबंदासस्वामी-वेडा नागा

तो दत्तसांप्रदायिक असून दत्तोपासक असल्याचेही उल्लेख त्याच्या लेखनात आढळतात.

वेडा नागेश सोलापूरजवळील मार्डी इथं तप करीत होता, ही माहिती त्यांच्या 'भावार्थ ग्रंथा'त असून मोहोळ आणि वडवळ ही गावं तर नागेश संप्रदायाची मुख्य ठाणी आहेत. वेडा नागेश यानं नागेशभक्तिपर

अभंग लिहिले आहेत. त्यांपैकी काही हस्तलिखितांत मी मार्डीला पाहिले होते, पण ते उपलब्ध नाहीत.

वेडा नागा आपल्या 'भावार्थ ग्रंथा'च्या लेखनाचं श्रेय आपले गुरू निबंदास यांना देतो. या ग्रंथ अध्यायात त्यानं केलेला उल्लेख असा आहे -

दुजेविण येकपण । सखा माझा जनार्दन ।
येकनाथि कृपा करून । नरहरिस बोधिले ।
तेचि कृपा निबंदासाला । दिघली वेड्या नाग्याला ।
त्याचे वरदे ग्रंथाला । 'भावार्थ' शब्दा बोलिलो ।।

त्यानं आपल्या या ग्रंथाच्या चार अध्यायांच्या प्रारंभी श्रीदत्तस्तवन केलं असून श्रीदत्ताला हा ग्रंथ अर्पण केला आहे. तो दत्तजयंतीचा उल्लेख करतो–

दत्तजयंतीचा मोह छायि ।
प्रत्यक्ष दत्तात्रयाचि नवलायि ।
भक्ताचे तरणोपायी ।
माझे मुखे बरळले ।

वेडा नागा याचं वैशिष्ट्य असं, की तो अन्य धर्मांविषयी व धर्मसंप्रदायांविषयीही आस्थेनं व श्रद्धेनं बोलतो.

कवीनं आपली कुलपरंपरा सांगताना आपल्या वडिलांच्या योगसाधनेचा निर्देश केला आहे तर आपल्या आजाचा निर्देश 'आजाही होता विठ्ठलाचा' असा करून आपल्या घराण्यात विठ्ठलभक्तीची परंपरा असल्याचंही सूचित केलं आहे आणि भागवत हे वारकरी संप्रदायाला आदरणीय वाटणारे पूज्य ग्रंथही कवीने जागोजाग उल्लेखिले, त्याचप्रमाणं ज्ञानेश्वरी व नाथभागवताचाही आपल्याला पूज्य वाटणाऱ्या ग्रंथांचा निर्देश केला. कारण भवसागर तारण्यास ते साहाय्यभूत ठरतात. दत्त संप्रदायातील अवधूत आपल्याला ज्ञात आहे. नागाने दोन महिने माडीत (मार्डीत) तप केल्यावर त्याला जे दर्शन दिलं ते, 'प्रत्यक्ष रूप धरूनि अवधूत: ज्ञानेश्वररूपे प्रगटला' असे होते.

वारकरी संप्रदायातील कीर्तनमाहात्म्य, एकादशी भजन, नाममहिमा इ. चाही या ग्रंथात अनेक ठिकाणी उल्लेख आढळतो. वारीचाही उल्लेख केला आहे. 'पंढरीचि यात्रा करावि: आषाढि कार्तिकि धरावी' असेही उल्लेख आहेत.

पण यावरून कविमनाचा वारकरी संप्रदायाकडे ओढा आहे असं म्हणावं तर नाथसंप्रदायाच्या खुणाही त्याच्या लेखनात आढळतात. पूज्य ग्रंथामध्ये ज्ञानेश्वरी व नाथभागवताप्रमाणं त्यानं मुकुंदराजांच्या 'विवेकसिंधू'चाही उल्लेख केला आहे.

गीतार्थ हे ज्ञानेश्वरी । याचा अर्थही न करि ।

जरि करिसील पाठांतरि । तरि ग्रंथमिसे साधु आले ।।
भागवत एकनाथाचे । ते अगत्य श्रवणाचे ।
ते ऐकता दरशन एकोबाचे । यासि संशय नसे हो ।।
विवेकसिंधु मुकुंदराजाचा । तोही ग्रंथ अगत्य पाहावयाचा ।
त्याचा अर्थ जो करावयाचा । तो मुकुंदराज म्हणावे ।।

योगसाधनेबद्दल कवीच्या या ग्रंथात कितीतरी ठिकाणी महत्त्वाचे उल्लेख सापडतात व हा साधनेचा गोरक्ष मच्छिंद्र व गदिंनी यांचाही मार्ग आहे हे कवीने अनेकदा स्पष्ट केले आहे.

ते समाधी नाथाचि । गोरक्ष मच्छिंद्र गैनीचि
हातवटि लावावयाचि । तोहि योग पाहावा

योगविषयक पारिभाषिक संज्ञाही कवीने अनेक ठिकाणी योजिल्या आहेत. 'योगाभ्यास' ही संज्ञा पहिल्या अध्यायात ती प्रक्रिया वर्णिली आहे.

सकार रूपे चढता वायो। तो ध्यान घरायाचा समयो ।
हकार रूपे उतरतो वायो । त्यावरी ध्यान बैसवावे ।
उतरतियाणे चढवावे । चढते वायोने उतरावे ।
दोघानि लयस्त व्हावे । गुरुष्म्यानी सुषुम्ना ।।
इडा, पिंगला दोन्ही वाहाती । सुषुम्ना मध्यभागि असति ।
त्याजवरि आसन घालिति । माझे गुरुरावो

'ध्यान', 'धारणा', 'आसन', 'प्राणायाम' यांच्याबरोबर व पुढं 'उन्मनि' अवस्थेचा उल्लेख, 'हठयोग', 'समाधी' तसंच 'मुद्रा' इ. निर्देश योगविषयक अभ्यासाच्याच त्या द्योतक नाहीत काय? पण स्वत: नम्रता धारण करून म्हणता,

'करणे अवघे निंबदासाचे : बोलणेच मात्र नाग्याचे'

दत्त, वारकरी नाथ संप्रदायाप्रमाणं कवीला रामदासी संप्रदायाबद्दलही आदर वाटतो. आपल्या 'भावार्थ' ग्रंथात त्यानं 'दासबोध रामदासाचा' हाही उल्लेख केला आहे. चांद बोधले आणि सूफी संप्रदाय यांनी स्पष्ट केलाच आहे. जनार्दनस्वामीं गुरू म्हणून कवीने चांदबाबांचाही उल्लेख केला आहे. अनेक पंथीय संतांबद्दलचा हा आदरभाव पाहून या संतकवीचा सर्व धर्मांबद्दलचा व सर्व पंथांबद्दलचा समभाव प्रत्ययास आल्याविना राहत नाही. सर्व धर्म व सर्व पंथ तसेच सर्व साधनामार्ग एकाच उद्दिष्ट आहे. ह एकच दृढ भाव यामागं आहे, हे सूर्यप्रकाशाइतकं स्वच्छ आहे. तेव्हा या कवीवर कोणत्या संप्रदायाची मुद्रा उमटावयाची? माहूरबद्दल तो जितक्या आदरानं बोलतो तितक्याच आदरनं बोलत नाही काय! एका ठिकाणी तर तो स्पष्टच म्हणतो -

वासुदेव नरहरि । विठोबासी विनवितो ।
श्रेष्ठ नाम रामाचे । तैसेचि दुसरा माधवाचे
तिसऱ्याही माहादेवाचे । उपासक गणेशाचे ।।
विष्णुदासाला जात नसते

हा तुकोबांचा विचारप्रवाह या संतकवीच्या कवितेतूनही उमटला आहे. आध्यात्मिक क्षेत्रात विषमता मानली नाही. याचे हे एक लक्षणीय उदाहरण आहे. यासाठी केवळ एकच उल्लेख याती'च्या संतश्रेष्ठांबद्दल आदरभाव व्यक्त करताना कवी म्हणतो,

मागे संत अन यातिचे । चोखामेळियाचे जातिचे ।
कबीर येवढिया नावाचे । त्याचि जाति येवन
सेन्या न्हावी लोकात । देवाचे त्याजपासि चित्त ।।

पाखांडखंडन

समाजप्रबोधन व पाखांडखंडन त्याच्या लेखनात विशेषकरून दिसून येतं. याचा केवळ पुढील एकच उल्लेख करतो, त्यावरून नागाच्या फटळ वाणीचा प्रत्यय येईल.

वाद्य दृष्टिचे छळक पुरुष । त्यानि भुररे घालावे लोकास ।
ऐसा भोंदू पुरुषास । ओळखून तजावें ।।
जे दाटूनि उपदेशाचे । महंतपण मिरवावे ।
हळहळ करीत बसावे । लोका दाखवावे स्वसुख ।।
कथा दाटुनि करविती । सवेचि दक्षणे मागो येतिः
न्यून भीक्षा देखोनि म्हणति । व्यर्थ केला आम्ही श्रम ।।
द्रव्य- दारा जया सुटेना । सहज लोकिकि किविलवाणा
लक्षाचा धणि का असेना । न सुटे त्यास तळमळा ।।
तूप साकार पक्वान्नासि । जिव्हा मागे ज्या साधकासि।
कदान्ना जो कुसुमुसि । तो साध।।

समारोप

'भावार्थ- ग्रंथा'तून कवीनं अशा प्रकारे परमार्थसाधन कसं करावं याचा जणू भावार्थच सांगितला आहे. कवीची ही 'भावार्थदीपिका'च आहे. सद्‌गुरु महिमा, संतसमागम, सुगम भक्ती या मार्गानं जाना जीवाचं कसं सार्थक करून घ्यावं, याचा वस्तुपाठ कवीनं या ग्रंथात दिला आहे.

❑❑❑

३९. तुकाराम

नुकतंच संत तुकारामांच्या जन्मचतु:शताब्दीचं वर्ष साजरं झालं आहे. शिवकालीन वारकरी संतांमध्ये संत तुकाराम यांचं अत्यंत लक्षणीय स्थान आहे. 'तुकोबा' या नावानंही ते सर्वपरिचित आहेत. संत बहिणाबाईंनी आपल्या वारकरीपरंपरेविषयीच्या अभंगात 'तुका झालासे कळस' या शब्दांत गौरवून त्यांना महाराष्ट्रातील संतसाहित्याच्या मंदिराच्या कळसाचं स्थान दिलं आहे.

तुकोबांच्या घराण्यात वारकरीसंप्रदायाची भक्तिपरंपरा होती. प्रारंभी तुकोबा आपला व्यवसाय चांगल्या प्रकारे सांभाळून आपला प्रपंच करीत होते. पुढं त्यांच्यावर नि त्यांच्या कुटुंबीयांवर मोठे आघात झाले. त्यांचे ज्येष्ठ बंधू सावजी घरादाराचा त्याग करून निघून गेले व त्यांच्या कुटुंबाची जबाबदारी तुकोबांवरच पडली. दुष्काळात त्यांच्या पहिल्या पत्नीचं निधन झालं. व्यापारातही तोटा येऊ लागला. तुकोबा अंतर्मुख होऊन उदासीन झाले. प्रपंचात त्यांचं मन रमेनासं झालं. ते विठ्ठलभक्तीतच अधिक रमू लागले. जवळच्या भामनाथाच्या डोंगरावर वृक्षवल्लींच्या सानिध्यात, एकांतात, ते साधना करू लागले व त्याचबरोबर अभंगरचनाही करू लागले.

त्यांच्या साधनेच्या त्रिविध अवस्था आधुनिक संत डॉ. रा. द. रानडे यांनी वर्णिल्या आहेत. त्या अशा आहेत.

(१) तुकोबांना पहिल्या अवस्थेत त्यांच्या प्रपंचविन्मुखतेचा प्रत्यय येतो. त्यांना लागलेली परमेश्वराची अनिवार ओढ त्यातून व्यक्त होते.

(२) दुसऱ्या अवस्थेला डॉ. रानडे यांनी 'आत्म्याची काळोखी रात्र' (Dark nigt of the soul) म्हटलं आहे. आपण प्रपंचाचा त्याग करून भक्ती केली तरीही परमेश्वराचं दर्शन का होत नाही? आपण ऐलतिरीही

राहिलो नाही नि पैलतिरीही राहिलो नाही, आपलं आयुष्य सार्थकी लागलं नाही, अशा विचारांनी त्यांच्या जिवाची उलघाल होते. (३) या सत्त्वपरीक्षेतून पार पडल्यावर त्यांना साक्षात्कार होतो. या तिन्ही अवस्था तुकोबांच्या अभंगांतून अत्यंत प्रकर्षानं प्रकट झाल्या आहेत. आपण कवी नाही, या अभंगनिर्मितीच्या निमित्तानं 'मज विश्वंभर बोलवितो' असं म्हणून ते आपल्या साऱ्या लेखनाचं श्रेय परमेश्वरालाच देतात.

तुकोबांची अभंगरचना हे महाराष्ट्राचं नि मराठी भाषेचं भूषण आहे. तुकोबांनी आपल्या कीर्तनांद्वारे वारकरीसंप्रदायाच्या भक्तिमार्गाचा प्रसार फार मोठ्या प्रमाणावर केला आणि त्याचा मराठी जनमानसावर अमिट असा ठसा उमटला. वारकरीसंप्रदायाच्या 'प्रस्थानत्रयी'त तुकोबांच्या अभंगगाथेला अत्यंत मानाचं स्थान आहे. खरं तर ते अनन्यसाधारण आहे.

तुकोबांनी आपल्या अभंगांतून व कीर्तनांतून जनसामान्यांना मौलिक उपदेश केला आहे. त्यातून भक्तीची आर्तता प्रकट होते. त्याचप्रमाणं जे भक्ती केल्याचा केवळ आव आणतात आणि धर्माचा बाजार मांडतात, अशा ढोंगी व पाखंडी लोकांवर तुकोबा कठोर प्रहार करतात. यासाठीच तुकयाची अभंगवाणी ही कुसुमाहूनि मृदू आहे तशीच वज्रापेक्षा प्रखर आहे, असं वर्णन संतसाहित्य, समीक्षक करतात. तुकोबा जीवनाचं अत्यंत सूक्ष्म निरीक्षण करून त्यातील दोषस्थलांवर टीका करतात.

ते लोकमानसाला भक्तिप्रवण व अध्यात्मप्रवण करतात. उदात्त जीवनादर्शांचं विवरण करून समाजाला पावित्र्याची-आत्मकल्याणाची-मांगल्याची-शुचित्वाची वाट दाखवितात. हे लक्षात घेता, साक्षात्कारानंतरचे 'आता उरलो उपकारापुरता' हे त्यांचे उद्गार सार्थ वाटतात. एका द्रष्ट्या संतकवीचं, समाजचिंतकाचं व समाजप्रबोधनकाराचं दर्शन 'तुकयाच्या अभंगवाणी'त घडतं ते असं.

तुकोबांच्या आत्मचरित्रपर अभंगांतून त्यांच्या व्यक्तित्वाचं विभूतिमत्त्वावर रूपांतर कसं होत गेलं, याचा आलेख रेखाटला आहे. त्यांच्या 'विराण्या' नि भारुडं यांचंही मध्ययुगीन संतसाहित्यात लक्षणीय, आगळंवेगळं स्थान आहे.

एकनाथांप्रमाणं तुकोबांनी दक्खिनी हिंदीत पदरचना केली आहे, तिच्यात त्यांच्या अभंगवाणीचं प्रतिबिंब उमटलं आहे. 'रामभजन सब सार मिठाई' किंवा 'मेरे रामको नाम जो लेवे बारोबार । त्याके पाऊ मेरे तन की पैजार ।।' यासारख्या त्यांच्या हिंदी पदांचा इथं निर्देश करायला हवा.

□□□

४०. रामदास

रामदासस्वामी हे तुकोबांप्रमाणंच शिवकालातील एक प्रमुख संतकवी होते. 'समर्थ' या नावानंही त्यांचा आदरपूर्वक उल्लेख केला जातो. मराठवाड्याच्या जालना जिल्ह्यातील 'जांब' हे गाव ही त्यांची जन्मभूमी. हे गाव आता 'जांब समर्थ' या नावानं ओळखलं जातं. सातारा, परळी, सज्जनगड, चाफळ या परिसरात समर्थांचं वास्तव्य विशेषकरून होतं. समर्थांनी भारतभ्रमण केलं होतं. त्याचा त्यांच्या लेखनावर व कार्यावर फार प्रभाव पडला आहे. भारतातील यवनराजवटीमुळं स्वधर्म, स्वदेश व स्वभाषा यांचं रक्षण करणं अत्यावश्यक व अनिवार्य असल्याची तीव्र जाणीव समर्थांना झाली. त्यामुळं त्यांनी 'महाराष्ट्रधर्मा'ची अस्मिता मराठी माणसाच्या मनात निर्माण केली. शिवरायांच्या स्वराज्यस्थापनेच्या कार्यास अनुकूल अशी लोकजागृतीही त्यांनी आपल्या काव्याच्या व कार्याच्या माध्यमातून केली. समर्थांचं लेखन व त्यांचं कार्य हे शिवरायांच्या कार्याशी समांतरच नव्हे तर संलग्नही होतं. त्यासाठी त्यांनी 'समर्थसंप्रदाय' ही संघटनाच उभारली व महाराष्ट्रातील प्रत्येक गाव तिचा घटक आहे, असं मानून प्रत्येक गावास एक महंत असावा व त्याच्यावर धर्म, जागरणाची जबाबदारी असावी, अशी योजना केली. त्यामुळं उभ्या महाराष्ट्राच्या खेडोपाड्यांत समर्थसंप्रदायाचा प्रसार झाला.

समर्थांचं तत्त्वज्ञान निवृत्तिपर असलं तरी त्यांनी 'नेटक्या प्रपंचा'सही तितकंच महत्त्वाचं स्थान दिलं. या संदर्भातील त्यांची 'आधी प्रपंच करावा नेटका' ही उक्ती प्रसिद्धच आहे. आपण प्रपंच कसा करावा, याविषयी 'दासबोधा'त अत्यंत तपशीलवार विवेचन केलं आहे. आपला दिनक्रम कसा असावा याविषयी व अन्य प्रापंचिक गोष्टींविषयी; आपण कसं लिहावं

व अक्षर कसं वळणदार असावं, इतक्या साध्यासुध्या पण महत्त्वाच्या गोष्टीविषयीही; त्यांनी जे बारकाव्याचं विवेचन केलं आहे, त्या सर्व गोष्टींतून त्यांचं 'प्रपंच-विज्ञान' प्रकट झालं आहे. समर्थांनी प्रपंच व परमार्थ यांचा समन्वय साधला, असं म्हटलं जातं ते यासाठीच.

पारतंत्र्यात खितपत पडलेल्या महाराष्ट्राला त्यांनी 'आनंदवनभुवना'चं केवळ स्वप्नच दाखविलं नाही, तर ते प्रत्यक्षात कसं उतरवावं याची- म्हणजेच स्वत:च्या अस्मितेचा स्फुल्लिंग मराठी माणसाच्या मनात चेतविला. दैववादाऐवजी आपण प्रयत्नवादाची कास धरली पाहिजे असा चैतन्यमय विचार त्यांनी आपल्या लेखनात मांडला आहे. त्यांनी 'यत्न तो देव जाणावा' असं म्हणून स्वधर्म, स्वराज्य व स्वभाषा यांचं रक्षण करण्याची प्रेरणा जनमानसाला दिली. 'वन्ही तो चेतवावा। चेतविताचि चेततो ।।' यासारख्या त्यांच्या वचनांतून याचा प्रत्यय आल्याविना राहत नाही. अशा प्रकारे समर्थांनी मराठी माणसाला आपलं भविष्य उज्ज्वल करण्याची ऊर्जा दिली.

त्यांचा 'जुना दासबोध' म्हणजे 'एकवीस समासी' दासबोध होय. त्यांचा 'दासबोध' हा एका अर्थानं 'नवा दासबोध' असून तो 'वीस दशकी दोनशे समासी' आहे. 'जुना दासबोध' हा पूर्णत: निवृत्तिपर असून त्यात 'प्रपंच- धडका पेटला' यासारखी संसाराविषयी विरक्ती निर्माण करणारी समर्थवचनं आहेत. 'जुन्या दासबोधा'च्या लेखनानंतर समर्थांनी देशाटन/देशभ्रमण केलं. तत्कालीन पारतंत्र्याची परिस्थिती अगदी जवळून पाहिल्यावर समर्थांच्या विचारसरणीला वेगळं वळण मिळालं. त्यातूनच समर्थांच्या प्रपंचविज्ञानाचा नि प्रवृत्ति-निवृत्ती-समन्वयवादी विचारसरणीचा उद्गम झाला असावा. प्रपंचाची कर्तव्यं पार पाडून मुक्तीसाठी परमार्थसाधनाही करावी, तेच आपल्या मानव-जीवनाचं अंतिम उद्दिष्ट आहे, हे समर्थांच्या विचारप्रणालीतील परिवर्तन सयुक्तिक व कालसापेक्ष आहे. त्याचप्रमाणं 'मरणाचे स्मरण असावे', असं सांगून समर्थांनी या जीविताचं अंतिम ध्येय 'मुक्ती' आहे, असा कालसापेक्ष व कालातीत विचारही मांडला आहे. संतसाहित्यातील काही मूल्यं 'अशाश्वत कालसापेक्ष' असतात पण त्यांतील अन्य बहुसंख्य मूल्यं शाश्वत कालातीत असतात, असं मला वाटतं, ते यासाठीच. समर्थांचा सगुण 'राम' हा त्यांचा निर्गुण 'आत्माराम'च आहे व त्याविषयीचं विवरण त्यांनी आपल्या साहित्यात अनेक ठिकाणी केलं आहे.

'जुना दासबोध' आणि 'दासबोध' या तत्त्वचिंतनात्मक ग्रंथांप्रमाणंच समर्थांनी रामायणातील 'सुंदरकांड' व युद्धकांड ही आख्यानसदृश रचनाही केली आहे. त्याचप्रमाणं त्यांची पदं प्रसिद्ध आहेत. त्यांची 'डफगाणी' महाराष्ट्रातल्या गडागडांवर म्हटली जात असल्याचे निर्देश आढळतात.

मराठीप्रमाणं दक्खिनी हिंदीतही त्यांनी विपुल पदरचना केली असून तिच्यासंबंधीचं विवेचन मी कॉन्टिनेंटल प्रकाशन, पुणे यांनी प्रसिद्ध केलेल्या समर्थविषयक 'समर्थदर्शन' या ग्रंथात केलं आहे. समर्थांची दक्खिनी हिंदीतील 'मुसलमानी अष्टके' डॉ. इंदू लिमये यांनी संपादून प्रसिद्ध केली आहेत.

परभणीचे सूफी संत शेख तुराब (तुरुतवली) यांनी उर्दू भाषेत समर्थांच्या 'मनाच्या श्लोकां'चा अनुवाद केला आहे. त्या ग्रंथाचं नाव आहे. 'मनसमझावन'.

महाराष्ट्राच्या संतमंडळात समर्थांचं स्थान लक्षणीय आहे.

❑❑❑

४१. रंगनाथस्वामी निगडीकर

'नाथपंचक' म्हणजे संत एकनाथ आणि त्यांच्याबरोबरचे अन्य चार समकालीन समविचारी संत. त्यात दासोपंत, जनीजनार्दनादि संतांचा समावेश होतो. त्याचप्रमाणे समर्थ रामदास आणि त्यांचे समकालीन व समविचारी अन्य चार संत यांचा दासपंचायतनांत समावेश होतो. दासपंचायतानात समर्थ रामदास, केशवस्वामी भागानगरकर, आनंदमूर्ती ब्रह्मनाळकर, जयरामस्वामी वडगांवकर आणि रंगनाथस्वामी निगडीकर यांचा समावेश होतो. ते श्रीधरस्वामींच्या घराण्यातलेच होते.

हे घराणं मूळचं बीड जिल्ह्यातील. त्यांचे वडील बोपजीपंत ते पुढं पंढरपूर आणि त्यानंतर सोलापूर जिल्ह्यातील नाझरे या गावी गेले. रंगनाथस्वामींचा जन्म नाझरे या गावीच झाला. १५३४ (इ. स. १६१२) आहे. त्यांनी लहानपणीच वेदांचं अध्ययन केलं. त्यांनी आपल्या वडिलांबरोबर (बोपजीपंतांबरोबर) तीर्थयात्रा केली. कृष्णा-कोयनेच्या संगमावर (कराडला) आल्यावर त्यांच्या वडिलांनी जलसमाधी घेतली. त्या नंतरही रंगनाथस्वामींनी तीर्थयात्रा सुरूच ठेवली व कोरेगावजवळ निगडीकर या गावी आल्यावर तिथंच मठ बांधून ते राहिले.

वेदशास्त्रपारंगत असल्यानं त्यांनी कीर्तन प्रवचनांना प्रारंभ केला व त्यांची कीर्तनं व प्रवचनं अत्यंत लोकप्रिय होऊ लागली. कीर्तनकार व प्रवचनकार म्हणून त्यांचा लौकिक वाढू लागला.

श्रीधरस्वामी व रंगनाथस्वामी एकाच घराण्यातील असूनही दोघांचं कुलदैवत मात्र वेगवेगळं होतं.

श्रीधरस्वामींचं दैवत पांडुरंग तर रंगनाथस्वामींचं दत्त. दोघांचे संप्रदायही वेगवेगळे होते. रंगनाथस्वामी आनंद संप्रदायाचे होते.

रंगनाथ स्वामीवर समर्थ रामदासांचा नि त्यांच्या विचारसरणीचा मोठा प्रभाव होता. समर्थांप्रमाणं त्यांनी महाराष्ट्रधर्माचा व राष्ट्रभक्तीचा विचार आपल्या कीर्तनांतून प्रसृत केला व त्याला तत्कालीन समाजाचा मोठा प्रतिसाद मिळाला.

रंगनाथस्वामींनी विपुल लेखन केलं. सुदामचरित्र, गजेन्द्रमोक्ष, शुक-रंभा-संवाद, रामजन्म इ. आख्यानपर रचनेचा त्यात उल्लेख करता येईल.

त्यांचा संस्कृत भाषेचा व दार्शनिक ग्रंथांचा व्यासंग फार मोठा होता. त्याची प्रचीती त्यांच्या बृहद्वाक्यवृत्ती, पंचीकरण मिथ्या मायास्वरूप इ. ग्रंथांतून येते.

शांककरमताचाही त्यांच्या तत्त्वचिंतनावर मोठा प्रभाव होता. त्यांच्या 'भोगवासिष्ठ्यांवरील भाष्यग्रंथातील एक उतारा पुढं उद्धृत करीत आहे. त्यावरून त्यांच्या तत्त्वचिंतनाची दिशा कळेल व रसाळ विवेचनशैलीचीही कल्पना येईल -

'सहज निजरंगाचा । ग्रंथ बोलेन रसाळ वाचा ।
जो संवाद श्रीवासिष्ठाचा । परब्रह्मेसी।
सहज पूर्ण निजरंगास । सर्वाविषयी होय उदास ।
तेचि वैराग्य सावकाश । विषयलेश लाभिला पिजे ।
सहजी सहज पूर्णानंदू । सर्वभावें सेवोनि एकांतु ।
निजानंदे रंगुनि स्वार्थू । निरलसपणे जोडला ।।
सद्गुरूचा म्हणे रंगनाथू । सर्वभावें सेवुनि एकांतू ।
मनोनाश करावा हा कलितार्थू । साधावा स्वार्थ आलस्य-त्यागें ।।'

रंगनाथस्वामी निगडीकर यांचा शिष्यपरिवार फार मोठा आहे.

त्यांनी शके १६०६ (इ. स. १६८४) मध्ये निगडीला समाधी घेतली.

❑❑❑

४२. संताजी जगनाडे

मराठी संतांच्या परंपरेत काही गुरु-शिष्यांची नावं अशी आहेत, की गुरूचं नाव उच्चारल्याबरोबर, त्यांच्या आवडत्या शिष्याचं नावही आठवतं. ज्ञानदेव आणि 'ज्ञानेश्वरी'चे प्रतलेखक सच्चिदानंदबाबा, जनार्दनस्वामी आणि त्यांचे शिष्य एकनाथ, चाँद बोधले आणि त्यांचे शिष्य जनार्दनस्वामी किंवा शेख महंमद, रामदासस्वामी आणि कल्याणस्वामी त्याचप्रमाणं तुकाराममहाराज आणि त्यांचे शिष्य व त्यांच्या चौदा टाळकऱ्यांपैकी पहिले संताजी जगनाडे - हे मराठी संतपरंपरेतील प्रख्यात गुरू- शिष्य आहेत. ते तेली समाजातील होते, हा उल्लेख हेतुत: करीत आहे. त्यामुळं वारकरी संप्रदाय जातिजातींत वा धर्माधर्मांत उच्चनीच हा भेद मानीत नव्हता, हे सहज लक्षात येईल. ज्यांनी तुकोबांना आपले गुरू मानलं, त्या संत बहिणाबाई ब्राह्मण होत्या.

संताजी जगनाडे या नावातच 'संतत्व' आहे. त्यांना 'संतू तेली'ही म्हणत. तुकोबांच्या घराण्यात जशी विठ्ठलभक्तीची परंपरा होती, त्याचप्रमाणं त्यांच्याही घराण्यात होती. संताजींचे-जन्मगाव पुणे जिल्ह्याच्या खेड (राजगुरूनगर) तालुक्यातील चाकण हे होय. त्यांचे वडील विठोबा आणि आई मथाबाई माळकरी होते. आपला व्यवसाय सांभाळून विठोबा भजनकीर्तनात रममाण होत. अशा प्रकारे संताजींवर, त्येंच्या बालपणीच, भगवद्‌भक्तीचे संस्कार झाले.

त्या काळातल्या प्रथेनुसार लहानपणीच वयाच्या बाराव्या वर्षीच संताजींचं लग्न झालं. खेडच्या कहाणेघराण्यातील सात वर्षांची यमुना ही त्यांची पत्नी. संताजी विठोबांचे एकुलते एक चिरंजीव असल्यानं वडिलांच्या व्यवसायाची जबाबदारीही त्यांच्याकडे येत होती व ती ते पार पाडीतही

होते.

–पण असं असूनही संसारात त्यांचं मन रमलं नाही. ईश्वरभक्तीतच ते अधिक रमे. आई-वडिलांबरोबर ते तुकोबांचं कीर्तन ऐकायला गेले व त्यात इतके रमले, की कीर्तन संपलं तरी बराच वेळ ते तिथेच बसून राहिले! विठोबांनी त्यांना याचं भान दिलं, तेव्हा त्यांनी तुकोबांचे पाय धरले व सेवा-भक्ती करण्याची अनुज्ञा देण्याची विनवणी केली. त्यांची अनन्य श्रद्धा पाहून तुकोबांनीही आपला शिष्य म्हणून त्यांचा स्वीकार केला.

त्या काळापासून ते तुकोबांच्या सत्संगात रमले. असं म्हणतात, की ते तुकोबांसमवेत गावाजवळच्या भंडाऱ्याच्या डोंगरावरही जात असत. सत्संग, तत्त्वचिंतन आणि भक्ती या तिहींचा योग्य तोच परिणाम झाला. ते तुकोबांच्या चौदा टाळकऱ्यांपैकी पहिले आवडते टाळकरी झाले. ते तुकोबांचे अभंग मुखपाठ करू लागले व लिहूनही काढू लागले. तुकोबांचे वंशज गोपाळबाबा यांनी या प्रसंगाची नोंद या शब्दांत केली आहे -

संताजी तेली बहु प्रेमळ ।
अभंग लिहीत बसे जवळ ।।
धन्य त्याचे भाग्य सबळ ।
संग सर्व काळ तुकयाचा ।।

या घटनेचं आणखी एक ऐतिहासिक महत्त्व आहे. तुकोबांच्या अभंगगाथेत काही अभंग प्रक्षिप्त आहेत. ते कोणकोणते असावेत, याचा उलगडा संताजी जनगाडे यांच्या या वह्यांवरून होतो. परचक्र आक्रमणाच्या वेळी तुकोबांच्या अभंगांच्या वह्या, पोटाला बांधून, ते आपल्या सुदंबरे गावी गेले व त्यांनी तिथं हा मऱ्हाटी संस्कृतीचा वारसा काळजीपूर्वक जतन करून ठेवला. त्यामुळं तुकोबांचे मूळ अभंग कोणते व प्रक्षिप्त कोणते, यांचा उलगडा होतो.

संताजींनी स्वत:देखील अभंगरचना केली. ती विदर्भातील एका सांप्रदायिकानं माझ्या विस्तृत प्रस्तावनेसह काही वर्षांपूर्वी ग्रंथरूपानं प्रकाशित केली होती.

निधनसमयी संताजी ७६ वर्षांचे होते. तुकोबा आणि संताजी म्हणजे अनन्य गुरू आणि अनन्य शिष्य यांचं लक्षणीय उदाहरणच नाही का?

❑❑❑

४३. देवनाथ

देवनाथ आणि दयाळनाथ हे विदर्भातील लोकप्रिय संत आहेत. दयाळनाथ हे देवनाथांचे शिष्य होते. 'नाथ' हा शब्द दोन्ही संतांच्या नावात असल्यानं ते नाथसंप्रदायाचे अनुयायी आहेत, असं वाटणं स्वाभाविक आहे तथापि त्यांच्या चरित्राविषयी जी माहिती उपलब्ध होते ती पाहता, त्याचप्रमाणं त्यांची रचना पाहता तसं जाणवत नाही.

देवनाथांनी मराठी आणि दक्खिन हिंदी या भाषांत लेखन केलं आहे. अंजनगाव सुर्जी हे देवनाथांचं विदर्भातील गाव. त्यांचा जन्म इ. स. १७५४ मध्ये झाला असावा. त्यांच्याकडे गावाचं 'देशपांडेपण' होतं. बालपणापासून त्यांना बलोपासनेची आवड होती, त्यामुळं त्यांनी गावात एक तालीमही स्थापन केली. बालपणी काहीसे हूड असलेले देवनाथ हे पुढच्या काळात भक्तिमार्गाला लागले. ते मारुतीची उपासना करीत. गुरूचा उपदेश घेतल्यानंतर ते गावोगावी कीर्तनं करीत हिंडू लागले व त्यांच्या कीर्तनाचा जनमानसावर चांगलाच प्रभाव पडू लागला. त्यांनी गोविंदनाथांचा अनुग्रह घेतला होता.

देवनाथ हे शीघ्रकवी होते, असं म्हणतात. त्यामुळं त्यांची बहुतेक कविता प्रासंगिक स्वरूपाची आहे. त्यांनी केलेलं पहिलं पद हनुमानस्तुतिपर असून ते दक्खिनी हिंदीत आहे. हे पद असं आहे -

सुन मेहरबान, हनुमान धनी है आला ।
तन पाक किया, है पाक कमल उजियाला ।।
अब दिया नाथ के हाथ, पिलाया प्याला ।
दस्तान चढा मस्तान, हुवा मतवाला ।।
गैबत का बाजे तास, घनन घडियाला ।

गुरू, ग्यान समझकर, बुझे लाखमों बिरला ।
कहे देवनाथ, सुन बात, खुदा नहीं दूजा ।।

महाराष्ट्रातील सूफी संतांची दक्खिनी रचनाही याच स्वरूपाची आहे.

देवनाथांची कीर्तनं पुण्यातही झाली. सवाई माधवराव पेशवे यांच्या मातु:श्री गंगाबाई यांच्या कीर्तनानं प्रभावित झाल्या व त्यांनी देवनाथांचा अनुग्रह घेतला, मराठवाड्यातील जालन्यासही देवनाथ काही काळ होते. जालन्याजवळच विदर्भातील देऊळगाव (राजा) हे गाव आहे. तिथंही देवनाथांचा एक मठ आहे.

देवनाथांनी 'श्रीकृष्णाख्यान व 'श्रावणाख्यान' ही दोन आख्यानकाव्यं लिहिली तथापि त्यांची पदरचना विपुल आहे. त्यांच्या एका प्रदीर्घ पदाच्या शेवटच्या कडव्यात त्यांनी आपली गुरुपरंपरा व साधना यांविषयी असा उल्लेख केला आहे-

'श्रीगुरुगोविंदनाथ निरंजन । पादरेणु जेव्हा वरिला ।
जिकडे पाहे तिकडे अवघा । चराचरी चिद्घन भरला ।
देवनाथ म्हणणेंचि आटले, लवण जलीं जैसा विरला ।।
विरला, पुरला, भरोनि उरला । तो सुमने गिळला गटकन'।
देही विदेही स्थिती बाणली । जन्म-मरण चुकले खटकन् ।।

देवनाथांनी सुलभ भक्तिमार्गाचा पुरस्कार केला.

त्यांची पुढील रचनाही लोकप्रिय आहे. त्यातील गेयता व प्रासादिकता लक्षणीय आहे -

पार्था, ते तरले, ते तरले ।
जे नामीं अनुसरले ।।धृ।।
वैराग्ये गरगरले ।
जे चित्सुखात की तरतरले ।।
शान्तिसुखें आभरलें ।
जैसें लवण जळीं कीं विरले ।
देवनाथिं मन मुरलें ।
स्वरूप ब्रह्म दिठीं जग भरले ।।

❑❑❑

४४. सोहिरोबानाथ अम्बिये

मराठी संतांची परंपरा केवळ महाराष्ट्रतच नव्हती तर ती गोव्यातही होती. या परंपरेचा फारसा सूक्ष्म व बहुआयामी विचार मराठी संशोधकांनी केल्याचं मला जाणवलं नाही. ती शोधल्यास व तिचं विवेचन केल्यास मध्ययुगीन मराठी संतसाहित्यात लक्षणीय भर पडेल, असा मला विश्वास वाटतो.

नाही म्हणायला गोव्यातील मराठी संतांचा विचार होऊ लागला, की संत सोहिरोबानाथ अम्बिये हे नाव हमखास पुढं येतं आणि तसं ते येणं अपरिहार्यही आहे. काही वर्षांपूर्वी गोवा विद्यापीठात 'सोहिरोबानाथ व त्यांचं साहित्य' या विषयावर संशोधन झालं असून या संशोधनक्षेत्राची नांदी या प्रकल्पानं झाली, असं म्हणायला हरकत नाही; पण यापूर्वी मराठी भक्तिसाहित्याच्या अभ्यासकांना सोहिरोबा नि त्यांची अभंगवाणी ज्ञात नव्हती, असं नाही.

सोहिरोबांचं चरित्र सांगताना बऱ्याच आख्यायिका किंवा दंतकथा सांगितल्या जातात. अशा दंतकथा/आख्यायिका म्हणजेच संतकथा आहेत, असं काही जणांना वाटतं; पण त्यातील भावार्थ आपण समजून घ्यायला हवा, त्यामुळं भक्तिक्षेत्रात अंधश्रद्धा वा भाबडेपणा निर्माण होणार नाही.

सर्व प्राणिमात्रांवर प्रेम करणं, हा सोहिरोबांचा स्थायिभाव होता. ते भक्तिप्रवण होते व साधक/तत्त्वचिंतकही होते. त्यांना गोरक्षनाथांचे शिष्य गहिनीनाथ यांनी नाथसंप्रदायाची दीक्षा दिली, असा उल्लेख त्यांच्या सांप्रदायिक चरित्रात आढळतो. कीर्तनाच्या प्रभावी माध्यमातून ते भक्तीचा मार्ग समाजाला दाखवीत व जनलोकांचा उद्धार करीत. त्यामुळं त्यांची कीर्ती उत्तरोत्तर वाढू लागली. ती काही जणांना खटकू लागली. ती थांबली नाही म्हणून त्यांना

सावंतवाडीचे आबासाहेब राजे यांनी अन्नपाण्याशिवाय काही दिवस अंधारकोठडीत कोंडून ठेवलं पण त्यांचं माहात्म्य कळल्यावर राजांनी त्यांना मुक्त केलं, अशी आख्यायिका सांगितली जाते.

त्यांना गोरक्षनाथांचे शिष्य व निवृत्तिनाथांचे गुरू गहिनीनाथ यांच्याकडून नाथसंप्रदायाची दीक्षा मिळाली होती, असा उल्लेख आढळतो. ते उज्जैनला गेले असताना तिथल्या शासकांनी त्यांना जहागीर व संपत्ती देऊ केली, तीही त्यांनी स्वीकारली नाही, असे ते त्यागी वृत्तीचे होते, हे पुढील हिंदी अभंगावरून कळेल.

अवधूत नहीं गरज तेरी । हम बेपर्का फकीरी ।।धृ।।
तुम हो राज, मै हूं जोगी। । पृथक् पंथका न्यारा ।
चार कोट जहागीर तुमारी । वोही पंथ हमारा ।।१।।
सोना-चांदी हमको नहिं चाहिये । अलख भुवनका बासी ।
महाल-मुलुख सब × × बराबर । हम गुरुनामोपासी ।।२।।
तुम ढाली बन हम झोली बन । चार कोट जहागीरी ।
तीन कलमों दुवाय फिरती । घर घर अलख पुकारी ।।३।।
तुम बी डुबे, हम भी डुबाये । तेरा हम क्या लिया?
कहे सोहिरा, सुनो महादजी । प्रकाश जोग गमाया ।।४।।

यातील 'मै हूँ जोगी' आणि 'घर घर आलख पुकारी' या संदर्भावरून त्यांच्या नाथसंप्रदायाच्या खुणा स्पष्ट होतात.

पुढील अभंगावरून त्यांना परमेश्वराची लागलेली ओढ लक्षात येते. ही ओढ तुम्हाआम्हालाही लागावी, हे त्यावरून सूचित होतं. अशा अभंगातून त्यांची ईशशरणागतीची आध्यात्मिक अवस्था जशी प्रकट होते, त्याचप्रमाणं त्यांनी केलेल्या परमार्थप्रबोधनाचीही कल्पना येते–

भगवंता, तुझी गोडि लाव रे । परमानंद परात्पर पूर्णा ।।
स्वरूप तुझे मज दाव रे ।।।धृ।।
जेणेकरुनि हे निघोनि जातिल । रज तम दुष्ट स्वभाव रे ।।
चिद्‌घन सहज अनंतरूपी या । उपजो हा सद्‌भाव रे ।।१।।
दृश्यभास हा मिथ्या यांतिल । कशास धरणें हाव रे ?
जन-वन कोठें कांहिंच नाहीं । दिसे हें तितुकी माव रे ।।२।।
'संन्यास' म्हणे हा यांतचि होतो । चित्त हें शून्यिं स्थिराव रे ।।
बाह्यात्कारें कशासि घालणें । शुभ वसनाला काव रे? ।।३।।
म्हणे सोहिरा, आत्मस्मरण हें । मोठाचि मोक्ष उपाव रे ।।
सदैव कीर्तन करणें हें ।भंवसिंधु तराया नाव रे ।।४।।

परमेश्वरावरील व संतांवरील आपली श्रद्धा अनन्य असावी, या निष्ठेला तडा जाऊ देऊ नये; मात्र अशी भक्ती भाबडी नसावी. ती विवेकाधिष्ठित व अविचल तशीच निरपेक्ष, नि:स्वार्थ असावी, अशा प्रकारचा उपदेश व मार्गदर्शन सोहिरोबानाथांनी समाजाला केलं. अशा प्रकारे त्यांनी सर्वांना आपल्या उद्धाराचा मार्ग दाखविला. त्यामुळंच त्यांना जनसामान्यांत अत्यंत आदराचं स्थान आहे.

तुजविण रे भगवान । कुठेंचि मन हें न जडो ।।धृ।।
मिथ्या ऐसें दिसोनि । सकळिक विषयसुख नावडो ।
प्रारब्धास्तव जें जें समयीं घडेल । तें सुखिं घडो ।।१।।
योगलक्षण निजधैर्यबळें । जिव मोहांत न सांपडो।
आयुष्य सरल्यावर मग । केव्हां देह पडेल तेथें पडो ।।२।।
वैराग्यज्ञानें प्रचंड होउनि । अखंडित वाक्य कडकडो ।
प्रपंचरहाटीं वर्तत असतां । कोणिकडे न अडो ।।३।।
म्हणे सोहिरा, विपरितबुद्धी । कुसंग हा विघडो ।
निमिष साधुनी केवळ । ब्रह्मिंचें मोक्षद्वार उघडो ।।४।।

❑❑❑

४५. बाबामहाराज आर्वीकर

आर्वी हे विदर्भातील एक महत्त्वाचं शहर असून त्याला राष्ट्रसंत तुकडोजीमहाराज व बाबामहाराज आर्वीकर या दोन आधुनिक संतांमुळं आध्यात्मिक महिमाही लाभला आहे.

बाबामहाराज यांचं मूळ नाव मोरेश्वर असं असून ते आर्वीचे प्रभाकरपंत जोशी यांचे सुपुत्र होते. बाबामहाराजांचा जन्म शके १८४७ चा. बालपणापासून त्यांचा भक्तिमार्गाकडे ओढा होता. माहूर, ओंकारेश्वर अशा तीर्थक्षेत्री गेल्यानंतर ते वृंदावनला आले व पुढं हिमालयात गेले. मौन व ध्यानधारणा यांत ते रमले. एका नाथपंथी संताच्या सान्निध्यात काही काळ राहिले. नंतर पंढरपूरजवळील माचणूर येथे साधना केली व तिथंच जनसामान्यांना भक्तिमार्ग दाखविण्यासाठी त्यांनी आश्रम उभारला. तिथं 'सप्ताह' भरवून 'रामायण' नि 'ज्ञानेश्वरी' या ग्रंथांवर प्रवचनं दिली. त्यांना तुकडोजीमहाराज, विनोबा नि गु., रा. द. रानडे यांचं सान्निध्यही लाभलं होतं. माचणूरलाच त्यांनी देह ठेवला नि इहलोकीची आपली यात्रा संपविली.

विठ्ठलभक्तिपर अभंगरचना नि 'दिव्यामृतधारा' हा ज्ञानेश्वरीवरील भाष्य ग्रंथ ही बाबामहाराजांची लक्षणीय साहित्यसंपदा. त्यांच्या अभंगांवर बहुधा 'मोरया' ही नाममुद्रा आढळते. बाबामहाराजांची अभंगशैली व तिच्यामधील प्रतिमासृष्टी मनाचा ठाव घेणारी आहे. त्यांनी गायिलेला 'अभंगा'चा महिमा कसा विलक्षण आहे, ते पाहा -

'अभंग अभंग । अभंगा न भंग ।
जैसे जान्हवीचे अंग । अखंड ते ।।
कदा नोहे भंग । आकाशाचे अंगा ।
अभंगाचे अंगा । तेवी जाणो ।।

वृत्ती-रस-मेळ । निर्मळाचा संग ।
अभंगा ते दंग । प्रेमांगाचे ।।
स्वाद तो दुभंगता । आस्वाद ना राही ।
जाणीवेतें पाही । अभंगता ।।
चित्त देशी भाव । प्रेम-जिज्ञासेचा ।
स्पर्श त्या वाणीचा । अभंगची ।।
मोरयाचा भंग । व्होवो या अभंगी ।
नाम-रूप-रंग । नासो सारे ।।

अन्य श्रेष्ठ संतांच्या अभंगवाणीबद्दल आत्यंतिक आदरभाव व्यक्त करताना त्यांची पराकाष्ठेची लीनता नि विनम्रताच या अभंगातून उत्कटतेनं व्यक्त झाली आहे–

तुक्या जैसा आम्हां । येईना अभंग ।
परि प्रेमरंग । सांभाळितो ।।
तुक्याचा अभंग । 'अभंग' सर्वदा ।
आम्हा मतिमंदा । ना कळते ।।
ज्ञानदेवांचे ज्ञान । जैसें शुद्धपण ।
आम्ही हो अज्ञान । केवी बोलों ?
एकनाथापरी । शुद्ध भाव पोटीं ।
आम्ही काय दिवटी । राखों शकूं?
नाम्याचा जिव्हाळा । आम्हां कोणे काळी?
कृपा वनमाळी । करील तरी ।।
जैसा-तैसा भाव । पायाशी विदित ।
समर्थ कृपावंत । सांगों काय?

त्यांच्या भक्तिपर अभंगांप्रमाणंच त्यांचे उपदेशपर अभंगही 'जीवन कसं नि किती चांगल्या प्रकारे जगावं?' ते सांगतात. पुढील अभंग फार मोठा असूनही तो उद्धृत करण्याचा मोह आवरत नाही. 'गागर में सागर' या न्यायानं बाबामहाराजांनी या अभंगात कितीतरी उदात्त जीवनमूल्यांचं निवेदन / प्रतिपादन केलं आहे. त्यात षड्विकारांवरील नियंत्रण, अनासक्ती, कर्मनिष्ठा नि कर्तव्यपरायणता, ईशनिष्ठा, करुणा, विवेकाची जपणूक, सर्वांसाठी प्रेमभावना व आत्मीयता, व्यसनाधीनतेचा विरोध इ. अनेक सत्प्रवृत्तींचा पुरस्कार केला आहे, तो आजच्या समाजालाही सन्मानदर्शकच ठरणार आहे. 'प्रपंची' म्हणजे 'प्रापंचिक माणूस' कसा असावा? तर तो असा :

धन्य तो प्रपंची । जया क्षोभ नाही ।
वित्त-लोभ नाही । आसक्तीचा ।।
मितभाषी, प्रिय । न्यायमत्तायोगे ।
यथातथ्य भोगे । विटलेपणी ।।
भोग योगायोग । जाणे प्राक्तनाचा ।
न करी कर्माचा । उच्छेद तो ।।
ठेविल्या स्थितीचा । वागे सर्वांठायीं ।
चित्त लावे पायीं । भगवंताच्या ।।
शास्त्राचार राखे । प्रसंगा जाणोनी ।
खेद ना तो मनी । करी कदा ।।
प्रसन्न चित्ताने । वाहे देहसंगे ।
विवेकाचे अंगे । नित्य राहे ।।
न साहे मत्सर । वृत्तीं करुणता ।।
सर्वां ठायीं ममता । मातृत्वाची ।।
देह-सार्थकासी । कदा न अलक्षे ।
अभक्षा न भक्षे । प्राण जातां ।।
अपेया प्राशन । नव्हे कोणे काळीं ।
साक्षी वनमाळी । जाणतसे ।।
सकळासी वाटे । सोयरा आपुला ।
ऐसा जो रहाटला । कर्ममार्गी ।।
नीती/धर्म भावें । जिवांचे जिव्हारी ।
सत्य-नेम धरी । आचाराचा ।।

बाबामहाराज आपल्या साक्षात्काराची अनुभूती यासारख्या चरणांतून व्यक्त केली आहे–

'गुरुदेव बोधियेला । आत्मरूप भाव केला ।
मोरयाने ओळखीला । कान्होबा माझा।।'

बाबामहाराजांच्या आर्वीला संतसाहित्यावर व्याख्यानं देण्यासाठी मीही गेलो होतो व त्यांच्या हस्ताक्षरातील लेखन पाहण्याचा सुयोग मला लाभला होता.

❑❑❑

४६. वासुदेवानंद सरस्वती

दत्तसंप्रदाय हा महाराष्ट्रातील एक महत्त्वाचा संप्रदाय आहे. वासुदेवानंद सरस्वती हे या संप्रदायाच्या संतपरंपरेतील अग्रणी संत होते. त्यांच्या घराण्यातही दत्तभक्तीची परंपरा असून गणेशभट हे दत्तोपासक होते. वासुदेवानंदांनी बालपणीच वेदाध्ययन केलं. संस्कृत भाषेतील अध्यात्मविद्या व तत्त्वज्ञान आत्मसात केलं.

वासुदेवानंदांचे आजोबा हरिभट हेही दत्तोपासक होते. सुप्रसिद्ध 'गुरुचरित्र' हा ग्रंथ त्यांनी शके १७५२ म्हणजे इ. स. १८३० मध्ये लिहिला, असं काहीजण मानतात; पण तो ग्रंथ सरस्वती गंगाधर यांनी लिहिला असं प्रमुख संशोधकांचं मत आहे. हा ग्रंथ दत्तसंप्रदायातील सर्वांत महत्त्वाचा ग्रंथ आहे.

वासुदेवानंदांची प्रवृत्ती बालपणापासूनच परमार्थमार्गाकडे होती. विवाह झाल्यावरही त्यांचं मन संसारात मुळीच रमलं नाही. संन्यास स्वीकारून ते चोवीस वर्षं भारतभ्रमण करीत राहिले. त्यांच्या लेखनातूनच त्यांच्या संतत्वाची खरी ओळख पटते.

त्यांच्या लेखनातून त्यांची साधना, त्यांची दत्तभक्ती, त्यांची कर्मनिष्ठा व उपासना, त्यांना समाजास करावयाचं मार्गदर्शन व उपदेश, त्यांचा समन्वयवाद इ. कितीतरी गोष्टींचं दर्शन घडतं.

त्यांच्या साधनेच्या पहिल्या अवस्थेचं चित्रण व त्यांना लागलेली परमेश्वराची ओढ, त्यासाठी त्यांनी केलेला परमेश्वराचा धावा, त्यांच्या भक्तीची आर्तता, अत्यंत प्रभावीपणे प्रकट झाली आहे. ही आर्तता वासुदेवानंदांची असली, तरी ती तुमच्या आमच्यासारख्यांनाही भक्ती करण्याची प्रेरणा देते. परमेश्वर हाच आपला उद्धारकर्ता आहे, हा प्रगाढ विश्वास

व अनन्य ईशनिष्ठा हे अशा प्रकारच्या लेखनाचं वैशिष्ट्य आहे. आपल्या या रचनेत ते 'वासुदेव' किंवा 'वासू' ही नाममुद्रा योजितात.

त्यांच्या पुढील रचनेत त्यांच्या साधकावस्थेतील प्रथमावस्था उत्कटपणे प्रकटली आहे-

दत्तात्रेया श्रीगुरुराया मजला भेट द्या हो । मजला भेट द्या हो ।।धृ।।
रात्रंदिन हृदयांतरि आशा । लागलि दृढतर पुराणपुरुषा ।।
पूर्ण करावी श्रीजगदीशा । इतुकें मागणें हो ।।१।।
यद्यापि आहे अगाध पापी । परंतु आपण मंगलमूर्ति ।।
कृपादृष्टी मत्पापा कापी । करुणा येऊ द्या हो ।।२।।
संतत निजपदसेवा व्हावी । ध्यानिंमनिं गुरुमुर्ती असावी ।
नामस्मरणी मती लागावी । इच्छित पुरवा हो ।।३।।
हर्षे वासुदेव श्रीगुरुराया । निजशरणागत जाणुनि पावा ।।
अखंडसन्निध आपुल्या ठेवा । पतित पावना हो ।।४।।
दत्तात्रेया श्रीगुरुराया ।।

आपण मोक्षासाठी ही याचना करीत आहोत, असं नाही. आपली भक्ती ही सकामभक्ती नाही. आमच्या भक्तीमुळं, साधनेमुळं, सत्कर्मांमुळं मोक्ष तर आमच्या गाठोड्याशीच आहे -

मोक्षाचे आम्हासी नाहीं अवघड । तो आहे उघड गाठेडीसी ।।१।।
त्यासी त्यास देणे कोण तें उचित । मानूनियां हित घेतों सुख ।।२।।
भक्ताचे सोहाळे होतील जीवासी । नवल तेवी मी पुरविता ।।३।।
वासुदेव म्हणे सुखें देई तो संसार । आवडीसी थार करी माझे ।।४।।

स्वत: वासुदेवानंदांची उपासना कर्मप्रधान असली, तरी तिला भक्तीचीही जोड आहे. ही भक्तीदेखील अवघड वा क्लिष्ट नसावी, म्हणजे ती करणं सामान्य माणसाला जड वाटणार नाही. यासाठी वारकरीसंप्रदायाप्रमाणे तेही नामस्मरणावरच भर देतात

अति सुलभ दत्तनाम । न पडे ज्या किमपि दास ।।१।।
निज जिव्हा ही साधन । नाम घेतां नोहे दीन ।।२।।
दत्त दत्त उच्चारितां । दत्त भेटे भोळया भक्तां ।।३।।
महात्म्य दत्तनामाचें । हो अगम्य वेदवाचे ।।४।।
वासुदेव म्हणे दत्त । नामें भक्त होती मुक्त ।।५।।

परमेश्वराला आळविताना वासुदेवानंद काही वेळा 'भूपाळी' सारख्या काव्य प्रकाराचा उपयोग करतात व रूपकाच्या माध्यमातून आपला अध्यात्मविचार मांडतात.

बऱ्याच वेळा भूपाळी ही ईशस्तवनपर असते. तिच्यात बहुधा रूपकाचा प्रयोग केल्याचं आढळत नाही.

वासुदेवांच्या या भूपाळीत प्रबोधाची पहाट, चित्किरण, फिका पडलेला व्यवहारेंदू (प्रपंचाचा चंद्र), त्यानंतर उगवलेला विवेकाचा सूर्य, त्याच्या प्रकाशकिरणांमुळं लपलेले विकारांचे निशाचर, अपप्रवृत्तींच्या मावळलेल्या तारका आणि यासाठी 'निजरूप' दाखविण्याची विनवणी या सर्वांत वाच्यार्थाबरोबरच समांतर जुळलेला पारमार्थिक रूपकाचा पदर, या सर्वांचाच परमार्थप्रबोधनासाठी केलेला चपखल उपयोग या साऱ्याच गोष्टी लक्षणीय वाटतात. वासुदेवानंदांची ही भूपाळी आपल्यावर अगदी नकळत अध्यात्माचे संस्कार करते—

उठा, उठा, बा असत्मया । चिन्मया दत्तात्रेया ।।
सोडूनिया गुणमय शय्या । जागृत हो अपसव्या ।।धृ।।
झाली बा प्रबोध-पहाट । विवेका हा अरुण ।।
आजा उजळित आशा । आता उगवे चित्किरण ।।१।।
फिक्कट पडला व्यवहारेंदू । वैरी निशाचर ।।
कामादिक हे लपले । पाहुनि प्रकाश हा थोर ।।२।।
दुस्तर्कादिक दिवाभीत । दडले ते ह्या वेळी ।।
दुर्वृत्ती ह्या तारा । गगनीं मावळल्या सकळी ।।३।।
शमादि विप्र पुढे सादर । राहती सांडूनिया दूर ।।
उठी उठी बा तूं निजरूपा । दावी ह्या सादर ।।४।।
रागद्वेषमलोत्सर्गा करुनी । आला पुढतीं ।।
वासुदेवा भेट दे । ह्या करितां हे प्रणती ।।५।।

वासुदेवानंद दत्तोपासक असले तरी वारकरीसंप्रदायाबद्दल त्यांच्या मनात दुरावा नाही. परस्परसामंजस्याची ही भावना त्यांच्या पुढील अभंगावरून लक्षात येते.

पुंडलिकवर उभा विटेवर । नित्य कटीवर कर ठेवूनी ।।१।।
भिवरेचे तीरी विख्यात पंढरी । नादब्रह्म वरी वरिष्ठाजी ।।२।।
त्यामाजी विठ्ठल राहे जो निश्चल । चिन्मय केवळ काळकाळ ।।३।।
चंद्रभागेजवळ राऊळ विशाल । तेथे घननीळ निर्मल तो ।।४।।
राई रखुमाबाई ज्याच्या पार्श्वभागी । पाहतां वीतरागी भोगी हो कां।।५।।
कटीबरोबर हा भवसागर । दावी भक्तोद्धार वासू म्हणे ।।६।।

❑❑❑

४७. बहिरा पिसा

महाराष्ट्रातील काही संतांची चरित्रं विलक्षण आहेत. त्यांच्या जीवनाविषयी, संप्रदायांविषयी, जीवनविषयक भूमिकेविषयी, त्यांच्या वाङ्मयाविषयी अधिक पूर्वग्रहविरहित संशोधन व्हायला हवं, असं मला वाटतं.

पैठणचे बहिरंभट यांचं जीवनही असंच लोकविलक्षण व काहीसं अनाकलनीय वाटावं, असं आहे. ते वेदशास्त्रसंपन्न आणि षड्दर्शनातही पारंगत होते. पैठणमध्ये त्यांचा फार लौकिक होता. पुराण सांगणारे पुराणिक म्हणूनही ते प्रसिद्ध होते.

बहिरंभटांना 'बहिरा पिसा' का म्हणतात?

बहिरा पिसा यांचं चरित्र संतचरित्रकार महिपती यांनी लिहिलं आहे. मराठी वाङ्मयेतिहासकारांनाही त्यांच्या साहित्याची नोंद घेतली आहे.

बहिरंभट हे प्रापंचिक असून ते पुढं उत्तर आयुष्यात प्रपंचाला वैतागून विरक्त व संन्यस्त झाले, असं त्यांचे चरित्रकार म्हणतात. त्यांनी लिहिलेली भागवताची बृहद् टीका प्रा. कोपरकर यांनी प्रसिद्ध केली. भागवताच्या दशमस्कंधावरील सर्वांत मोठ्या मराठी टीकांपैकी ही एक महत्त्वपूर्ण टीका आहे. त्यावरून 'भागवत- भाष्यकार' या नात्यानं त्यांचं स्थान लक्षणीय आहे. 'भैरवी' टीका ही 'बहिरवी' टीका म्हणजे बहिरंभटाची/बहिरा पिसा यांनी लिहिलेली टीका होय. याशिवाय बहिरा पिसा यांचं स्फुट अभंगात्मक लेखनही उपलब्ध आहे.

बहिरा पिसा यांच्या साहित्यात त्यांच्या योगसाधनेचे उल्लेख येतात. (योगशास्त्रातील पारिभाषिक संज्ञा: वज्रासन, खेचरी मुद्रा, कुंडलिनी जागृती, इडा-पिंगला, गोल्हाट इ.) ते स्वत: योगसाधनाही करीत असत. आपल्याला

'सोऽहम्'- बोध कसा झाला, याचं विवरण करताना कधी कधी हा महान भाष्यकार इतकी साधीसोपी उदाहरणं वा दृष्टांत कसे देतो, याचं अप्रूप वाटतं. सापाला पाहिल्यावर चरण्याचं भान विसरून शेळी जशी त्याच्याकडे एकटक एकाग्रपणे पाहत राहते, तशी 'सोऽहम्-बोध' झाल्यावर आपली काहीशी अवस्था झाली, हे सांगताना त्यांची मधुराभक्तीही प्रकट झाली आहे. 'बोलणें खुंटले बाअियांनो' ही समाधीची अवस्था सख्यांना एक सखी कशी सांगत आहे, याबरोबरच एका साधकाला सिद्धावस्था व 'समाधी' कशी प्राप्त झाली, याचं सूचना ही या लहानशा चरणात त्यांनी किती कुशलतेनं केलं आहे.

शेळी साप देखे चरेवा राहती । टक लागलें चित्तीं । तैसें जालें ।।१।।
नवल वर्तलें माझें म्यां देखिले । बोलणें खुंटलें बाइयांनो ।।२।।
सोहंबोध कैसा अंतरीं वोळला । निवांत राहिला बहिरा पिसा ।।३।।

नागनाथांचा अनुग्रह घेण्यासाठी वडवळ (ता. मोहोळ, जि. सोलापूर) इथे ते गेले होते व त्यांची (नागेशांची) बहिरंभटांनी दीक्षा घेतली. स्वधर्मातील तत्त्वज्ञानाला कंटाळून त्यांनी इस्लाम धर्म स्वीकारला व पुन्हा धर्मांतर केलं, अशी आख्यायिकाही महिपतींसारख्या संत चरित्रकारानं सांगितली आहे.

आपले गुरू नागेश यांनी आपल्या जीवनाचा कायापालट केला व आपल्याला नवजीवन दिलं, असं त्यांनी आपल्या नागेशविषयक 'पवाड्या'त (पोवाड्यात) म्हटलं आहे. हा संपूर्ण पोवाडा सच्चिदानंदबाबा (ज्ञानदेवांचे 'लेखकु') यांच्या घराण्यातील वारकरी सांप्रदायिक संतसाहित्याभ्यासक श्री. दा. का. थावरे यांनी 'श्रीसकल संत-गाथे'त पृ. १४१-४२ वर संपादून प्रसिद्ध केला आहे. त्यातील शेवटचा भाग उद्धृत करतो-

तेणे काम काळ जातील । जन्म-मरणाचा घोट भरीला ।।
पीसा बहिरा मुक्त केला ।। श्रीगुरु भला वडवाळसीध नागेशु ।।३७।।
ईती श्री पवाडा, पीसा बहिरावी रचीते । पवाडा संपूर्णमस्तु ।।
श्रीगुरू नागनाथार्पणमस्तु ।।

असाच गुरू नागेशविषयक कृतज्ञतापूर्वक उल्लेख बहिरा पिसा यांच्या पुढील स्फुट रचनेतही आढळतो व तीही श्री. थावरे यांनी वरील ग्रंथात पृ. १४२ वर प्रसिद्ध केली आहे -

गया गुरुलिंग नीके । जेणे उद्धरिले कौतुके ।।धृ।।
मज मारूनिया जिवविले । माझे मरण माझ्या डोळां दाविले ।।१।।
मायो बापाची उपमा द्यावी । तरी ते नासिवंते स्वभावी ।।२।।
पिसा बहिरो जीवनमुक्त । त्यासी नागेशाचा वरदहस्त ।।३।।

नागेशसंप्रदायाचे प्रवर्तक वडवाळसिद्ध नागेश हे समन्वयवादी महापुरुष (व पंथीयांच्या श्रद्धेनुसार, शिवस्वरूपही) होते. या संप्रदायामध्ये हिंदू, इस्लाम, वीरशैव इत्यादी विविध धर्मांचे लोक होते. बहिरंभट्टांनी पुन्हा धर्मांतर करून हिंदुधर्म स्वीकारला आणि 'मी हिंदू आहे की मुसलमान आहे?' असं हिंदू-मुसलमानांना विचारलं, तेव्हा ते आपापल्या धर्माचे आहेत अशी प्रचीती दोन्ही धर्मीयांना झाली, अशीही आख्यायिका बहिरंटाच्या चरित्रकारांनी सांगितली आहे. यातून धर्म वेगवेगळे असले तरी आत्मा तोच आहे, हे बहिरंभटांना सूचित करायचं होतं, असं वाटतं.

बहिरंभटांना 'बहिरा पिसा' याचप्रमाणं 'बहिरा जातवेद' या नावानंही संबोधिलं जातं. पैठण, वडवाळ आणि पंढरपूर या तिन्ही ठिकाणी त्यांची समाधी आहे.

आपले गुरू वडवाळसिद्ध नागेश यांच्याविषयी त्यांच्या या शिष्यानं पुढील शब्दांत अनन्य श्रद्धा व्यक्त केली आहे.

आनंत खंडज्ञाने ।। भीतरीच दावील गुप्तपण ।।
मग आखंड ज्ञान-नीरंजन । स्वये शांती ।।३०।।
शांती-पाठाचा घोरी । ते सुख सुरआसुरावरी ।
ते नीत्ये सुख नागेस्वरी । तत्त्व निर्धारी नीजबोधु ।।३१।।
ते नीज बोधाचे फळी । जे आखंड ब्रह्म आमळ ।
तोची नागेश नीर्मळ ।। करी नीर्मळ आशेंका ।।३२।।

❑❑❑

४८. भुजंगबुवा

नागेशसांप्रदायिक संतांची फारशी कल्पना अन्य सांप्रदायिकांना तर नाहीच; पण मध्ययुगीन मराठी वाङ्‌मयेतिहासातही त्यांचा फारसा उल्लेख आढळत नाही. याकडे संतसाहित्याभ्यासकांचं लक्ष वेधावं, या हेतूनं त्यांपैकी काही महत्त्वाच्या संतांचा परिचय करून द्यावा, हे या लेखाचं निर्मितिप्रयोजन.

नागेशसंप्रदायात 'हेग्रस' यांना अग्रस्थान आहे. नागेशांचे ते आद्य शिष्य. या दृष्टीनं नागेशसंप्रदायाचा 'हेग्रसे रचिला पाया' असं म्हणता येईल.

हेग्रसांच्या परंपरेतच नागेशसंप्रदायाचे भाष्यकार अज्ञानसिद्ध हे येतात. हेग्रसांचे पुत्र योगेन्द्र हे होते, त्याचप्रमाणं अहिल्या ही कन्याही होती.

अहिल्येला तीन मुलं होती : अज्ञानसिद्ध, विदेहसिद्ध नि नरेन्द्रसिद्ध. याचा अर्थ असा की, अज्ञानसिद्ध हे हेग्रसांपासूनच्या तिसऱ्या पिढीत होते.

म्हणजेच अज्ञानसिद्ध हे हेग्रसांचे नातू होते. हेग्रसांचे दुसरे चिरंजीव विदेहसिद्ध यांच्यापासून सिद्धरामबाबा, त्यांच्यानंतर भुजंगबाबा अशी परंपरा सांगितली जाते व ती नागेशसांप्रदायिकांना मान्य आहे.

भुजंगबुवांनी स्फुट अभंगरचना केली आहे. आजमितीस ती अल्प असली, तरी मौखिक परंपरा वा नागेशसांप्रदायिक हस्तलिखितांचा धांडोळा घेतल्यास त्यांचे अन्य अभंग मिळण्याची शक्यता आहे. आजवर या दृष्टीनं फारसे प्रयत्न झाले नाहीत.

भुजंगबुवांची अल्पस्वल्प रचना उपलब्ध असली तरी नागेशसांप्रदायिक हेग्रसपरंपरा, नागेशसंप्रदायाचं तत्त्वज्ञान, साधनेची 'अनुभवा'त (साक्षात्कारात) होणारी परिणती आणि श्रीनागेशमहिमा अशा अनेक विषयांवर ती महत्त्वपूर्ण प्रकाश टाकते.

भुजंगबुवांनी प्रतिपादिलेली नागेशपरंपरा अशी -

श्री नागेश

↓

योगेन्द्र (योगिन्द्र राजू)

↓

सिद्धराज

↓

भुजंग (भुजंगबुवा)

या संदर्भातील भुजंगबुवांचा मूळ अभंग असा-

अजरामररूप नागेशाचे। तोची निजध्यान हे गरुसाचे।।
हेगरसपुत्र तोची योगिंद्रराजू । तयाची पोटी जाहलु सिध्दराजु।।
सिध्दराज हा अगाधु महाराजु । तयाचा भुजंगु हाचि आत्मजु ।।
आत्मजाचे ठायी नित्य नागेशु । जीवाभावो अर्पि तया भुजंगु ।।

नागेशांनी जो मार्ग दाखविला, त्या मार्गानं आपलं कल्याण कसं होतं नि आपला उद्‌धार कसा होतो, याचा उल्लेख भुजंगबुवा अशा प्रकारे करतात. (यात गुरुकृपेमुळं 'भ्रान्ति फिटून आत्मज्ञान कसं प्राप्त होतं नि 'जन्म त्रुटी' कशी होते, याचं त्यांनी मार्मिक वर्णन केलं आहे. या 'भवतुटी'मुळं आपल्याला जन्ममृत्यूच्या चक्रात, रहाटगाडग्यात, चौऱ्याऐंशी लक्ष योनींत भ्रमण करावं लागत नाही, पुन:पुन्हा जन्म घ्यावा लागत नाही व या जन्माचं सार्थक होतं, असं भुजंगबुवा पुढील अभंगात सांगतात. गुरूची ही भेट म्हणजेच 'सुभेट'आहे ती यासाठी -

'भेटि निजभेटी तेचि सुभेटी । तुही 'भवतुटी' तेचि अटाकि ।।
श्रीगुरू-साधने 'अटाटि' जाये । संकल्प निसंकल्पु होये ।।
संकल्पु हरे, तेचि समाधी । सर्वत्र विचारिता सिधी ।।
जेथे तेथे अखंडित रावो । देखे करूनिया गुरू 'अनुभवो' ।।
श्रीकृपे हेगरसु जन्म त्रुटी । पुनरपि न येणेचि या रहाटी ।।
ऐसे होणे या देह जन्मी । निमाल्या त्या सकल उर्मी ।।
अनुभवे भेटी अखंड स्थिरू । नाही उदर ना उपचारू ।।
ऐसी भेटी श्रीगुरू नागेशाचि । भ्रांति फिटली भुजंगाची ।।

परमार्थमार्ग हा केवळ पढिक पंडितांचा किंवा वाचीवीरांचा मार्ग नव्हे. वेद, उपनिषदं किंवा धर्मशास्त्रविषयक ग्रंथ वाचून त्यांचा अर्थ सांगणं हे महत्त्वाचं नसून आपण प्रत्यक्ष 'अनुभव' घ्यायला हवा असं म्हणताना प्रत्यक्ष साधना करणं हेच

महत्त्वाचं आहे, ग्रंथपठण वा अर्थविवरण या तांत्रिक बाबी होत, यावर भुजंगबुवा का भर देतात ते समजून घ्यायला हवं -

श्रीगुरू येक पंडित ज्ञानी । वेद वाचूनी अर्थ निर्वाणी ।।धृ।।
मुखी वाचि ते देखे नयनी । ऐसा उपदेशु श्रीगुरूचा भुवनी ।।
वेगवगत्र वाचक होणे । परि गुरुकृपेविण अर्थ नेणे ।।
अर्थू जाणे तो 'ब्राह्मण' कैसा?। ब्रह्म साक्षात्कार निजदसा ।।
ब्रह्म साक्षात्कारे ब्राह्मणु । अर्थु अंतरि जाणे प्रविणु ।।
अर्थु जाणे तो ब्राह्मणु विरळा । भोगी आनंदपद निजसोहळा।।
आनंदासी कदा क्षयो नाही । देहि पावे ते बोधु विदेही ।।
विदेही देव तो नागनाथु । जेणे उजळिला सिद्धांतपंथु ।।
तयाचि कृपा कैसी वदु मातु । अखंड वसे नित्य भुजंगु ।।

श्रीनागेशांनी आपल्यावर कृपा केल्यामुळं आपल्यामध्ये कसा कायापालट झाला व आपल्याला 'स्व'रूप कसं गवसलं, याविषयी भुजंगबुवा जी 'स्वानुभूती' व्यक्त करतात, तिच्यामधून नागेशमहिमाकथनही झालं आहे.

श्रीगुरू सिद्ध नागेशाराया । नित्य परशिवविरहित काया ।।धृ।।
काया प्रकाशि सगळिक सता । सर्व चाळूनी निजशेष गता ।
गुरू परतत्त्व अगम्य नाथा । स्वयंभा शंभो सिद्ध सदोदिता ।
प्राण पांगुळे ज्ञेप्ति गळित । नागनाथ स्वरूपि अचिंता ।
अचिंत निजपद पदपूर्णा । अपरंपार सिध निर्वाणा ।
निर्वाणी जे रंगले निर्वाणे । तेणे कृपा भुजंग सिद्ध होणे ।

❑❑❑

४९. लक्ष्मणमहाराज

महाराष्ट्रात अनेक धर्म व पंथ आहेत. आपल्या धर्माव्यतिरिक्त वा पंथाव्यतिरिक्त अन्य अनेक धर्मांच्या वा पंथांच्या संतांची आपल्याला माहिती नसते. त्यांचं वाङ्मयीन, आध्यात्मिक, सामाजिक व सांस्कृतिक कार्यही फार मोठं असतं. त्यांनीही 'मऱ्हाटी' संस्कृतीची जडणघडण करण्यात फार मोठा हातभार लावलेला असतो. अशा संतांचा व त्यांच्या विविध प्रकारच्या कार्याचा परिचय करून द्यावा, हाही या सदराच्या लेखनामागील एक हेतू आहे. एक प्रयोजन आहे.

लक्ष्मणमहाराज हे वीरशैव संतदेखील अशाच प्रकारचे एक महान संत आहेत. 'आष्टी' या नावाची अनेक गावं महाराष्ट्रात आहेत; पण 'धोतरजोड्याची आष्टी' मात्र एकच आहे नि ती आहे मराठवाड्याच्या परभणी जिल्ह्यात. 'धोतरजोड्याची आष्टी' म्हणजे 'लक्ष्मणमहाराजांची आष्टी' हे समीकरण जणू या गावातील सर्व धर्मपंथीयांनी मान्य केलं आहे. जे सत्पुरुष असतात, ते काही केवळ एका विशिष्ट धर्माचे व पंथाचेच असतात का? त्यांचं जीवन तर त्यांनी सर्व मानवमात्रांच्या उद्धारासाठी व्यतीत केलेलं असतं.

लक्ष्मणमहाराज यांचा काळ अठराव्या शतकाचा उत्तरार्ध असा असून ते 'प्रापंचिक संत'- म्हणजे संसार करणारे संत- होते. आपला प्रपंच नेटकेपणानं करून आपण भक्तीही करावी, या त्यांच्या उपदेशाचा जनमानसावर मोठा प्रभाव पडला. लक्ष्मणमहाराजांवर तुकोबांच्या वाणीचाही बराच प्रभाव पडल्याचं आढळतं. म्हणूनच की काय, त्यांनी तुकोबांच्या अभंगातील काही चरण काही वेळा आपल्या अभंगात समाविष्ट केले आहेत. तुकोबा वारकरी संप्रदायाचे तर लक्ष्मणमहाराज वीरशैव धर्माचे. पण अशा प्रकारे तुकोबांचे

चरण आत्मसात करताना लक्ष्मणमहाराजांनी आपपरभाव बाळगला नाही. अशा काही चरणांचा उल्लेख या लेखात अन्यत्र केलाच आहे.

उत्तर आयुष्यात लक्ष्मणमहाराजांनी प्रपंचत्याग केला. पलसिद्ध हे त्यांचे गुरू. त्यांचं चरित्र लक्ष्मणमहाराजांनी 'श्रीसिद्धेश्वर-माहात्म्य' या नावानं लिहिलं आहे. सात अध्यायांच्या या ग्रंथाची ओवीसंख्या ७३१ आहे. तुकोबांची अभंगरचना जशी विपुल आहे, तितकी अभंगरचना लक्ष्मणमहाराजांनी केली नसली, तरी ती 'विपुल' म्हणजे साडेतीन हजार आहे. डॉ. पसारकर यांनी ती संपादिली आहे. तुकोबांच्या अभंगांप्रमाणं लक्ष्मणमहाराजांचे अभंगही लोकप्रिय झाले आहेत. लक्ष्मणमहाराजांनी श्रीसिद्धस्तोत्र (१०४ ओ.), श्रीपरमेश्वरस्तोत्र (१३२ ओ.), श्रीशिवस्तोत्र (२०० ओ.) आणि श्रीगुरुस्तोत्र (८५ ओ.) ही चार स्तोत्रंही लिहिली. तुकोबांनी जशी भारुडं लिहिली, तशी लक्ष्मणमहाराजांनीही लिहिली. बाळसंतोष, कापडी (संन्यासी), जोगडा, जोगवा ही त्यांची काही भारुडं आहेत. त्यांचा 'वासुदेव' काय म्हणतो, ते पाहा -

स्वानंदजीवन प्रभु । सुखाचे सदन ।
निजभक्तालागी सखा । झालासे सगुण ।।
चला बाई परब्रह्म । शिव पाहू डोळा ।
गंध-धूप-दीप कंठी । घालू बिल्वमाळा ।।धृ।।
कर्माचे खंडन । करूनि देतो निजसुख ।
नुरे देवभाव हरे । भवव्यथा ताप ।।चला
चंद्रचूड दाता । ऐसा नाही त्रिभुवनी ।
आनंदे तो स्तवा । लोक ध्याती की हो तिन्ही ।।चला.
रावणाने भक्ती केली । राज्य दिले त्याला
स्वये आत्मलिंग देता । नाही की हो भ्याला ।।चला.
ब्रह्मांडीचे राज्य त्याचे । कृपे सर्व प्राप्ती ।
त्याते विसरूनि का हो । विषयि केली वस्ती? ।। चला.
लक्ष्मण म्हणे स्वामी । भावाचा भुकेला ।
भक्तावाचूनिया दूजे । प्रिय नाही त्याला ।। चला.

लक्ष्मणमहाराज वीरशैव असले तरी पंढरीमाहात्म्य गाताना त्यांना संकोच वाटत नाही -

भवनाशनी पंढरी । पाहू चला हो झडकरी ।
पूर्णब्रह्म तो श्रीहरी । भीमातटी शोभतसे ।।
पुंडलिक तो प्रवीण । तेणे आणिले निधान ।

ब्रह्मादिकाचे जीवन । विश्वरूप विश्वात्मा ।।
विठू श्याम तो सुंदर । कटी ठेवूनिया कर ।
ब्रह्मादिकाचा पितर । वाट पाहे भक्तांची ।।
कोटी सूर्य हो लोपले । स्वरूप प्रभोचे फाकले ।
भक्तजन स्थिरावले । चरणकमळ ते पाहू ।।
भूवैकुंठ हे पूर । साधुसंतांचे माहेर ।
ब्रह्मादी हो सुरनर । येती दर्शना नित्य ।।
ध्वज पताका शोभती । प्रेमे वैष्णव नाचती ।
ब्रह्मानंदे हो डुलती । भक्तप्रभु ते शूर ।।
खळ दुर्मती दुर्जन । तेथे होती हो पावन ।
भवरोगाचे दहन । करी तात तो श्रेष्ठ ।।
हौस वाहे हे हो वृत्ती । क्षेत्र धन्य तो श्रीपती ।
भाट अठ्ठावीस गर्जती । क्षेत्र निरूपम ते हो ।।
लक्ष्मण म्हणे ताता । पाय दावा मज पतिता ।
कोणी नाही आम्हा त्राता । प्रभो तुम्हांवाचूनी ।।

यावरून आपल्या संतांचा अन्य धर्म-पंथांविषयीचा आदरभाव जाणवतो.

परमेश्वरानंच आपणा सर्वांना निर्माण केलं मग आपण भेदभाव का बाळगावा, या एकात्मतावादी विचारसरणीचा त्यांनी पुरस्कार केला.

अहो भेदभाव गेला । तोचि जगी सुखी झाला ।
तोचि तारक जगाते । वर्म जाणती हे ज्ञाते ।।
त्याची धरावी संगती । ऐसे ब्रह्मादी इच्छितो ।
जगी वसती जगातीत । महाराज ते विरक्त ।।
जन-वन त्या समान । शत्रू मित्र कैचे भान ।
लक्ष्मण म्हणे देवा । संग आम्हा तो बरवा ।।

त्यांचा हा उपदेशपर अभंग पाहा -

वसफ हा दारुण । याने ग्रासिले त्रिभुवन ।
विष उतरेना बा रे । लक्ष चौऱ्याऐंशी फेरे ।।
अतीदुःखाची ही खाणी । नरकवासादी जाचणी ।
शिवभक्ता भव नाही । सदा सुखी ते अक्षयी ।।
भवसर्पा रगडीले । ब्रह्मानंदे तृप्त झाले ।
लक्ष्मण म्हणे बाप । सखा करा हरे ताप ।।

त्यांच्या अभंगांत तुकोबांच्या अभंगांतील काही चरण अशा प्रकारे सहजपणे

वावरतात कारण तुकोबांचे ते विचार लक्ष्मणमहाराजांनाही आवडले आहेत-

जारीण पतीस्तव भाव । दावी वरी वरी लाघव ।
सासूसाठी रडे सून । भाव अंतरीचा भिन्न ।।
तेवी दांभिकांची भक्ती । प्रेम कैचे त्याचे चित्ती?
लक्ष्मण म्हणे सोंग । तेथे कैसा उमारंग ?

❏❏❏

५०. संतचरित्रकार भीमस्वामी

समर्थसांप्रदायिक संतपरंपरेत भीमस्वामी यांचा उल्लेख नेहमी केला जातो. समर्थांचे पट्टशिष्य कल्याण यांच्या घराण्याची परंपरा त्यांना लाभली होती. दत्तात्रेयस्वामी हे कल्याणस्वामी यांचे भाऊ नि भीमस्वामी हे त्यांच्या चौथ्या पिढीतले म्हणजे त्यांचे खापरपणतू.

ही परंपरा महाराष्ट्र भाषाभूषण व महान संशोधक श्री. ज. र. आजगावकर यांनी अशी दिली आहे.

दत्तात्रेय → राघव स्वामी → यशवंत स्वामी → भीमस्वामी

ही परंपरा असूनही ते भीमस्वामींना दत्तात्रेयस्वामी यांचे 'पणतू' का मानतात, ते कळत नाही. भीमस्वामी हे भिमाजीबाबा या नावानं त्या काळात अठराव्या शतकात परिचित असले, तरी बहुतेक वाङ्मयेतिहासकारांनी त्यांचा भीमस्वामी असाच उल्लेख केला आहे.

मध्ययुगीन मराठी वाङ्मयाचा अभ्यास करताना सांप्रदायिक संतचरित्रांचा स्वतंत्र विचार व्हायला हवा, असं मला वाटतं. याचा प्रारंभ आद्य महानुभाव संतचरित्रकार संत नामदेव यांच्यापासून व्हायला हवा. म्हाइंभटांनी लीळाचरित्रादी ग्रंथ लिहून नि नामदेवांनी त्रिखंडात्मक 'ज्ञानदेवचरित्र' लिहून मराठी सांप्रदायिक चरित्रलेखनाची बीजं मऱ्हाटी भूमीत पेरली. वास्तूचं वा संतचरित्रलेखनाच्या मंदिराची प्रतिमा घ्यायची असेल तर, या संदर्भात **'म्हाइंभटें' - नामदेवें रचिला पाया'** असंही म्हणायला हरकत नाही. पुढील काळात संतचरित्रकार म्हणून महीपतीचा जितका उल्लेख केला जातो तितका भीमस्वामींचा का केला जात नाही? भीमस्वामी यांच्या चरित्रलेखनापेक्षा महिपतीचाच अधिक उल्लेख केला जातो याचं कारण त्यांच्या लेखनाची व्याप्ती मोठी आहे, हे कुणीही मान्य करील तथापि या लेखन वा

वाङ्मयप्रकारातील भीमस्वामींचं स्थान नाकारून चालणार नाही; किंबहुना ते मान्य करणं अपरिहार्य आहे.

महीपतींचं संतचरित्रात्मक लेखन प्रामुख्यानं ओवीच्या माध्यमातून झालं आहे तर भीमस्वामींचं अभंगमाध्यमातून. म्हाइंभटांनी जसं लोकस्मृतीचं माध्यम आपल्या संतचरित्रलेखनासाठी स्वीकारलं तसं पुढं किती संतचरित्रकारांनी केलं? लोक / समाज नि संतचरित्र यांची सांगड घालण्याची म्हाइंभटांची कल्पना अभूतपूर्व होती. 'अभंग' हेही एक लोकगीत नि लोकसंगीत यांचा समन्वय साधणारं अस्सल देशी वाणाचं माध्यम. त्याचं बलस्थान लक्षात घेऊनच संत नामदेवांनी त्या माध्यमातून समर्थ-चरित्रलेखन करता येतं, हे आश्वासन यादवकाळातच देऊन टाकलं. वारकरी नि समर्थसांप्रदायिक यांच्यामध्ये भेदरेषा ओढणं प्रस्तुत ठरणार नाही. त्याचं स्वतंत्र विवेचन करायला हवं. तथापि इथं वारकरी संतांचं 'अभंग' हे प्रसारमाध्यम व काव्यप्रकार काही समर्थ सांप्रदायिक संतचरित्रकारांनी किती मोकळेपणानं स्वीकारला, याचं बोलकं उदाहरण म्हणजे भीमस्वामींचं संतचरित्रात्मक लेखन.

'भक्तलीलामृत' हे महीपतींच्या ग्रंथाप्रमाणं भीमस्वामींच्या प्रमुख संतचरित्रग्रंथांचं नाव असलं, तरी एकमेकांनी एकमेकांचे हे ग्रंथ पाहिले नसावेत, असं श्री. आजगावकर यांचं मत आहे. महीपतींच्या ग्रंथात न आलेल्या काही संतांची चरित्रं भीमस्वामींच्या ग्रंथात आढळतात. (लेखनकाल : इ.स.१७९८) भीमस्वामींनी १२१ अभंगांत समर्थ रामदासस्वामी यांची चरित्रकथा वर्णिली आहे व ते लेखन त्यांनी प्रारंभी करणंही स्वाभाविक आहे; पण समर्थसांप्रदायिक संतचरित्रकार हे अन्य संप्रदायांच्या चरित्रांचंही कथन करतात, ही गोष्ट समर्थसंप्रदायाच्या आकलनात महत्त्वाची भर घालणारी आहे. या छोट्या चरित्रकथांची संख्या सुमारे चाळीसच्या आसपास आहे. धर्म/पंथवार विचार करता त्याचा स्थूल आलेख असा काढता येईल–

वारकरी – नामदेव, जनाबाई, गोरा कुंभार, सावतामाळी, चोखामेळा, तुकाराम, माणकोजी, बोधलेबुवा, संतोबा पवार,

समर्थ – रामदासस्वामी, कल्याण - दत्तात्रेय - राघवस्वामी,

नाथ – मच्छिंद्रनाथ, निपट निरंजन,

नागेश – वडवाळसिद्ध नागेश,

दत्त - नृसिंह सरस्वती,

इस्लामधर्म – पीर शमनामीर

❑❑❑

५१. गिरिधरस्वामी

समर्थसंप्रदाय हा महाराष्ट्रातील एक अत्यंत महत्त्वाचा संप्रदाय. समर्थ रामदासस्वामी यांनी तो शिवकालात स्थापन केला. संत रामदासांप्रमाणं या संप्रदायाच्या संतकवींनी व संतकवयित्रींनी विपुल लेखन केलं आहे. या संप्रदायाची हस्तलिखितं मुख्यत्वेकरून धुळ्याच्या समर्थ वाग्देवता मंदिरात उपलब्ध होतात. ती मिळविण्यासाठी समर्थभक्त शंकरराव देव यांनी अपार परिश्रम केले. त्यामुळं हा मौलिक संग्रह आजवर टिकून राहिला आहे. काही काळ मी या संस्थेचा सल्लागार सदस्य होतो.

गिरिधरस्वामी हे समर्थसमकालीन संतकवी असावेत. त्यांना समर्थांचा सहवास लाभल्याविषयी महाराष्ट्रभाषाभूषण श्री. ज. र. आजगावकर यांनी 'प्राचीन मराठी संतकवी' या ग्रंथाच्या तिसऱ्या खंडात उल्लेख केला आहे.

गिरीधरस्वामींची गुरुपरंपरा अशी सांगितली जाते-

समर्थ रामदासस्वामी

↓

वेणाबाई

↓

बायजाबाई (बयाबाई)

↓

गिरिधरस्वामी

गिरिधरस्वामींचं मूळ घराणं मिरज तासगावकडील असून ते गुरूंच्या आज्ञेवरून मराठवाड्यातील 'ईट' या गावी मठ स्थापून राहिले. त्यांच्या जन्मशकाचा निर्देश आढळत नाही; पण समर्थांचा सहवास लाभल्याचं त्यांनी 'समर्थप्रताप' या ग्रंथात निवेदिलं आहे. त्यांचा समाधिशक १६५१

म्हणजे इ. स. १७२९ असा आहे.

गिरिधरस्वामींच्या लेखनावर समर्थविचारांचा नि समर्थसाहित्याचा फार मोठा प्रभाव आहे. त्यांचं लेखन अक्षरश: प्रचंड आहे. महानुभाव साहित्यिकांत 'ग्रंथसंक्षेप' करण्याची किंवा ग्रंथातील विषयाची सूची देणारी रचना करण्याची प्रवृत्ती होती; ती गिरिधरस्वामींमध्येही दिसते. त्यांच्या एकूण ४० (चाळीस) रचनांपैकी 'श्रीग्रंथभावार्थ ग्रंथान्वय,' 'श्रीदासबोधमहाराज भावार्थ हे ग्रंथ अशा प्रकारचे आहेत.' सहा रचना गुरू-शिष्यविषयक आहेत.

श्रीराम हे समर्थसंप्रदायाचं उपास्यदैवत. त्याविषयी काही रचना आहे. समर्थांनी रामायणाचं सुंदरकांड नि युद्धकांडच लिहिलं तर गिरिधरस्वामींनी अद्वा, मंगळ, छंदो, सुंदर, संकेत इ. रामायणं लिहिली. ती पाहिली की, मोरोपंतांच्या १०८ रामायणांचं स्मरण होतं.

समर्थसंप्रदायात 'हनुमंतस्वामींच्या बखरी'सारखी बखरलेखनाची परंपरा होती. त्याप्रमाणं गिरिधरस्वामींनी 'हकीकत वाका' लिहिला आहे. 'समर्थप्रताप' हा त्यांचा समर्थचरित्रविषयक ग्रंथ. त्यांच्या श्लोक- पदादी स्फुट रचनेची संख्या सुमारे पंधराशे असावी.

रामोपासनेची सगुण आणि निर्गुण अशी दोन्ही रूपं गिरिधरस्वामींच्या लेखनात आढळतात. आपण सगुण श्रीरामाची उपासना केली की आपल्याला सर्व चराचरांत रामच दिसतो. त्यामुळं आपल्यामध्ये आणि त्यांच्यामध्ये कोणत्याही प्रकारचा भेद नसल्याचं, म्हणजेच आपल्यामध्ये 'अद्वैत' असल्याचं, आपल्याला जाणवतं. हे सांगताना स्वामी म्हणतात -

दृढ मनीं रामरूप हे धरिलें । दृश्य हे सारिले कैसे पाहा ।
पाहा, पाहा, आतां कल्पनासंभ्रम । राम राम राम राम जाला ।।
राम जाला हा ब्रह्मगोळ हा सकळ । येकेक प्रांजळ बोलूं आतां ।
बोलूं आता लोक, मला न दिसती । राम सीतापति सर्व जाले।।

सगुणोपासना ही मूलत: निर्गुणोपासना आहे, हा विचार समर्थांच्या सगळ्याच लेखनात आपल्याला आढळतो. त्याचं प्रतिबिंब गिरिधरस्वामींच्या लेखनातही उमटलं आहे. त्यांनी आपल्या 'श्रीरामसूद' या ग्रंथात अशा प्रकारचं विवेचन केलेलं आहे. भक्तिमार्ग आणि कर्ममार्ग याप्रमाणंच ज्ञानाचंही महत्त्व लक्षात घेऊन आपण ज्ञानमार्ग कसा स्वीकारावा, याविषयी गिरिधरस्वामींनी 'आत्मानुभव' या ग्रंथात पुढील विवेचन केलं आहे -

येकांता वनीउपवनीं । एकांतभुवनीं ब्रह्मभुवनीं ।।
गुरुदेव, सदनी परमात्मसदनी । अध्यापनग्रंथ पाहावे ।।

नाना सुमन-वाटिका आरामे । देवदेवालये एकांत धामें ।

श्रवण-मनन पूर्ण कामे । अध्यात्म-ग्रंथ वाचावे ।

नाना परोपकाराकारणे । सद्गुरुनाथे केले धांवणें ।

वेदशास्त्रसंमत वचने । अध्यात्मग्रंथ विवरावे ।।

हे तिन्ही मार्ग एकारलेले नसावेत तर ते परस्परपूरक असावेत, अशी स्वामींची धारणा आहे.

समाजाच्या विविध स्तरांतील लोकजीवनाचे अत्यंत सूक्ष्म निरीक्षण स्वामींच्या 'लोकस्वभाव' या ग्रंथात प्रकट झाले आहे. त्यातून कुठलाही वर्ण श्रेष्ठ वा कनिष्ठ नसतो व कोणत्याही वर्णाच्या लोकांनी एकमेकांना दोष न देता सामंजस्यानं सहजीवन व्यतीत करावं, अशा प्रकारचं प्रतिपादन स्वामींनी केलं आहे -

जो जो प्राणी जन्मासि आला । तो तो देहाभिमानेंचि गेला ।

त्यामध्यें कोणी विरळा । प्रबोध निवळा निवळला ।।

जो तो म्हणे 'आम्ही थोर' । कोण पाहे सारासार? ।

माझी वर्तणूक परपार । पाववी भवाच्या ।।

परपार हेहि नाही । मीच अवघा सर्व काही ।

साधुसंत कैचें काई ? कोठून आले? ।।

शुद्र निंदिती ब्राह्मणास । ब्राह्मण निंदिती आणिकास ।

परस्परे यातीपातीस । थोरपणे उडविती ।।

□□□

५२. सूफी संत शाह तुराब

मध्ययुगीन मराठी संतसाहित्यात मुसलमान (सूफी) संतकवींनी महत्त्वाची भर टाकली आहे. हे संत विशेषत: मराठवाड्यातील वा महाराष्ट्र-कर्नाटक किंवा महाराष्ट्र- आंध्र प्रदेशाच्या भागातील आहेत. (यांतही बहुसंख्य मराठवाड्यातलेच.) सूफी संतांची शाखा मुख्यत्वेकरून 'कादरी' हीच आहे. त्यात अंबर हुसेन ('अंबर हुसेनी' या गीताटीकेचा कर्ता) तंजावरच्या भागातील असावा. या संतांनी मराठीत, त्याचप्रमाणं 'दक्खिनी'त रचना केली. 'दक्खिनी' या भाषेचा उद्‌गम मराठी-फार्सी यांच्या संमिश्रणातून झाला आहे.

अठराव्या शतकाच्या उत्तरार्धातील शाह तुराब हेही तंजावुरकडील मुसलमान (सूफी) संतकवी आहेत. त्यांनी मराठी लेखन न करता दक्खिनीमध्येच केलं. ते मात्र सूफींच्या कादरी शाखेचे नसून चिश्ती परंपरेचे होते, हे त्यांचं एक वेगळेपण. त्यांचे गुरू शहा हुसेनी हे होते. त्यांचा निर्देश शाह तुराब फार आदरपूर्वक करतात -

हो संतगुरु हुसेनी । दिल-आराम-दाता ।
है जिस धन का मुज कू । विसराम दाता ।।

आपली सूफी परंपरा असतानाही शाह तुराब दक्षिणेकडील (तंजावुरकडील) रामदासी परंपरेशी कमालीचे एकरूप होतात. त्यांच्यावर रामदासी साहित्याचा फार मोठा प्रभाव होता. असा काही प्रभाव असू शकतो, हीच प्रथम आपल्याला आश्चर्याची गोष्ट वाटते पण दक्षिणेकडेही रामदासी मठपरंपरा आहे, हे सेतुमाधवराव पगडी यांच्यापासून अनेक संशोधकांनी सिद्ध केलं आहे. सूफी संप्रदाय आणि समर्थसंप्रदाय यांचा एकमेकांवर काही प्रभाव पडला आहे किंवा त्यांचा परस्परांशी काही प्रमाणात

तरी संबंध आला असावा, हे रामदासांच्या दक्खिनी हिंदी पदांवरून जसं स्पष्ट होतं, त्याचप्रमाणं त्यांनी दक्खिनी हिंदीमध्ये 'मुसलमानी अष्टकं' लिहिली. (संपा. डॉ. इंदू लिमये, समर्थ वाग्देवता मंदिर, धुळे) यावरूनही सिद्ध होतं. या मुसलमानी अष्टकांत सूफी संप्रदायातील साहिब, 'जिक्र', 'फिक्र' यांसारख्या परिभाषिक संज्ञा येतात, त्याचप्रमाणं वृत्तसाम्यही आढळतं.

समर्थांचे 'मनाचे श्लोक' आणि शाह तुराब यांच्या 'मनसमझावन' या रचनेत बरंचसं विचारसाम्य व आशयसाम्य आढळतं. प्रा. न. र. फाटक यांच्यासारख्या विद्वानांनी 'मनसमझावन'हा मनाच्या श्लोकांचा दक्खिनी हिंदीतील अनुवाद आहे, असं मत मांडलं होतं व तेच जवळपास अनेक अभ्यासकांनी स्वीकारलं होतं; पण अलीकडील संशोधनानुसार डॉ. सईदा जफर व प्रा. द. पं. जोशी यांच्या नवीन संशोधनानुसार तो अनुवाद नसून त्यात बऱ्याच भागाचं आशयसाम्य असल्याचं सिद्ध झालं आहे. 'मनाचे श्लोक' २०५ आहेत तर 'मनसमझावन'ची फक्त कडवी १४४ आहेत. समर्थांनी त्यांची विषयवार विभागणी केलेली नाही तर शाह तुराब यांनी ती बारा भागांत केली आहे. उभय संप्रदायांच्या तत्त्वज्ञानाला मान्य असलेल्या वैराग्य व सदाचरण या उदात्त जीवनमूल्यांवर 'मनसमझावन'मध्ये अधिक भर दिला आहे.

यावरून 'मनसमझावन' हा 'मनाच्या श्लोकां'चा अनुवाद नसला तरी त्यावर 'मनाच्या श्लोकां'चा प्रभाव आहे हे निश्चित. आपण हे अध्यात्माचं गूढ रहस्य दक्खिनी हिंदी भाषेत उकलून दाखविलं आहे, असंही शाह तुराब म्हणतात -

'ए उसकी 'मन की पोती' (पोथी)।
का जवाब है, जिसका रामदास खिताब है।।
मरट्टी बातमें पोती व्व (रामदास) बोल्या।
मैं अिसका राज (रहस्य) सब दखनीमें खोल्या।।'

हे स्पष्ट करण्यासाठी शाह तुराब यांनी आपल्या इस्लाम धर्मातील संकेतांचा व प्रतिमांचा वापर केला आहे.

तीर्थयात्रा करण्यापेक्षा गुरूकडेच जाऊन मार्गदर्शन घ्यावं, असा विचार मांडताना शाह तुराब म्हणतात,

न काशी, बनारस । न जा तिरपतीकू ।
न गोदावरी जा । न भागीरतीकू ।
न गंगा, न जमुना । न सरस्वतीकू ।
कहीं ढूँढ कर । पा गुरू धनपकू ।।

शाह तुराब महाराष्ट्रीय रामदासी परंपरेशी कमालीचे एकरूप झाले होते, हे

त्यांनी निर्देशिलेल्या रामदासी संतपरंपरेवरून लक्षात येईल –

अगर नई तो । भीमास्वामी पास जाऊं ।
अपलं दिलसू का । झगडा बिसारो ।।
मेरा हाल सुनकर । सकल आह मारो ।
अहे रामदास दौर । केसुदास यारो ।।
यही जाके सारे । तो बारे पुकारो ।
सतोबामहाराज । गुणवंत आकिल ।
तेरे बेद का भेद । पानी करे दी ।।

❏❏❏

५३. बयाबाई (बायजाबाई)

समर्थसंप्रदायामध्ये ज्या संत कवयित्री झाल्या, त्यांमध्ये 'वेणाबाई' यांचा प्रामुख्यानं उल्लेख केला जातो. संत बयाबाई या वेणाबाई यांच्या शिष्या होत. 'बयाबाई'चा उल्लेख 'बायजाबाई' असाही केला जातो. त्यांच्या स्थलकालाबद्दलची फारशी माहिती उपलब्ध होत नाही. तथापि समर्थसंप्रदायाचे एक प्रमुख संत गिरिधरस्वामी हे त्यांचे शिष्य होते, अशी माहिती उपलब्ध मिळते. बयाबाईंनी विपुल लेखन केलेलं नाही. सध्या त्यांची अल्पस्वल्प स्फुटरचनाच प्रकाशात आली आहे, ती प्रामुख्यानं पदांच्या स्वरूपात आहे. या पदांमध्येही गुरुभक्तिपर आणि गुरुमाहात्म्यपर रचनेस विशेष महत्त्व आहे.

बयाबाईंच्या पदांमध्ये गुरूनं आपल्याला साधना कशी करावी, हे सांगितलं. या साधनेतील खाचखळगे, अडथळे आपल्या लक्षात आणून दिले. उपासनेतले हे अडथळे कसे दूर करावेत, याचं अचूक मार्गदर्शन केलं. त्यामुळं आपल्याला परमार्थमार्गाची यथायोग्य कल्पना आली आणि आपल्या जीवनाचं कल्याण झालं, अशा आशयाची श्रद्धायुक्त भावना व आपल्या गुरूविषयीची अपार निष्ठा बयाबाईंच्या पदांत व्यक्त झाली आहे. त्यांतून स्त्रीसुलभ भावनांचाही भक्तिमय आविष्कार त्यांच्या रचनेत झाला आहे.

बयाबाईंची रचना अत्यंत रसाळ असून गेयता हे तिचं वैशिष्ट्य आहे. अनेकदा ग्रामीण शब्दरूपांचा उपयोगही बयाबाई करतात. आपल्या गुरूविषयीची पराकोटीच्या आदराची भावना त्यांच्या पुढील पदात व्यक्त झाली आहे -

हा गुरुराजचि साचा । सिंधु आनंदाचा ।

सा चारांला अंत न लागे । कुंठित जाल्या वाचा ।।
जाणिव टाकुनि नेणिव ग्रासुनि । येथेचि लाभ तयाचा ।
भास-निराभास होऊनिया एक । हाचि भास जयाचा ।।
गुरु हा विश्वंभर दास बयावर । घाली पदर कृपेचा ।।

अनेक संतांनी परमेश्वराला माता किंवा पिता यांच्या स्वरूपात पाहिलं आहे आणि त्याच्याविषयीच्या आपल्या भावभावना आपल्या लेखनात प्रकट केलेल्या आहेत तर संत बयाबाई यांनी पुढील रचनेत आपल्या गुरूलाच आपली माता मानून आपल्या भावना व्यक्त केल्या आहेत. अशा प्रकारचं लेखन मराठी संतसाहित्यात (माय-लेक, स्वरूपातलं) फार कमी प्रमाणात आढळतं.

धांवत येऊनि सद्‌गुरूमाय, निज पान्हा देई ।
तुझिया विरहान लागे, व्याकुळ जीव जाला पाही ।।धृ।।
इंद्रनिळाची कीळ गाळुनी, शाममूर्ति घडिली ।
अष्ट दिशांना प्रभा व्यापुनि, दश अंगुळ उरली ।।१।।
यमुनातीरी कुंजवनामधिं, वाजवितो मुरली ।
याला पाहतां चित्तवृत्ति, हे सखये घाबरली ।।२।।
मग दृढतर निश्चय, मनात हा केला ।
खरि आग लाविली, या साहा ईषणेला ।।३।।
निर्धूत होऊनी शरण, गेले पायाला ।
चिद्‌ग्रंथीची गांठ सुटुनिया, मिठी पडली पाई ।।४।।

समर्थसंप्रदायातील अनेक संतांनी मराठीप्रमाणंच 'दक्खिनी' हिंदी भाषेतही लेखन केलं आहे. संताबयाबाई यांची 'दक्खिनी'मधील रचना पदस्वरूपात उपलब्ध होते, तथापि तिच्यामध्येही त्यांची आपल्या गुरूविषयीची श्रद्धा आणि भक्तिभाव प्रकट झाला आहे. वानगीदाखल त्यांचं एक पद पुढे देत आहे -

बऱ्या कहुं रे गुरुनाथ की बात में । मस्तमया हे दिल मेरा रंग मे ।
लाल रंग मे सफेद खुला है । कोई नहिं जाने आपभुला है ।।
जब सद्‌गुरू के पगलिन होना । रंगातीत रंग आपहि होना ।
रामदास गुरूपदकी दासी । दास बया फिरे देस-विदेसी ।।

❑❑❑

५४. मन्मथस्वामी

वीरशैव संतकवी मन्मथस्वामी यांचा काळ पंधरावं शतक असा असून ते तुकोबांप्रमाणंच अत्यंत प्रभावशाली आणि लोकप्रिय संतकवी होते. त्यांचा नागेशसंप्रदाय आणि माणूरचा वीरशैव मठ यांच्याशी घनिष्ट संबंध होता. ते मूळचे मराठवाड्यातील उस्मानाबाद जिल्ह्यामधील कळंबचे. बीड जिल्ह्यातील नेकनूर हे त्यांचं आजोळ. नागेशसांप्रदायिक व वीरशैव धर्मानुयायी त्यांना आपापल्या संप्रदायाचे/धर्माचे मानतात. पंधराव्या शतकात वीरशैवधर्म व नागेशसंप्रदाय यांच्यावर आलेलं उदासीनतेचं आणि धर्मग्लानीचं सावट दूर करण्याचा लक्षणीय प्रयत्न त्यांनी केला. हे कार्य त्यांनी आपल्या लेखणीनं नि वाणीनं केलं. मन्मथस्वामींनी अध्यात्मप्रबोधनाचं आणि एकात्मतेचं जणू व्रतच घेतलेलं होतं. वीरशैव मराठी साहित्याच्या संदर्भातील त्यांचं योगदानही अत्यंत मोलाचं आहे.

त्यांच्या नावावर असलेल्या लेखनात दोन प्रकारच्या नाममुद्रा आढळतात. एकच संतकवी दोन नाममुद्रा धारण करतो का? याविषयी अधिक संशोधन व्हायला हवं. **'मन्मथ'** आणि **'मन्मथ शिवलिंग'** या त्या दोन नाममुद्रा आहेत. माझ्या मार्गदर्शनाखाली डॉ. चंद्रकांत देऊळगावकर यांनी 'मन्मथस्वामी : व्यक्ती व वाङ्मय' या विषयावर संशोधन केलं आहे. नागेशसंप्रदायाच्या शिष्यपरंपरेत एक शाखा मन्मथस्वामींचीही आहे. शिव हे वीरशैवधर्माचं आराध्यदैवत आहे. त्याचप्रमाणं नागेशसांप्रदायिकही नागेश (नागनाथ) हे शिवस्वरूप असल्याचं मानतात, हे मी माझ्या 'नागेशसंप्रदाय' या पुस्तिकेत सांगितलेलंच आहे. आपलं दैवत व आपले गुरू नागेश हे आहेत, असं स्वत: मन्मथस्वामींनीच अनेक ठिकाणी म्हटलं आहे. त्यांच्या 'परमरहस्य' या ग्रंथातील हा उल्लेख पहा -

'अनाम तू अपरंपारा । श्रीगुरुमूर्ती नागेश्वरा ।।
नागेश आडनाम हे दातारा । एऱ्हवी अनाम तू ।।
तुज रूप ना रेखा ना नाम ।
आम्ही भक्तीं धरूनी ठेविलें नाम ।
एऱ्हवी वेदशास्त्रासी अगम्य । अगोचर तू ।।
यालागी शिव तोचि नागेश्वरू । परंपरेची बसवराज गुरू ।
माणूरमठ सिंहासनाधिकारू । असे जाण तयासी ।।
त्याचीये कृपेकरून । 'परमरहस्या'ची टीका विस्तारून
करविते जाले आपण । श्रीबसवराजस्वामी ।।'

नागेशसंप्रदायाच्या 'नागेशलीलामृत' या ग्रंथात संतकवी अज्ञानसिद्ध यांचे पूर्वज हेग्रस यांच्यासाठी मन्मथस्वामी माणूरहून सोलापूर जिल्ह्यातील वडवळसिद्ध इथं आल्याचा उल्लेख आढळतो. तिथून मोहोळ येथील नागेशसंप्रदायातील अज्ञानसिद्धांची परंपरा सुरू झाली, असं एक मत आहे.

मन्मथस्वामींनी विपुल ग्रंथलेखन केलं. 'परमरहस्य' हा त्यांचा सर्वांत महत्त्वाचा भाष्यग्रंथ वीरशैवधर्मातील आचारधर्माचं निरूपण करणारा आहे. प्रतिकूल धार्मिक परिस्थितीत महाराष्ट्राला संत एकनाथांनी, वारकरीसंप्रदायांनं नवचैतन्य दिलं, त्याचप्रमाणं मन्मथस्वामींनी वीरशैवधर्माला नि नागेशसंप्रदायाला दिलं. अक्कलकोटस्वामींप्रमाणंच त्यांनी अशा बिकट अवस्थेत

'मन्मथ आलासे भूलोका । आता कोणी भिऊ नका ।।'

असं म्हणून अभय दिलं. दिलासा नि आत्मविश्वास दिला.

'परमरहस्य' हा मन्मथस्वामींचा प्रमुख भाष्यग्रंथ. डॉ. शिवलिंग शिवाचार्य यांनी संपादिलेल्या ग्रंथाला मी गेल्या शतकाच्या साठीत प्रथमत:च विस्तृत विवेचक प्रस्तावना लिहिली होती. या भाष्यग्रंथाव्यतिरिक्त मन्मथस्वामींनी जी स्फुट रचना केली तिच्यामध्ये अनुभवानंद, स्वयंप्रकाश, ज्ञानबोध, आनंदलहरी, शिवस्तोत्र, गुरुगीता, गुरुप्रसाद, गुरुनागड, विज्ञानबोध, मन्मथबोधामृत इ. अनेक आध्यात्मिक प्रकरणं लिहिली. त्यांतून त्यांची तत्त्वचिंतनात किती मोठी गती होती, याची प्रचीती आल्याविना राहत नाही. आपल्या या लेखनामुळं 'लिंगांग, ऐक्य' (म्हणजे जीवात्मा आणि परमात्मा यांचं मीलन किंवा जीवशिवैक्य) होईल, असा त्यांना वाटणारा आत्मविश्वास त्यांच्या सर्वच साहित्यात प्रकट होतो. वानगीदाखल 'अनुभवानंद' या आध्यात्मिक प्रकरणातील त्यांचे उद्‌गार पाहा -

'हा ग्रंथ अध्यात्माचा अध्यात्म पूर्ण । हे गुह्याचेही गुह्य पूर्ण ।
जो करी नित्य प्रेमे पठण । तो चैतन्यघन होऊनी जाये ।।'

सर्व जीवात्म्यांत परमात्माच भरून उरला आहे, त्या सर्वांची नावं नि रूपं वेगवेगळी असली तरी त्यातील परमात्म्याचा वा चैतन्यतत्त्वाचा अंश सारखाच आहे, असं सांगून त्यांनी आध्यात्मिक समतावादाचा पुरस्कार केला व समाजातील भेदाभेद नाहीसे केले -

'सोनेचि परी ते गेटा तानवड । जे भावी जया लेण्याची आवड ।
एरवी न भावीता सोनेचि अखंड । भूषणाकार असे ।।'

या ठिकाणी 'अळंकाराते आले। तरी सोनेपण काई गेले?' या ज्ञानदेवांच्या दृष्टांताचा आठव होतो.

मन्मथस्वामींच्या अभंगरचनेचं स्वत:चं असं एक अंगभूत वैशिष्ट्य आहे. तिच्यात त्यांची साधना तर प्रकट झाली आहेच पण त्यांच्या उत्कट भावविश्वात त्यांच विचारविश्वही प्रतिबिंबित झालं आहे. 'मन्मथबोधामृता'त त्यांच्या अभंगरचनेचं स्वरूप-वैशिष्ट्य अगदी सहजपणे व्यक्त होतं.

आपल्या उपदेशपर अभंगरचनेत त्यांनी साधना किंवा उपासना व भक्ती कशी करावी, याचा वस्तुपाठ तर दिलाच आहे पण भक्तीचं वरकरणी सोंग करणारांवरही प्रखर टीका केली आहे -

'जळो त्याचे ज्ञान । जळो त्याची भक्ती ।
लिंगागाची स्थिती । न कळे त्यासी ।।
अध्यात्माची पोथी । सोडोनि बाजारी ।
बैराग्याची थोरी । सांगे लोकां।।'

यासारख्या अभंगांत धर्माचा बाजार मांडणाऱ्या तथाकथित महाराजांवर टीका केली आहे. भक्ती वा उपासना ही वरवरची नाही तर तिचा उमाळा मनातूनच प्रकट व्हायला हवा, असं सांगून त्यांनी ढोंगी साधूंवर व त्यांच्या सकाम भक्तीवर परखड टीका केली आहे. अशा प्रकारे त्यांनी धर्माच्या क्षेत्रातील प्रदूषण नष्ट करण्याचा सफल प्रयत्न केला आहे.

निष्ठावंत साधक, धर्मक्षेत्रातील पाखंडी मानसिकतेवर प्रहार करणारे समाज प्रबोधनकार मन्मथस्वामी एके काळी लावण्या लिहिणारे शाहीरही होते. त्यांच्या काही लावण्या उपलब्ध झाल्या आहेत. साधनापूर्व काळात त्यांनी त्या लिहिल्या असाव्यात. तो त्यांच्या व्यक्तित्त्वाचा एक वेगळा पैलू आहे.

वीरशैवधर्म व नागेशसंप्रदायाच्या मराठी साहित्याला गती देणाऱ्या अग्रणींमध्ये मन्मथस्वामींचं लक्षणीय स्थान का आहे, हे वरील विवेचनावरून लक्षात येईलच.

❑❑❑

५५. माणकोजी बोधलेमहाराज

बोधलेमहाराज हे थोर संत होते. त्यांच्या पूर्वायुष्यात त्यांनी मोगलांबरोबर युद्ध करून पराक्रम गाजविला होता पण युद्धात झालेल्या हत्या पाहून ते व्यथित झाले व त्यांना उपरती होऊन ते विरक्त झाले. आपले थोरले बंधू शिवाजी बोधले यांच्याबरोबर ते पंढरपूरला गेले व त्यांनी आपलं उर्वरित आयुष्य परमेश्वराची भक्ती करण्यासाठी व तिचा प्रसार करण्यासाठी वेचलं, अशा प्रकारची माहिती त्यांच्या चरित्रात मिळते. त्यांचा शिष्यपरिवार विशेषकरून मराठवाड्यात मोठ्या प्रमाणात आहे. त्यांनी विपुल अभंगरचना केली.

'बोध' हा शब्द जरी मराठीत प्रचलित असला तरी त्यापासून सिद्ध झालेलं 'बोधणे' हे क्रियापद मराठी भाषेत फारसं प्रचलित नाही. माणकोजीमहाराजांच्या 'बोधला', 'बोधले' या आडनावात मात्र तसा प्रयोग झाल्याचं आढळतं आणि त्याचा अर्थ ''ज्यांना 'बोध' वा ज्ञान (किंवा पर्यायानं उपदेश) दिला आहे ते.'' इथं 'बोध' या शब्दाचा परमार्थानं 'आत्मबोध' किंवा 'आत्मज्ञान' असा अर्थ गृहीत असावा, असं वाटतं. 'समर्थ रामदासांची वाङ्मयमूर्ती' असा ज्या ग्रंथाचा निर्देश केला जातो, तो ग्रंथ म्हणजे 'दासबोध' होय. हे समर्थांनी केलेलं समाजाचं प्रबोधन आहे.

बोधलेमहाराजांच्या अभंगरचनेत त्यांच्या विविध साधकावस्था उत्कटपणे चित्रित झाल्या आहेत. त्यांतील पहिली अवस्था आहे परमेश्वराच्या विलक्षण ओढीची. तिचं एक प्रातिनिधिक स्वरूप पुढील अभंगात आढळेल-

तुझिये भेटीला । जीव माझा तळमळी ।
केधवा वनमाळी । येईल घरा ?
येई गा बा हरि । माझ्या प्राणनाथा ।
जीव जाईल आतां । करूं काय ?।।

माझिये देहींचा । वेसकार केला ।
का रे नाहीं आला? विठोबा माझा ।।
गा कृपानिधी । बैस माझ्या घरीं ।
तुज आतां नाहीं उरि । संसाराची ।।
हळुच तुज बुधि । बैसवीन घरी ।
तुज म्हणे अवतारी । जाऊ भेदी ।।
बोधला म्हणे देवा । कोण माझ्या केवा?
आता येऊन द्यावा । प्रेम-पान्हा ।।

परमेश्वराच्या दर्शनासाठी नि मीलनासाठी त्याची उपासना किंवा भक्ती करावी लागते; पण भक्ती करणं म्हणजे काही फार मोठा खटाटोप नव्हे. कोण म्हणतं की, देवाची भक्ती करायची म्हणजे जपच करायला हवं किंवा त्यासाठी तपच करायला हवं? त्यासाठी केवळ परमेश्वरावर अनन्य श्रद्धा ठेवायला हवी. 'भक्तिभावा ठाव नाही' असं माणकोजीमहाराज म्हणतात, ते यासाठीच. त्यांचा पुढील अभंग पाहा -

न लगे जप-तप करावे साधन । नाम हे निधान जीवि घरा ।।
नामेची तरले कोट्या न् कोटी । नामेच वैकुंठीं सरते केले ।।
नामाची आवडी जयाच्या चित्तासी । धन्य पुन्येरासी तोचि नर।
बोधला म्हणे, नाम उच्चारा हरीचे ।भय कळिकाळाचें नाही तुम्हां।

भक्ती करणाराला कळिकाळाचंही भय का नसतं? याचं कारण असं की, अशा प्रकारे भक्ती करणारांचा उद्धार व कल्याण यापूर्वी परमेश्वरानं केल्याचे अनेक दाखले आपल्याला ज्ञात आहेत. त्यांचा उल्लेखही माणकोजी करतात. देव दयाळू नि कनवाळू आहे -

दीनांचा दयाळू। पतितांचा पावन ।
सर्व सुखनिधान। पांडुरंग।।
घडी घडी आठव। करावा तयाचा ।
धोका कळकळांचा। नाही त्यासी ।
पांडव जयानें ।रक्षीले जोहारी ।
ते नेलें विवरी ।काढूनिया ।।
प्रल्हादाचा पिता । चिंतीत वोखटे ।
करीतसे गोमटे । वेगळाची ।।
बांधोनी पाषाण । सागरी लोटिला ।
तो पहा तारीला । वरचेवरी ।।

तैसे आणिक पतित । बहु उद्धारिलें ।।
आठवा रे पाउले । त्यांचे वेगीं ।।
बोधला म्हणे जैशा । देवा शरण जावें ।
भवसागर तरावे । हेळामात्रें ।।

आपल्या कीर्तनाच्या माध्यमातून माणकोजीमहाराजांनी तुम्हा, आम्हाला, जनसामान्यांनाही आपल्या उद्धाराचा मार्ग दाखविला. तुम्ही केवळ देवाचं नामस्मरण केलंत नि आपले आचारविचार पवित्र ठेवलेत तरी तुमचा उद्धार होईल, असं माणकोजीमहाराजांची आश्वासक वाणी सांगते -

पूर आला आनंदाचा । लाटा उसळती प्रेमाच्या ।
बांधू नामाच्या सांगडी । पोहून जाऊं पैलथडी ।।
अवघे भाविक जन भक्त । घाला उड्या चंद्रभागेत ।
बोधला म्हणे, थोर पुण्ये । बोधा आली पंथें येणें ।।

अशा प्रकारे महाराजांनी वारकरीसंप्रदायाच्या प्रसारकार्यालाही फार मोठा हातभार लावला.

विषयांसारख्या विकारांपासून (षड्विकारांपासून) आपण अलिप्त राहून संयमाचा आणि विरक्तीचा भाव कसा अंगिकारला पाहिजे, याचा वस्तुपाठ म्हणजे माणकोजीमहाराजांचा पुढील अभंग होय-

विषय पाहे विख । याचे मानाल सुख ।
आवडी खाऊ जातां पुढें । भोगिसील दुःख
विषये पाही विख । जे जे सेवित गेले ।
बळेचि उडी टाकूनी । आपण बुडाले ।
आपुला गळा कापुनी । आत्महात्यारी जाले ।
तेव्हां कोण सोडवील? येम जाची ते जाळी ।।
बोधला म्हणे विषयासी विटलो । कृपाळू त्यासी भेटलो ।
विषयें जिंकोनिया पाहे । सूर पैं जालों!

❑❑❑

५६. उत्तम श्लोक

'उत्तम श्लोक' हे नाव ऐकल्यावर/वाचल्यावर ते व्यक्तीचं की श्लोकाचं, असं वरकरणी वाटणं स्वाभाविक आहे. उत्तम श्लोक हे विदर्भातील एक प्रमुख संतकवी. त्यांचं मूळ नाव माधव आणि वडिलांचं नाव बाळाजी महादेव. त्यांचं घराणं मूळचं मराठवाड्यातील बीडचं; पण त्यांची कर्मभूमी मात्र विदर्भातील उमरखेड. त्यांचा जन्म इ. स. १७०९ म्हणजे अठराव्या शतकाच्या प्रारंभकाळात झाला.

माधव बाळाजी यांचं नाव 'उत्तमश्लोक' असं का पडलं, याविषयी एक आख्यायिका वा प्रसंग सांगितला जातो. कृष्णदयार्णव हे एक विख्यात संतकवी. त्यांचा अनुग्रह माधवराव बाळाजी यांना लाभला. कृष्णदयार्णव यांचा 'हरिवरदा' हा प्रचंड ओवीसंख्या असलेला बृहद्ग्रंथ सुप्रसिद्ध आहे. त्याचं लेखन चालू असताना माधवराव कृष्णदयार्णव यांच्या इच्छेनुसार त्यांच्या मठात राहू लागले व काव्यही लिहू लागले. त्यांनी काही चांगली श्लोकरचना केली. ती वाचून कृष्णदयार्णव म्हणाले, की तू 'उत्तम श्लोक लिहितोस'...आणि याच पार्श्वभूमीवर ते माधवरावांना 'उत्तमश्लोक' म्हणू लागले.

कृष्ण दयार्णवांचा 'हरिवरदा' ग्रंथ म्हणजे भागवताच्या दशमस्कंधावरील टीका होय. त्याच्या उत्तरार्धातील ८७० व्या अध्यायाच्या तेविसाव्या श्लोकावरील भाष्य पूर्ण झाल्यावर कृष्णदयार्णवांची जीवनयात्रा संपली.

त्यांच्या आवडत्या शिष्यांनी-उत्तमश्लोकांनी-हे अपूर्ण उर्वरित कार्य पूर्ण केलं. ८७० व्या अध्यायाचा उरलेला भाग नि त्यानंतरचे तीन अध्याय लिहून या शिष्यानं एक प्रकारे आपल्या सद्गुरूलाच आदरांजली अर्पण केली.

उत्तम श्लोकांची गुरुपरंपरा अशी आहे -

श्री दत्तात्रेय

↓

जनार्दनस्वामी

↓

एकनाथ

↓

चिदानंद स्वामी

↓

गोविंदस्वामी

↓

कृष्णदयार्णव

↓

उत्तमश्लोक

कृष्णदयार्णव 'हरिवरदा' ग्रंथाचं निवेदन करीत व उत्तमश्लोक ते लिहून घेत; यासाठी कृष्णदयार्णव यांनी आपला अपूर्ण ग्रंथ पूर्ण करण्यासाठी आपल्या या शिष्यालाच निवडलं. यावरून उत्तमश्लोकांच्या प्रज्ञेची व प्रतिभेची सहज कल्पना येईल. याशिवाय, उत्तमश्लोकांनी 'सप्तशती'वरही टीका लिहिली. त्याविषयी त्यांनी स्वत:च म्हटलं आहे -

आत्मनुसंधान चिन्मात्र कृष्णी ।
धरून विचारतां प्रारब्धपणी ।।
ईश्वरी प्रेरणेने भूधर वाणी ।
वदली गर्जोनी मातापुरी ।।
का तू गुरू-पद-सेवका ।
श्रीसप्तशतीवरी टीका ।
करी देशभाषेनें भाविक ।
न धरूनी शंका मानसी ।

- आणि ही टीका देशभाषेत म्हणजे मराठी भाषेत लिहून झाल्यावर त्यांनी या जगाचा निरोप घेतला. त्यांची समाधी त्यांच्या गुरूंच्या समाधीजवळ पैठण इथं आहे.

❑❑❑

५७. दासगणूमहाराज

महीपतीबोवा ताहराबादकर यांच्यासारखे संतचरित्रकार महाराष्ट्रात होऊन गेले. याचा लाभ भाविकांना जसा झाला, तसा मध्ययुगीन भक्तिसाहित्याला व संशोधकांनाही झाला. महीपती यांचे 'भक्तविजय'सारखे ग्रंथ म्हणजे एका अर्थानं महाराष्ट्रातील संतचरित्राचे ज्ञानकोशच होत. त्यात महाराष्ट्रातील विविध संतांविषयीची सामग्री दडली आहे. त्यातील भक्तिभाव जाणून घेऊन अन्य ऐतिहासिक सामग्रीच्या आधारे ही संतचरित्रं पारखून घेणं मात्र आवश्यक आहे.

दासगणूमहाराज स्वतःच भक्तीच्या आनंदाच्या डोहात सतत डुंबले. असा भक्तिभाव त्यांच्या संतचरित्रलेखनातही येणं अगदी स्वाभाविकच होतं. त्यामुळं मराठी संतांच्या चरित्राचं संशोधन, अध्ययन, मूल्यमापन, विवेचन, विवरण करताना साधनग्रंथ म्हणून संतचरित्रांची उपयुक्तता व महत्त्व अमान्य करता येत नाही.

दासगणू महाराज यांना 'आधुनिक महाराष्ट्राचे महीपती' म्हणायला प्रत्यवाय नसावा. त्यांनी केलेलं प्रचंड संतचरित्रलेखन पाहून मन थक्क होतं.

हे लेखन पाहून मन जसं थक्क होतं, त्याचप्रमाणं खुद्द दासगणूमहाराजांचं चरित्र पाहूनही मन थक्क झाल्यशिवाय राहत नाही. ते 'दासगणू' या नावानंच तुम्हाआम्हाला परिचित असले तरी त्यांच्या मूळ नावात 'दास' हा शब्द नाही. 'ईश्वराचे दास' या अर्थानं म्हणजेच 'भक्त' या अर्थानं दासगणूमहाराजांनी आपल्या नावाआधी 'दास' हा शब्द जोडला. आज उभ्या महाराष्ट्राला ते 'दासगणू' या नावानंच परिचित आहेत. 'गणू' हे 'गणेश'चं घरगुती व अनौपचारिक तसंच जवळीकीचं रूप. 'गणेश' या प्रौढ

रूपाऐवजी ‘गणू’ हे नामरूप स्वीकारण्यातही त्यांची विनम्रताच प्रकट होते. स्वत:साठी ‘तुकाराम’ हा शब्द न योजता ‘तुका’ हा शब्दच तुकोबांनी योजला, त्याचप्रमाणं दासगणूमहाराजांनीही ‘गणू’ हा शब्द स्वत:साठी विनयानं व जवळीकीनं योजिला.

खरं तर त्यांचं मूळ नावही ‘गणेश’ असं नव्हतंच. त्यांचं जन्मनाव होतं ‘नारायण’; पण त्यांच्या आजोळात सारे जण त्यांना ‘गणेश’ म्हणायचे. तेच महाराजांनी पुढं स्वीकारून ‘गणेश’चं ‘गणू’ हे रूप आपल्या लेखनात योजिलं. त्यातही तो शब्द प्रथम न योजिता नंतर योजिला, हे त्यांच्या अनन्य ईशनिष्ठेचं द्योतक आहे. सहस्रबुद्धे हे महाराजांचं आडनाव; पण हेदेखील कुणी मुद्दाम सांगितल्याशिवाय कळत नाही.

महाराज पोलीसखात्यात नोकरीला होते तरी त्यांचा ओढा मात्र परमार्थाकडेच होता. ते साईबाबांचे भक्त होते. त्यांच्या अभंगस्वरूप लेखनात साईबाबांचा निर्देश सतत येतो. ‘गणू म्हणे’ ही त्यांची नाममुद्रा.

ते साईबाबांनाच ब्रह्मा-विष्णु-महेशांच्या रूपात पाहतात. दासगणूमहाराजांची ही स्फुट रचना प्रदीर्घ असूनही हेतुत: इथं उद्‌धृत करीत आहे. त्यावरून त्यांची साईबाबांवरील अनन्य निष्ठाही जाणवल्यावाचून राहणार नाही.

सद्‌गुरूरायानें जला तेल केलें । दीप उजळीले लक्षावधी
ठेवुनिया दीप उशापायथ्याशीं । पहुडे फळीसी गुरुमूर्ती ।।
त्यांच्या त्या कृतीचा, हाच आहे अर्थ । कदा अंधारांत निजू नये ।
गणु म्हणे माया दुर्धर अंधार । ज्ञानदीप थोर म्हणुनी लावा ।।
शिवविष्णूब्रह्मारूप बाबा साई । भाव दुजा काही मानू नका ।।
सद्‌गुरुरायाच्या पायाची जी धूळ । तेंच गंगाजळ शुद्ध माना ।।
अमृताआगळीं मुखींचीं वचनें । तींच माना मनें गीता जेवीं ।
गणु म्हणे बाबा वसंत सोज्ज्वळ । भक्तांनो कोकीळ व्हा रे तुम्ही।।

संत हे परमार्थाचे जणू ‘दुकानदारच’ आहेत. त्यांच्याकडून ऐहिक सुखाच्या तकलादू बाहुल्या कशा मिळणार? आपण त्यांच्याकडून परमार्थमार्गच घ्यायला हवा पण आपण असं न करता ऐहिक सुखोपभोगामागं लागतो, त्याचा काय उपयोग? असं महाराज म्हणतात-

शिर्डीक्षेत्र नोहे पचंबा बाजार । तेथें दुकानदार परमार्थाचा ।।
ऐहिक सुखाचीं खेळणीं बाहुल्या । समूळ फेंकिल्या गुरुरायें ।।
कां कीं तयामाजी किमपि ना अर्थ । फसतील व्यर्थ पोरें माझीं।।
गणु म्हणे पोर पचंब्यासी जातें । किरकिरेंच घेतें आवडीने ।।

उपासनेचे तीन मार्ग आहेत : ज्ञानमार्ग, कर्ममार्ग नि भक्तिमार्ग. हे मार्ग

एकांगी होऊ लागले म्हणून ज्ञानदेवांप्रमाणं दासगणूंनीही या त्रयींचा समन्वय केला आहे. तुम्ही कोणत्याही मार्गानं उपासना केली तरी परमेश्वरप्राप्तीचं नि मोक्षप्राप्तीचं तुमचं उद्दिष्ट सफल होईल, असं महाराज म्हणतात आणि हा गहन विचारही ते अगदी सोपा करून जनसामान्यांच्या भाषेत सांगतात -

कर्म भक्ती ज्ञान-बाजारीं या माल । मनिं जो वाटेल तोचि घ्यावा ।
तिघांची किंमत एक आहे जाणा । फळहि तिघांना एकची हो ।।
भावरूपी द्रव्य पाहिजे तयासी । सांई सद्‌गुरुसी दुजें न लगे ।
गणु म्हणे भाव नाणें जयापाशीं । त्यानें बाजाराशीं येथें जावें ।।

परमार्थाच्या बाजारात फक्त भक्तिभावाचंच नाणं चालतं, हा विचारही किती मार्मिक आहे!

संतचरित्राप्रमाणं दासगणूमहाराजांची भक्तिकविताही अत्यंत प्रासादिक व रसाळ आहे. तिचा फारसा विचार होत नाही. तो व्हायला हवा, असं मला वाटतं -

तू माझा आधार । मी तुझा आश्रीत ।
होई कृपावंत पांडुरंगा । होई कृपावंत।।
तू शुद्ध गौतमी । मी एक ओहोळ ।
मशीं देई स्थळ पायापाशीं । मशी देई स्थळ।।
तू साच कस्तुरी । माति मी निर्धारी ।
मला धरणें दूरीं । नाही बरे । मला धरणें दूरी ।।
गणू हा अज्ञान । करावे पालन ।
देऊनियां ज्ञान ब्रीदासाठी । देऊनीया ज्ञान।।

यातील गेयताही लक्षणीय नाही का?

❑❑❑

५८. अजितकीर्ती-शिष्य (पहिले) विशाळकीर्ती

मध्ययुगीन मराठी साहित्यात विविध प्रकारची रुक्मिणीस्वयंवरं आहेत. महानुभाव महाकवी नरेंद्र याचं 'रुक्मिणीस्वयंवर' प्रख्यात आहे. संत एकनाथ हे वारकरी संप्रदायाचे एक महत्त्वाचे संत. त्यांच्या 'रुक्मिणीस्वयंवरा'त अर्थाचा एक पदर वाच्यार्थाचा तर दुसरा लक्ष्यार्थाचा. त्यामुळं जनसामान्यांना प्रबोधन करण्याचा प्रयत्न केला आहे. सामराज हे शिवकालीन कवी. त्यांचीही 'रुक्मिणीहरण' ही अत्यंत लोकप्रिय रचना; पण ती शिवकाळातली महत्त्वपूर्ण आख्यानक रचना.

केवळ एकच आख्यानकाव्य व काही स्फुट रचना करून हे विशालकीर्ती मध्ययुगीन संशोधकांचा संशोधनविषय तर झालेच पण ते लोकमानसाचाही कुतूहलविषय झाले. सोळाव्या शतकाचा उत्तरार्ध हा त्यांचा जन्मकाळ. त्यांचे गुरू अजितकीर्ती हे लातूर येथील पीठाचे 'भट्टारक' होते. त्यांच्यानंतर त्यांचे शिष्य विशालकीर्ती भट्टारक झाले. त्यांच्याविषयी फार थोडी माहिती मिळते.

त्यांनी आपल्या 'रुक्मिणीव्रतकथे'तच स्वत:विषयी व आपल्या रचनेविषयी पुढील माहिती सांगितली आहे

कुंदकुंदाचारीयान्वसुरी । अजितकीर्ति पटधारी ।
ततपरी महासुखकारी । वीसालकीर्ती ।।१५०।।
'रुक्मिणीव्रत' विधान । विशाल कीर्तिने केले कथन ।
महाराष्ट्र भाखा करून । निरोपिली ।।१५१।।

यातील रुक्मिणी पूर्वजन्मीची 'लक्ष्मीमती' होती. तिचेचं व्रत केल्यास त्याची फलश्रुती काय, तेही कवींनं असं सांगितलं आहे -

'अथवा स्त्री-पुरुष । निश्चये व्रत करीति हरुखे ।

ते पावती मोक्षपदास । अन्यथा नाही, ।।१५२।।

हे व्रत कसं करावं, याविषयीही कवीनं पुढील विवेचन केलं आहे -

आइका याचे विधान ।।

भाद्रपद सुक्ल पक्ष जान । भाद्रपद सुक्ल पक्ष जान ।

अष्टमि कीजे उपोषण । भावसहित पै ।।

गुरुमुखे व्रत उच्चारिजे । अष्टविध पूजा आणिजे ।

हवन शांतिक कीजे । शक्तिप्रमाणें ।।

प्रहरां प्रहरां कीजे पूजा । ऐसे अष्ट प्रहर करावी पूजा ।

आम्ही प्रभाते जालिया वोजा । मग पारणे कीजे ।।

❑❑❑

५९. देवेन्द्रकीर्ती-शिष्य (दुसरे) विशालकीर्ती

पहिले विशालकीर्ती हे अजिंक्यकीर्तींचे शिष्य तर (दुसरे) विशालकीर्ती हे देवेन्द्रकीर्ती यांचे शिष्य होते. 'प्राचीन मराठी जैन साहित्य'कार डॉ. सुभाषचंद्र अक्कोळे त्यांचा काळ इ. स. १६८८ च्या पूर्वीचा मानतात. ते कारंजा पीठाचे भट्टारक असावेत. त्यांनी 'धर्मपरीक्षा' नावाचा महत्त्वपूर्ण ग्रंथ लिहिला. विविध धर्मांचे परीक्षण (विवरण) करून जैनधर्म कसा श्रेष्ठ आहे, याचं वर्णन विशालकीर्तींनी केलं आहे, ते असं आहे -

एकांत मत या बौद्धांचें । विपरित मत ब्राह्मणांचे ।
विनय मिथ्यात तापशाचं । जानिजे सुदेवा ।।
संशयमते स्वेतांबर जाणिजे । अज्ञान मिथ्यात दुर्धर वाणिजे ।
तया मता तुरुकाचं म्हणिजे । हे पांचहि मतें ।।
हे पाचंहि मतें ।।९१०।।

द्वितीय विशालकीर्तीच्या या रचनेची ओवीसंख्या ९५८ असून ती पाच 'अधिकारां'त (विभागात) वर्णिली आहे, त्यासंबंधी पुढील उल्लेख आढळतो-

मग नमिला परमगुरू । ज्याचे नाम देवेंद्र कीर्तिवरू ।
त्याने मस्तकी ठेविला करू । भवसागर तरावया ।।
हा ग्रंथ रासभासा अगाध । तयाचा विशाळकीर्तीस झाला बोध
ज्ञानदृष्टी मऱ्हाष्ट केला निःबध । लोका उपदेशाकारणे ।।
विशालकीर्ति-मुखीचे वचन । ज्ञानसागरे घेतलं लेहूण ।
आपणे कथा संपूर्ण ।। करू आता ।।

❑❑❑

६०. गोपाळनाथ

संतकवी गोपाळनाथ हे अठराव्या शतकाच्या पूर्वार्धातील एक महत्त्वाचे सत्पुरुष होते. त्यांना 'नाथगोपाळ' असंही म्हणत असत. साताऱ्याजवळचा 'त्रिपुटी'मठ हा त्यांच्या नावानंच मुख्यत्वेकरून ओळखला जातो. पेशवेकाळातील ब्रह्मेंद्रस्वामी हे संतदेखील याच परिसरातले. धावडशीचे. त्यांच्या चरित्राचं वर्णन करणारी 'ब्रह्मेन्द्रस्वामींची बखर' ही पेशवेकालीन चरित्रात्मक बखरींतील एक महत्त्वाची बखर आहे.

गोपाळनाथांचा जन्मशक १६२२ असा मानतात. शक १६२२ म्हणजे इसवी सन सतराशे. गोपाळनाथांचं मूळ घराणं मराठवाड्यातलं औरंगाबादजवळचं. सलाबतपूर हे त्यांचं मूळ गाव. जन्मभूमी आणि कर्मभूमी यांच्या संदर्भात गोपाळनाथांचं संत एकनाथ यांच्याशी जसं साम्य आहे त्याचप्रमाणं रामदासस्वामी यांच्याशीही साम्य आहे. संत एकनाथ आणि रामदासस्वामी यांची जन्मभूमी मराठवाड्याची, त्याचप्रमाणं गोपाळनाथांचीही जन्मभूमी मराठवाड्याचीच. एकनाथांची प्रभावकक्षा केवळ मराठवाड्यापुरतीच किंवा महाराष्ट्रापुरतीच होती का? ती तर दक्षिणेकडे कर्नाटकापर्यंत व उत्तरेकडे काशीपर्यंत होती. रामदासस्वामींची जन्मभूमी मराठवाड्यातील जांब (समर्थ) हे गाव असलं नि ते गोदातटाकी (गोदेच्या परिसरातलं) असलं तरी त्यांची कर्मभूमी मुख्यत्वेकरून कृष्णातटाक ही होती. तसे रामदासी संप्रदायाचे मठ व रामदासाची प्रभावकक्षा केवळ कृष्णातटाक हीच नव्हती तर तीही दक्षिण भारतात तंजावरपर्यंत व मध्य भारतातील अनेक गावं नि शहरं हीदेखील होती, हे या प्रदेशातील रामदासी मठांवरून स्पष्ट होतं. एकनाथांची परंपरा आजही निपाणीजवळच्या (कर्नाटक राज्यातील) हत्तरगी येथील संत हरिकाका व त्यांचे वंशज एकनाथमहाराज यांच्यापर्यंत

आहे. गोपाळनाथांचाही संबंध पैठणशी आला होता.

संत जनार्दनस्वामी व संत एकनाथ यांची सर्वपंथधर्मसमभावाची परंपरा गोपाळनाथ यांनीही टिकविली होती. गोपाळनाथांचे गुरू रंगनाथ हे सोनार होते व गोपाळनाथांच्या शिष्यांमध्ये शेख सुलतान हे मुसलमान संतकवी होते, यावरून या विधानाचा सहज प्रत्यय येईल. खरं तर महाराष्ट्राच्या अनेक संतांच्या संदर्भातही असं विधान करता येईल. या ठिकाणी स्थलाभावी त्यासंबंधी तपशीलवार विवरण करू शकत नाही.

'गोपाळनाथचरितामृत' या ग्रंथात जातपात व धर्म यांचा गुरू-शिष्यांच्या बाबतीत विचार करण्याचा प्रश्नच कुठं उद्‌भवतो, असं निवेदन या शब्दात केलं आहे -

सद्‌गुरूची न पहावी याती । ती मानावी परब्रह्ममूर्ती ।
तया शरण जाता भावार्थी । उच्चनीच यातीपणा न उरे ।
विकल्प सांडूनिया सर्व । सद्‌गुरू मानावा देवाधिदेव ।
का जो करी ब्रह्मानुभव । तो श्रेष्ठ देवदेवांचा ।।

जे संत नि महापुरुष असतात, ते सामाजिक व आध्यात्मिक विषमता कशासाठी मानतील? सर्व प्राणिमात्रांत, सर्व जीवात्म्यांत परमात्म्याचाच अंश असतो. अशीच त्यांची धारणा नि मानसिकता नसते काय? गोपाळनाथांचे तीन महत्त्वाचे ग्रंथ आहेत. ती त्यांची 'ग्रंथ-त्रिपुटी'च नाही का? त्याशिवाय त्यांचं एक तत्त्वविवरणपर प्रकरण आहे. तसेच त्यांची पदं, रूपकं, कूट रचना, डफगाणी, मधुराभक्तिपर लेखन इ. विपुल साहित्यनिर्मिती उपलब्ध आहे. 'गोपाळनाथ-गाथा' या ग्रंथात ही रचना समाविष्ट केली आहे. त्यांनी बारा दाक्खिनी हिंदी पदंही लिहिली आहेत.

गोपाळनाथांच्या ग्रंथनिर्मितीवर ब्रह्म-माया विषयक तत्त्वविवेचनाचा फार मोठा प्रभाव असल्याचं जाणवतं.

(१) **'शिरोमणी'** या त्यांच्या ग्रंथाचा उल्लेख काही ठिकाणी **'वेदांतशिरोमणी'** असाही असल्याचं आढळतं. हा ग्रंथ म्हणजे गोपाळनाथांच्या लेखनाचा 'मुकुटमणी' आहे. त्याची ओवीसंख्या जवळपास ज्ञानेश्वरीइतकीच- किंबहुना तिच्यापेक्षा थोडी मोठीच- म्हणजे ९२०१ इतकी आहे. या रचनेचं बाह्यरूप गुरु-शिष्यसंवादाचं आहे तर तिचा गाभा अद्वैतमतप्रतिपादनाचा आहे. या ग्रंथाचा काळ शके १६६८ असा आहे. ज्ञानसूर्याचा उदय झाल्यावर अज्ञानाचं तिमिर नाहीसं होईल, असा आत्मविश्वासही कवीनं या शब्दांत प्रतिपादिला आहे -

केवळ ब्रह्मरस । शिरोमणी ओविला सुरस ।
पारायण करिता । ज्ञानसूर्य उगवेल।।

अठरा अध्याय केवळ । ब्रह्मबोध स्थापिला विमल ।
द्वैतपणाचा मळ । न राहे जाण कदापी ।।

साधना पूर्ण झाली, की देव आणि भक्त (साधक) हे एकरूपच होतात, अशा प्रकारचं प्रतिपादन या ग्रंथात केलं आहे.

(२) **'दयासिंधू'** हा गोपाळनाथांचा दुसरा ग्रंथ; तथापि तो सध्या उपलब्ध नाही. त्याचा उल्लेख मात्र 'गोपाळनाथचरितामृता'त आहे.

(३) **'समाधिबोध'** - हे 'शिरोमणी'चं सार सांगणारं तत्त्वविवरणपर प्रकरण आहे. अशी सार-ग्रंथलेखनाची प्रथा आपल्या संतसाहित्यात होती.

(४) **'श्रीगुरुगीताटीका'** हा त्यांचा गुरुगीतेवरील भाष्यग्रंथ आहे.

गोपाळनाथांच्या या तत्त्वचिंतनपर लेखनाप्रमाणंच त्यांचं स्फूट लेखनही मला अत्यंत लक्षात घेण्याजोगं वाटतं. त्याची जितकी व ज्या प्रमाणात मध्ययुगीन मराठी वाङ्मयेतिहासकारांनी दखल घ्यायला हवी होती, तितकी घेतलेली नसल्यानं मुद्दाम इथं या मौलिक व लोकाभिमुख रचनेचाही परिचय करून देत आहे. गोपाळनाथांनी हे लेखन केवळ 'स्वानंदसाम्राज्याचंच जयगान करण्यासाठी केलं आहे', असं मला वाटत नाही; उलट, समाजातील सर्व थरांच्या लोकांना अध्यात्मप्रवण करण्यासाठी व आपला प्रपंचही उदात्त जीवनमूल्यांच्या आधारे जगण्यासाठी प्रवृत्त करण्याकरीता त्यांनी हे लेखन केलं आहे, असंच म्हणावं लागेल. ही उपदेशपर अभंगात्मक रचना म्हणजे 'भारुडं' आहेत. त्यांचे विषय दुकान, नगर, गाय, मठ, मिरास, पाऊस, वैद्य असे आहेत. एकनाथांनी ज्याप्रमाणं लोकसंस्कृतीतील वासुदेवाविषयी भारुडं लिहिली आहेत, त्याप्रमाणं गोपाळनाथांनीही लिहिली आहेत. 'पाखरू' आणि 'झडपण' हे एकनाथांच्या भारुडांप्रमाणं गोपाळनाथांच्याही भारुडांचे विषय झाले आहेत.

त्यांच्या मधुराभक्तिपर अभंगरचनेत 'घररिघी', 'काचोळी' इ. चा निर्देश करता येईल. एकनाथांनी 'बाजीगर' हे भारूड लिहिलं त्याप्रमाणं गोपाळनाथांनी तत्सम विषयावर 'खेळिया' हे भारूड लिहिलं आहे. 'उलटी खूण'सारखी कूट रचनाही त्यांनी केली पण ती जनसामान्यांना जड जाईल म्हणून तिचं प्रमाण अत्यल्प ठेवलं आहे.

गोपाळनाथांचं आणखी एक लक्षणीय वैशिष्ट्य सांगितल्याशिवाय त्यांच्या साहित्यकृतींचा परिचय पूर्ण होणार नाही. ते म्हणजे त्यांची शाहिरी वळणाची रचना. तिचं प्रमाणही विपुल नसलं तरी ती दुर्लक्षून चालणार नाही. त्यांनी लिहिलेले 'गण' महत्त्वपूर्ण आहेत, त्याचप्रमाणं त्यांची डफगाणीदेखील. डफगाण्यांशी शाहिरी वाङ्मयाचं जवळचं नातं आहे.

❑❑❑

६१. तेग बहादूर

शिखांचा प्रारंभीचा इतिहास हा सगळा संघर्षमय आहे. शिखांच्या धर्मगुरूंचे तेजोमय चरित्र हा शिखांचा मोठाच स्फूर्तिदायक ठेवा होय. हरगोविंद यांच्या मोठ्या मुलाची-हरकृष्ण यांची-गुरुपदी निवड झाली. त्या वेळी हरकृष्ण हे केवळ पाच वर्षांचे होते. गुरू हरकृष्ण हे बुद्धिमान होते. दुर्दैवानं वयाच्या केवळ आठव्या वर्षी ३० मार्च, १६६४ त्यांचं निधन झालं.

त्यांनी आपल्या मृत्यूपूर्वी आपल्या संप्रदायातील प्रमुख मंडळींना जवळ बोलावून त्यांना काही पैसे घेऊन 'बाबा बकाला' असे शब्द उच्चारले. याचा अर्थ नवीन गुरू बाबा बकाल असा घेतला गेला. त्या काळातील रूढीप्रमाणं प्रत्येक गुरू आपल्या हयातीतच आपला वारस नेमत असत. गुरू तेगबहादूर हे बकाला इथं राहत असत पण व्यावहारिक जगापेक्षा त्यांचं लक्ष पारमार्थिक गोष्टींकडेच अधिक होतं ते त्यागी आणि विरक्त वृत्तीनं बकाला इथं राहत असले आधीच्या गुरूंनी मृत्यूपूर्वी 'बाबा बकाला' असे शब्द उच्चारल्यामुळं बाबा बकाला इथं गुरुपदी वीसहून अधिक गुरुपदाचे इच्छुक निर्माण झाले होते. यामधून नेमके गुरू कोणाला निवडावयाचा होता.

मख्खनशहा नावाचा एक शीख व्यापारी समुद्रमार्गे मालाची ने-आण करीत असे. तो निष्ठावंत होता. जहाज बुडत असताना त्यानं 'संकटाच्या वेळी आपण वाचलो तर गुरूला पाचशे मोहरा देऊ', बाबा बकाला गावात गुरुपदाबद्दल थोडंफार वादावादीचं वातावरण निर्माण झालं होतं. त्यानं गुरुपदावर हक्क सांगणाऱ्या प्रत्येकाच्या पुढ्यात दोन-दोन मोहरा ठेवल्या. तेवढं संतुष्ट झाले. मात्र त्यांत गुरु तेगबहादूर नव्हते. मख्खनशाहला कोणी

तरी गुरू तेगबहादूर हेही इथं आहेत. असं सांगितल्यावरून तो त्यांच्यासमोर गेला आणि त्याने त्यांच्यासमोर दोन मोहरा ठेवल्या. गुरू तेगबहादूरांनी विचारलं, 'तू तर पाचशे मोहरा कबूल केल्या होत्या, बाकीच्या मोहरा कुठं आहेत? असं विचारताच हेच आपले गुरु होत, हे मख्खनशाहनं आणि इतरांनीही ओळखलं व गुरु तेगबहादूर वयाच्या ४३ वर्षी त्या पदावर बसविण्यात आले. गुरू तेगबहादूरांनी त्या क्षणापासून शीखधर्माच्या संरक्षण-संवर्धनासाठी आपल्या आयुष्यातील प्रत्येक क्षण व्यतीत केला. ते अमृतसरला गेले असताना विरोधकांच्या कारस्थानामुळं परमपावन हरमंदिराचे दरवाजे त्यांच्यासाठी बंद करण्यात आले. तेगबहादूरांनी आपल्या विरोधकांकडे क्षमाशील नजरेनं पाहिलं. शीख धर्माचा प्रसार केला. हजारो सैनिक, फार मोठ्या प्रमाणात अनुयायी त्यांच्याबरोबर विविध ठिकाणी यात्रा करू लागले. कश्मिरी पंडितांना औरंगजेबाच्या जुलमी सत्तेने कासावीस करून सोडले होते. ते कश्मिरी पंडित यांना शरण गेले. गुरू तेगबहादूरांनी औरंगजेबाला निरोप पाठवून 'आधी तेगबहादुरांना मुसलमान करा मग सगळे कश्मिरी पंडित मुसलमान होतील,' असं कळविण्याची व्यवस्था केली. यानंतर औरंगजेबनं तेगबहादुरांना अटक केली आणि क्षुल्लक कुरापत काढून त्यांचा शिरच्छेद करविला.

धर्मासाठी या थोर वीरपुरुषाने बलिदान केले आणि शीख धर्मानुयात नवचैतन्य निर्माण केलं. गुरू गोविंदसिंह हे गुरू तेगबहादूर यांचे सुपुत्र. त्यांनीही जिवाची तमा न बाळगता शीख धर्माचा प्रसार केला. त्यांची समाधी मराठवाड्यातील नांदेडच्या गुरुद्वारात आहे.

❑❑❑

६२. हंसराजस्वामी

सोलापूर जिल्ह्यातील बार्शीच्या परिसरात परांडा हे गाव आहे. पूर्वी हा भाग 'मोगलाई'चा असल्याचं मानलं जात होतं. या भागातही-म्हणजे सध्याच्या मराठवाड्यात निलंग्यालाही— महत्त्वाचा रामदासी मठ आहे. परांड्याजवळच्या डोमगाव येथील रामदासी मठातील परंपरा शिवकालीन असावी; कारण रामदासांचे पट्टशिष्य कल्याणस्वामी यांनी लिहिलेली व स्वत: समर्थांनी दुरुस्त्या केलेली 'दासबोधा'ची प्रत तिथं आहे व ती मी पाहिली आहे.

हंसराजस्वामी हे समर्थसांप्रदायिक होते. ते मूळचे मराठवाड्यातील परभणीचे. त्यांचं मूळ नाव नारायणराव गंगाधरपंत. त्यांचा जन्मशक उपलब्ध होत नसला तरी समाधिशक उपलब्ध आहे. तो शक आहे १७७७; (म्हणजे इ. स. १८५५.) ह्या वेळी स्वामींचं वय सुमारे पन्नास वर्षांचं असावं. पत्नी व पुत्र यांच्या निधनानंतर त्यांनी संन्यास घेतला. कारण प्रपंचाविषयी त्यांचं मन उदासीन झालं होतं. गुरूच्या आदेशानुसार ते देशाटनास गेले. माहूर-उस्मानाबाद-पंढरपूर असा प्रवास करीत ते डोमगावला आले व तिथं कल्याणस्वामींच्या वंशजांकडे बराच काळ राहिले. त्यांच्यावर समर्थसंप्रदायाचा व समर्थांच्या लेखनाचा प्रभाव पडण्याचं हे एक महत्त्वाचं कारण असावं, असं मला वाटतं.

डोमगावजवळ परांडा हे गाव आहे. तिथले ॲड. आदिनाथराव यादव हे हंसराजस्वामींच्या साहित्याचे अनन्य भक्त. स्वामींच्या साहित्याचं संशोधन करण्याची प्रेरणा त्यांनी डॉ. कल्याण काळे यांना दिली व डॉ. काळे यांनी स्वामींच्या समग्र साहित्याविषयी प्रबंध सिद्ध केला. डोमगाव, परांडा व निलंगा या तिन्ही गावी मी अनेकदा संशोधनार्थ गेलो होतो. माझे

स्नेही आदिनाथराव यादव यांनी हंसराजस्वामी यांची पुण्यतिथी साजरी करण्याची प्रथा परांडा इथं सुरू केली. त्यांच्या घराजवळच स्वामींची समाधी आहे.

हंसराजस्वामींचं साहित्य विपुल व विविध प्रकारचं आहे. त्यांचे एकूण ग्रंथ दहा असून स्फुट पदरचना सुमारे शतकभर पदांची आहे.

वेदांत व उपनिषदं हा स्वामींचा अत्यंत आवडीचा विषय. शंकराचार्य, ज्ञानदेव नि समर्थ यांच्या तत्त्वचिंतनात्मक साहित्याविषयी त्यांनी जे सखोल विवेचन केलं आहे, त्यावरून त्यांचा या विषयासंबंधीचा प्रचंड व्यासंग आपल्या प्रत्ययाला आल्याविना राहत नाही. त्यांच्या साहित्याचा संख्यात्मकच विचार करायचा झाला तरी त्याच्यासाठी 'प्रचंड' हेच विशेषण वापरावं लागेल. त्याची ओवीसंख्या सुमारे ३५,००० आहे. त्यांपैकी **'वेदेश्वरी'** ही शिवगीता-टीका ६००० ओव्यांची, **'लघुवाक्यवृत्ति'** ही टीका ५,६०० ओव्यांची, 'आगमसार' साडेतीन हजार ओव्यांचा, 'चूडलाख्यान, बावीसशे ओव्यांचं, अमृतानुभव-टीका एक हजार ओव्यांची अशी ही रचना! त्यांचे बहुसंख्य ग्रंथ वेदांतभाष्यात्मक वा 'शांकरसाहित्य' भाष्यात्मक - आहेत. मुळात हा विषय गहन व त्यात मनसोक्त अवगाहन करून भाष्यात्मक लेखन करणारे जे निवडक लक्षणीय संतसाहित्यिक आहेत, त्यांपैकी हंसराजस्वामी एक होत. 'संकेत कुबडी' हा त्यांचा दासबोधाचं सार सांगणारा ग्रंथ आहे.

'सदाचार' व **'तत्त्वझाडा'** या ग्रंथांचं स्वरूप वेगळं असलं, तरी त्यातही स्वामींनी आपलं दार्शनिक अधिष्ठान सोडलेलं नाही. संक्षेप-विस्तार-चातुर्य हा भाष्यकाराचा एक गुणविशेष असतो. तो स्वामींच्या ठायी पुरेपूर आहे. सारात्मक लेखन करताना त्यांचं संक्षेपचातुर्य जाणवतं, तर भाष्यात्म लेखनात त्यांचं विस्तार-कौशल्य जाणवतं. या दोन्ही कौशल्यांचं भान यांना असून ते त्यांच्या साहित्यात प्रकट झालं आहे. या विस्तारातही पाल्हाळ नाही, तर सुगमतेनं प्रतिपाद्य तात्त्विक विषय जनसामान्यांच्या आटोक्यात/आकलनात कसा येईल, याची कळकळ नि तळमळ आहे.

'वाक्यवृत्ती'वरील भाष्यग्रंथात स्वामींनी केलेली परमेश्वराची व्याख्या म्हणजे निर्गुणाला सगुण रूप देण्याचाच प्रयत्न नव्हे काय?

ज्याच्या भयें सूर्य-चंद्र चालती । ज्याच्या भयें वायू प्राण वाहती ।
ज्याच्या भयें अग्निसी ज्योती । मृत्यू धांवे ज्याच्या भयें ।।
भूमीतें धारण, द्रव्यत्व आपीं । काळही युगादी क्षण मापी ।
ब्रह्मा-विष्णू-शिव प्रतापी । जयाच्या भये ।।
ऐसा अंतर्यामिं एकला । अंतरीं नियामकत्वें राहिला ।
सर्व नियंतिया करूं लागला । नियंतृत्व ।।

यांतील काही विचारांचे तर पवित्र कुराणातील विचारांशी किती साम्य आहे, हे सांगण्याचा मोह मला होतो. परमेश्वराची महती कशी आहे?

सर्वांचे ज्या ज्या रीतीने जे होणार । त्या त्याचा प्रेरक निर्धार ।
त्यावाचून तृणही साचार । पडिलें, न हाले!

तो निर्मिक, नियंत्रक ('नियंता') व प्रेरक तर आहेच पण या सर्वांहून अलिप्त आहे व सर्व प्राणिमात्रांविषयी समभाव बाळगणारा आहे, हे हंसराजस्वामी किती सहजपणे, लीलया सांगून जातात, ते पाहून आपण अवाक् होतो.

ऐसा नियंता सर्वांमाजीं । अलिप्तत्वें राहून सहजीं ।
प्रेरणा करी होणार जी जी । ब्रह्मादि कीटकात ।।
स्फूर्ति, विद्याविद्या, ज्ञानाज्ञान । मन, बुद्धि, इंद्रिय, प्राण ।
हे ब्रह्मादि कीटकांत देही समान । असे जयापरी ।।

स्वत: प्रकांड पंडित असूनही दार्शनिकांचे / संतांचे विचार साररूपानं तरी मांडावेत, या स्वामींच्या भूमिकेमागंही जनहिताचा व जनप्रबोधनाचा कळवळा आहे. 'कुबडी दासबोध' लिहिण्याचं प्रयोजन व कारण काय?- आपण 'दासबोधा'चा 'निश्चितार्थ' नि 'तात्पर्यार्थ' सांगत आहोत, हा हंसराजस्वामींचा आत्मविश्वास त्यांच्या शब्दांत ठामपणे उमटला आहे -

'आतां ग्रंथींचे तात्पर्य सकळ । अल्पसंकेतें आकळूं ।।
ग्रंथीचें तात्पर्य जाणती । कोणी 'समुच्चयवाद' म्हणती ।
अथवा त्रिकांडही कल्पिती । कोणी म्हणती 'व्यवहारज्ञान'।।
ज्ञानहीन जे आंधळे । असतां सूर्य न देखती डोळे ।
तरी सूर्याचें तेज झांकोळें । मध्यान्हीं काई?
असो आतां हे बहुत । जयासीं साधणें आत्महित ।
तेणें दासबोधींचा निश्चितार्थ । गुरुमुखें आयकावा ।।

'दासबोधा'विषयीची असीम श्रद्धा 'ग्रंथ पाहता एकवीस दशक । समास तरी शतक' असं म्हणणाऱ्या 'दासबोधा'च्या या भाष्यकाराची महती काय वर्णावी?

❑❑❑

६३. शुभरायमहाराज

सोलापुरातील सिद्धेश्वराचं देवस्थान जसं प्रसिद्ध आहे त्याचप्रमाणं तेथील सुप्रसिद्ध हाजीमाई चौकाजवळचा शुभराय मठही प्रसिद्ध आहे. संतकवी शुभराय यांचा जन्म मद्रासजवळील मालूर या गावी झाला. ते प्रापंचिक होते तथापि तारुण्यातच त्यांना प्रपंचाविषयी आसक्ती वाटेनाशी झाली. त्याविषयी एक प्रकारची उदासीनता त्यांना वाटू लागली. संसारातील सुखापेक्षा परमेश्वराच्या सेवेतील व भक्तीतील सुख उच्चतर आहे, याची जाणीव त्यांना झाली व प्रपंचाचा त्याग करून ते पंढरपुरास निघून गेले. खरं तर टिपू सुलतानाच्या काळात त्यांना पालखीचा सन्मान होता नि राजदरबारात त्यांनी मोठमोठी पदं भूषविली होती...पण या ऐहिक वैभवाची तात्कालिकता व व्यर्थता त्यांना अत्यंत तीव्रतेनं जाणवली. याचंच फलित म्हणजे त्यांनी बदललेली आपल्या जीवनाची दिशा.

त्यानंतर शुभरायमहाराज पंढरपुरास आले. तिथं दहा-बारा वर्षं ईशसेवा केली. तिमप्पा रामदासी यांच्याकडून गुरूपदेश घेतला. शुभरायमहाराजांचा काळ हा उत्तर पेशवाईचा काळ होता. पेशव्यांकडून इनामजमिनी मिळत असतानाही त्यांनी त्या स्वीकारल्या नाहीत कारण पुढं वारसदार मिळकतीसाठी भांडतील. आध्यात्मिक प्रवासाच्या प्रारंभापासूनच शुभरायमहाराजांनी जी काळजी घेतली व दक्षता बाळगली, ती पाहून मोठं नवल वाटतं.

जातिपातीचा भेद न करता शुभरायमहाराजांनी समाजाच्या विविध स्तरांतील लोकांना जो उपदेश केला. अशा लोकांना त्यांनी आपल्या शिष्यसंप्रदायात सामावून घेतलं, त्यातही त्यांची निवड किती समतावादी नि साक्षेपी होती, हे जाणवल्यावाचून राहत नाही. त्यांच्या दोनशे शिष्यांपैकी काहींची नावं अशी आहेत :

बूलचंद राठोड, शिवराम भट, जिऊबाई, रुक्मासाळी, बाळा गवळी, तिख्या सराफ, सोमणा साळी, लिंबाई शिंपीण, नाना सहस्रबुद्धे इ.

रामजोशी शुभरायमहाराजांचे समकालीन होते. त्यांनी कीर्तनासाठी मठाची जागा मागितली होती पण शुभरायमहाराजांनी ती न दिल्यानं त्यांनी या मठाच्या बाहेर 'हटातटाने पटा रंगवुनि जटा धरिसी का शिरी?' ही लावणी म्हटल्याची नोंद आढळते. त्यांच्या बहुतांश लावण्या शृंगारिक असल्यानं त्याविषयी समाजातील एका गटाची जी प्रतिक्रिया होती, ती या घटनेतून व्यक्त झाली आहे. पुढं रामजोशी यांनीही आध्यात्मिक स्वरूपाच्या लावण्या लिहिल्या.

शुभरायमहाराजांनी विशेषकरून पदरचना केली. त्यांची १४७ पदं उपलब्ध आहेत. शुभरायमहाराजांची पदं बहुधा अध्यात्मपर आहेत.

खरं ज्ञान हे केवळ शब्दजड नसतं तर जे आपल्याला अनुभूती किंवा प्रचीती देतं ते खरं ज्ञान होय, असं शुभरायमहाराजांनी पुढील पदात म्हटलं आहे-

तें नव्हे, तें नव्हे ज्ञान । म्हणुनि सुचविती श्रुति ।
प्रत्ययाचा प्रांत जें कां । अनुमानानें जाणाया जाती ।।धृ।।
मिथ्यात्वें निरसुनि देह । साक्षी स्वयें निःसंदेह ।
आत्मतत्त्वें हेचि ये रीति । जाणविती बोधरीति ।
परावाणी जेथें मौन । त्या ठायासी न पावून ।
भाविती आपुले आंग । अहंस्फूर्तीचीही स्फूर्ती ।
आपण ठायींचा अकती । निस्पृहपणे बोलती वाती ।
कर्तृत्वसंस्कार द्वन्देकरुनि । कासावीस होती ।
विश्व हे सर्वांगें गोड । न जाणुनि म्हणती जड ।
श्रीगुरुदास्येंविण जीव । मुक्त ऐसी धरिती श्रुति ।।

शुभरायमहाराजांची उपदेशपर रचनाही लक्षणीय आहे - ते म्हणतात

माघारें पाहात चाल स्वरूपीं रमाया । राजयोगपथें साधन कराया।।धृ।।
तामस राजस वृत्ती निषेधुनी । सत्व निश्चल करी प्रत्यय बरा या।।
ज्ञानमात्रचि वृत्ती प्रकाश । धरिं हळुहळु अहंकृति विसराया ।
रसास्वाद सुख सारुनि परतें। वृत्तिवीण निजसुख अंगी उमटाया ।
दासपणें निजप्रत्यय उरवीं । विश्वरूप श्रीहरिसी भजाया ।

शुभरायमहाराज आपल्या पदांच्या नाममुद्रेत स्वतःच्या नावाचा उल्लेख न करता बहुधा 'दासपणे' किंवा 'गुरुदास्यप्रसादे' असा उल्लेख करतात.

❑❑❑

६४. अवधूतस्वामी

नागेशसंप्रदायाच्या मूलस्रोतांचा विचार अद्यापि बराच व्हायला हवा, असं मला आज सहा दशकांच्या संशोधनानंतरही वाटतं. ज्यांच्यापासून नागेशसंप्रदायाचा प्रारंभ झाला, ते शिवस्वरूप आहेत, अशी नागेश साम्प्रदायिकांची श्रद्धा व धारणा आहे.

'वडवाळसिद्ध' हे विशेषण त्यांच्या नावापूर्वी योजिलं जातं नि त्याविषयीची कथाही प्रसिद्ध आहे. ही कथा आख्यायिकेच्या स्वरूपातील असली तरी, ती नागेशसंप्रदायाच्या विविध जाति-धर्मांच्या अनुयायांमध्ये, त्याचप्रमाणं नागेशसांप्रदायिक संतांमध्ये व भक्तांमध्ये प्रचलित असून तिला त्यांची सर्वमान्यता असावी, असं दिसतं. 'वडवाळसिद्ध' यातील 'सिद्ध' हा शब्द चिंतनीय आहे. त्याचप्रमाणं 'नागनाथ' या नावातील 'नाथ' हा शब्दही विचार करण्याजोगा आहे. या दोन्ही संज्ञा नाथसंप्रदायात योजिल्या जातात. नाथसंप्रदायाचं उपास्यदैवत शिव आहे व वीरशैवधर्मीयांचंही तेच आहे. सिद्धांमध्ये त्यांच्या साधनेमुळं जी अलौकिक शक्ती असते, त्यामुळं ते काही अशा अपूर्व जनसामान्यांच्या आटोक्याबाहेरच्या-गोष्टी- करू शकतात, अशी कल्पना आहे. तथापि या सिद्धीचं रूपांतर ते 'चमत्कारा'त होऊ देत नाहीत कारण त्यामुळं अंधश्रद्धा वाढतात व धर्माचा दुरुपयोग ढोंगी बुवा / साधू करतात. सिद्धांप्रमाणंच सूफी संत जी साधना करीत व त्यामुळं आपल्या शक्तिसामर्थ्यानं काही लोकहिताची कामं करीत, त्याचाही प्रभाव समाजावर पडे. या संतांना 'औलिया' किंवा 'पीर' म्हणतात. अवधूतस्वामींच्या अभंगांत शिव, नागेश आणि गैबी नागा, वडवाळसिद्ध गुसायी, नागनाथ-शंभूचा अवतार - असे अनेक उल्लेख आढळतात. ते नागेश-नागनाथांविषयीच्या श्रद्धा-संकल्पना स्पष्ट करण्यास उपयुक्त ठरतील, असं मला वाटतं.

अवधूतस्वामी शं. ना. मोहोळकरसंपादित 'नागेशदर्पण' या ग्रंथात नागेश-सांप्रदायिक संतकवींच्या रचनांचंही संकलन केलं आहे. त्यातील अवधूतस्वामींच्या रचनेचे दोन भाग आहेत- (१) मराठी अभंग आणि (२) हिंदी अभंग. त्यांच्या आधारे अवधूतस्वामींच्या काळाची थोडीशी कल्पना येते. त्यात हेग्रस या नागेशांच्या पहिल्या शिष्याचा जसा उल्लेख येतो, त्याचप्रमाणं त्यांचे नातू अज्ञानसिद्ध आणि संत बहिरा पिसा यांच्यापर्यंतचा उल्लेखही येतो. या दृष्टीनं पृ. क्र. २२५-२६ वरील सोळावा अभंग महत्त्वाचा आहे. यावरून अवधूतस्वामींचा काळ बहिरा पिसा -अज्ञानसिद्धांच्यानंतरचा (वा फार तर समांतर) मानायला हरकत नाही. नागेश हे 'शंभूचे अवतार' म्हणजे शिवावतार असल्याचा उल्लेख अवधूतस्वामीही करतात. पण त्यात हेग्रसांनी त्यांना कैलासावरून आणल्याचा उल्लेख करीत नाहीत तर हा 'अवतार भूवर प्रकटला' असं ते म्हणतात. ते भूवरील स्थान 'मान सर' म्हणजे मानस सरोवर आहे, असं ते म्हणतात.

'त्या ठायावरूनी आले! मोहोळा पातले ।
हेगरसी भेटले । प्रभु नागनाथ ।।'

या उल्लेखावरून नागनाथच मोहोळला आले व ते हेग्रसाला भेटले, अशी माहिती मिळते. तिथं ते 'सिद्धटेकी वसिले'. तिथं त्यांनी पितरांना उतरवून पितृऋणांचा उद्धार करण्याचा चमत्कार केला, त्यामुळं लोकांची श्रद्धा त्यांच्यावर बसली. नंतर ते मोहोळहून वडवाळ इथं आले. पण त्या वेळी हे गाव होतं का? तिथं एका वडाखाली बसले, त्यामुळं ते 'वडवाळसिद्ध'. 'वडवाळ स्थापिवले' हा स्वामींचा उल्लेख मला महत्त्वाचा वाटतो. 'वडवाळ'च्या इतिहासाचं संशोधन करणारांनी याचा विचार करावा. त्यानंतरची अवधूतस्वामींची माहिती नागेशसंप्रदायाच्या उद्गमावर व स्थापनेवर महत्त्वाचा प्रकाश टाकते - 'शिष्यासवें वसिले । प्रभु नागनाथ ।।' हा तो उल्लेख आहे. त्यांचा आद्य शिष्य हेग्रस हा 'भक्तराज' कसा जाहला? तर तो 'गुरुकृपा संपादून.' त्याचं मुंडन करतात. ते प्रायश्चित्तासाठी. हे कशाचे? देह अशुद्ध झाल्यानं तसं करावं लागतं, असं स्वामींचं म्हणणं. पण देह अशुद्ध झाला तरी कसा? याचा शोध घ्यायला हवा. त्याला 'जन प्रायश्चित्त देती' असं का म्हटलं आहे व 'भस्म-स्नान' का घातलं आहे, याचाही शोध घ्यायला हवा. 'देह शुद्धचि करितो' हे ठीक आहे, पण हे 'करणे महाभाग', हे कशासाठी? यावर प्रकाश पडला, की नागेशसंप्रदाय आणि नागेश यांच्यासंबंधी आणखी माहिती उपलब्ध होईल.

अवधूतस्वामी नागेश शिवस्वरूप आहेत, असं म्हणतानाच क्र. १५ च्या हिंदी अभंगात- 'साचा ओही रे' या अभंगात- नागेशांचा 'करामत का पीर नागावल्ली' असा उल्लेख करतात आणि याच अभंगात शेवटी जनम जनम के साथी हमारे, वडवाळसिद्ध

गुसायी' असंही म्हणतात. हा अभंग मुळात असा आहे-

'साचा ओही, हरदम सोही।
हरदम सोही आदमबाबा । रहीम सोही दीन जगाया ।
दीन दीन कुच खैय । रहेम सो मीठी बात बनाया ।
पलख फाडकर अलख दिखाया । जोग- जुगत की किल्ली ।
अजमत शाहा करामत का पीर । गैबी नागावल्ली ।।
हुजूर सामने देखन गये । तो मै नहीं रे भायी ।
बाहर-भीतर सब धुंडकर । अल्ला वहाँ का वहाँ ही ।।
भगनमंडल पर पीला महल । खुब खलक झलकता खासा ।
चाँद सूरज हो उपर सवारी । आगे पीछे आरसा ।।
जनम-जनमके साथी हमारे । वडवाळसिद्ध गुसायी ।
पगपर अवधूत लडवा । पलपल आला बलायी ।।

या अभंगात इस्लाम धर्म व नाथसंप्रदाय यांच्या खुणा आढळतात. 'गैबा वल्ली' म्हणजे 'गैबी पीर' (गुप्त झालेले वा होणारे संत,) त्याबरोबरच त्यांना नाथसांप्रदायिक 'सिद्ध'ही म्हटलं आहे. 'करामत' म्हणजे चमत्कार यांचा जसा उल्लेख आहे, तसाच नाथसांप्रदायिक 'अलख' (निरंजन)चाही. काही सूफी संतांनाच नाथसांप्रदायिक संत कसे मानीत व त्याची हिंदू-मुसलमान अशी दोन्ही नावं कशी आहेत, याविषयी डॉ. ढेरे व वा. सी. बेंद्रे यांच्यासारख्या मध्ययुगीन मराठीच्या संशोधकांनी विचार केलाच आहे. नागेश आणि सूफी संत नसीरुद्दीन चिराग देहलवी यांचं समीकरण नागेशसांप्रदायिक मुसलमान परंपरेबरोबरच काही अन्यधर्मीय संतही मानतात. याविषयी जे सखोल संशोधन व्हायला हवं, त्यासाठी अवधूतस्वामींच्या रचनाही साहाय्यभूत ठरतील.

बहिरंभट ऊर्फ बहिरा पिसा ('भैरवी' टीकाकार) हेही नागेशानुयायी होते. त्यांना सांप्रदायिक दीक्षा देण्याविषयीच्या १७ व्या (हिंदी) अभंगात स्वामींनी पुढील उल्लेख केला आहे-

'गयबी तयार हुवा अंदर । बहिरा पिसा साथही लेकर ।
पीरपैगंबर मुहीह किनारे । देखन चले आलम सारे ।।
देखन चले आलम सारे । डौल दिया जब स्वर्ग डोह पर ।
देखत आलम 'दिन' 'दिन' करकर । अज्ञानसिद्ध को मिलने खातर ।।

बहिरा पिसा यांच्या तीन समाध्या दाखविल्या जातात. त्यांपैकी एक वडवळ, दुसरी पैठण नि तिसरी पंढरपूर इथं आहे.

नागेशसंप्रदाय हा अनेक धर्म-जातिसमन्वयक /समावेशक संप्रदाय असल्याचं मी माझ्या 'नागेशसंप्रदाय'विषयक पुस्तिकेत म्हटलंच आहे. त्याला आणखी एक

प्रमाण अवधूतस्वामींच्या क्र. १५ च्या मराठी अभंगात 'हाईक' च्या प्रसंगात मिळतं.

'अठरापगड जाती । सन्निध धाऊन येती ।
तयासी दर्शन देती । प्रभु नागनाथ ।। १५×२३।।

❑❑❑

६५. श्रीपंत बाळेकुंद्रीकरमहाराज

दत्तसंप्रदाय हा महाराष्ट्रातील एक फार महत्त्वाचा धर्मसंप्रदाय आहे. त्या संप्रदायातील संतांमध्ये श्रीपंत बाळेकुंद्रीकरमहाराज यांचं स्वत:चं असं एक लक्षणीय स्थान आहे. दत्तोपासनेत ज्यांनी आपलं संपूर्ण आयुष्य व्यतीत केलं, त्यांपैकी बाळेकुंद्रीकरमहाराज हे एक अग्रणी संत होत. बेळगावजवळील बाळेकुंद्री या गावी त्यांनी शके १८२७ साली समाधी घेतली. त्यांचं जन्मगाव बेळगावजवळील 'दड्डी' हे होतं. त्यांचं बरचंसं वास्तव्य बाळेकुंद्री इथंच असल्यानं 'बाळेकुंद्रीकरमहाराज' या नावानंच ते ओळखले जातात. त्यांचं नाव 'श्री पंतमहाराज' असं होतं.

'श्रीगुरुचरित्र' हा दत्तसंप्रदायाचा अधिष्ठानभूत ग्रंथ आहे. याची असंख्य पारायणं बाळेकुंद्रीकरमहाराजांनी केली आणि दत्तसंप्रदायाच्या तत्त्वज्ञानाचा प्रचार आणि प्रसारही त्यांनी आयुष्यभर केला. दत्तसंप्रदायात श्रीपाद श्रीवल्लभ व श्रीनृसिंह सरस्वती यांचं फार महत्त्वाचं स्थान आहे. श्रीदत्तांप्रमाणंच हे दोन्ही संतदेखील बाळेकुंद्रीकरमहाराजांची जणू दैवतंच होती नि तेच त्यांचे जीवनादर्शहा होते.

या संप्रदायात श्रीदत्तालाच गुरूचं स्थान आहे. मात्र हा 'त्रिमुखी दत्त' आहे. महानुभाव संप्रदायात 'पंचकृष्णां'पैकी एक अवतार 'दत्त' आहे पण महानुभावांचा दत्त हा 'एकमुखी' आहे.

बाळेकुंद्रीकरमहाराजांची अनन्य दत्तनिष्ठा पुढील पदांत कशी उत्कटपणे प्रकट झाली आहे, ते पहा -

दत्त माझा भाव । दत्त माझा देव । दत्त अनुभव । अंतरींचा ।।
दत्त माझे ध्यान । दत्त माझे ज्ञान । दत्ता विणें आन । विश्वीं नाही ।।
दत्त नाम श्रवण । दत्त-ध्यान मनन । दत्तभजनीं मौन । सहजचि ।।

दत्त माझी भक्ती । दत्त माझी मुक्ती । दत्तस्मरणी विरती । अनायासें।।
दत्तपदीं जनन । दत्तरूपी मरण । दत्तपायी शरण । जीवेंभावें ।।

त्यांच्या उपदेशपर पदांत त्यांनी जनसामान्यांना अशा प्रकारे सावध केलं आहे-

काळ उशासी बसला तुझ्या । सावध का न होसी ?
लागला क्षय देहासी या । डोळेझाक करीसी नकळत ।
जाईल पंचभूतात्मक । मग तू हळहळशी ।।
कोणी न तुझे, तू न कोणाचा । व्यर्थ भार घेसी ।।
अहंममता-घातक शत्रु । बोधिती मोहापाशी ।
सावध करी । होऊन जाई शरण सद्‌गुरुसी ।
'तत्त्वमसि'-बोधामृत पिऊनी । येक प्रेमरसीं ।।
सत्यज्ञानानंत ब्रह्म । सर्वां ठायीं पाहसी ।
जीवन्मुक्ती भोगुनी । मिळसी दत्तकेवलासी ।।

ज्ञानापेक्षाही भक्ती ही श्रेष्ठ आहे कारण तीच आपल्याला मुक्ती देते, असं महाराज म्हणतात-

भक्ति ज्ञानाची माउली । भक्तिपासूनी मुक्ति जाहली ।
भक्ति प्रिय भगवंता । झाला संसार रचिता ।।१।।
भक्तिस्तव दोन जाहले । पाहतां परब्रह्म ऐकलें ।।२।।
गुरुशिष्य भक्तिपोटीं । ब्रह्मानंद लाळ घोटी ।।३।।
भक्तिस्तव बंधमोक्ष । यासी सद्‌गुरुदत्त साक्ष ।।४।।

साक्षात्कार झाल्यावर तुकोबांनी, आता आपल्यामध्ये किती आध्यात्मिक सामर्थ्य आलं आहे, हे सांगताना म्हटलं आहे, की आता मला जी परतत्त्वाची अनुभूती झाली आहे, तिनं मला जे वरदान दिलं ते अपूर्व आहे, शब्दातीत आहे. आता म्हणाल तर तुका अणूपेक्षाही सूक्ष्म व आकाशापेक्षाही व्यापक ('अणुरेणुया थोकटा। तुका आकाशाएवढा') असं म्हटलं आहे. तुकोबांचेच हे दोन अभंग पुन्हा उद्‌धृत करून बाळेकुंद्रीकरमहाराज आपल्या साक्षात्कारोत्तर स्थितीचं वर्णन या शब्दांत करतात -

घोटवीन लाळ ब्रह्मज्ञान्याहातीं । मुक्ता आत्मास्थिती सांडवीन।।
गगनाची सालें काढूनी टाकीन । शून्याचा गाभा निवर्तीन ।।
विदेहाची मान मोडून टाकीन । शास्त्राची मुक्ति गाळईन ।।
मिथ्यादत्तपणा बाळचरणधुळीं । काही न होऊन ओवाळीन।।

❑❑❑

६६. ब्रह्मचैतन्य गोंदवलेकरमहाराज

श्रीब्रह्मचैतन्य गोंदवलेकरमहाराज महाराष्ट्रातील अलीकडील काळातील सत्पुरुष असून, त्यांचा शिष्यपरिवारही मोठा आहे. रामभक्ती हा त्यांच्या लेखनाचा केंद्रबिंदू असल्याचं जाणवतं, त्याचप्रमाणं त्यांची उपदेशपर रचनाही समाजाला अध्यात्मप्रवण नि भक्तिप्रवण करणारी आहे. 'दास' किंवा 'दीनदास' ही त्यांची नाममुद्रा असून ती त्यांच्या लेखनात पदोपदी आढळते.

आपला उद्धार करून घेण्यासाठी व आपलं आयुष्य सार्थकी लावण्यासाठी साधकानं काय करावं? त्यासाठी अन्य साधनं शोधण्याची गरज नाही. त्याचा उपाय तुमच्याजवळच आहे व तो आहे तुमचं मन. हे मन सतत भरकटत असतं. षड्विकारांनी ते ग्रस्त होत असतं. त्यामुळं आपण सन्मार्ग सोडून वाहवत जातो. यासाठी या मनाला वळण नको का लावायला? म्हणून महाराज म्हणतात की, तुम्ही या मनाला तुमच्यावर सत्ता गाजवू देऊ नका; तुम्हीच त्याच्यावर नियंत्रण ठेवून आपली सत्ता गाजवा व मोक्षाचे अधिकारी व्हा -

मनाचिया मागे जाऊं नका तुम्ही । येतो आतां आम्ही कृपा कर ।।१।।
शेवटची विनवणी ऐका तुम्ही कानी । संसारजाचणी पडूं नका ।।२।।
रामपाठ तुम्हां सांगितला आज । आणिकाचे काज नाही आता।।३।।
नित्य पाठ करीं माणगंगातीरीं । होसी अधिकारी मोक्षाचा तू ।।४।।
ब्रह्मचैतन्य नाम सद्गुरूचे कृपें । दीनदास जपे राम सदा ।।५।।

- पण मनावर व विकारांवर नियंत्रण ठेवूनही कर्मकांड करीत बसायचं का?

व्रतवैकल्यं करीत बसायचं का? यज्ञयाग करीत बसायचं का? तीर्थयात्रा करायच्या का? सामान्य माणसाला आपली कर्म पूर्ण करीत व आपल्यावरील

जबाबदाऱ्या पार पाडीत सोपी भक्ती करायची आहे व ती कशी करावी, हे गोंदवलेकरमहाराज कसं सांगतात, ते पाहा -

श्रीराम म्हणा मुखीं, राम म्हणा मुखीं । तेणे सर्वसुखी होशील तूं ।।१।।
रामनाम सार वेदांचा आधार । सांगितला सार, संतजनी ।।२।।
याहुनी साधन, कलीयुगीं नाही । जो जपे पाही, सर्वकाळ ।।३।।
धन्य तो जगीं, होय रामदास । संसारी उदास, असोनीया ।।४।।
दीनदास सांगे, तुम्ही हेंचि करा । तुमचिया घरा राम येई ।।५।।

अशा प्रकारे साधक भक्ती व नामस्मरण करून कसा धन्य होतो, ते वरील रचनेत महाराजांनी किती प्रभावीपणे प्रतिपादिलं आहे!

मृत्यू हा तर अटळ आहे. त्याच्यापासून कुणी कुणाला वाचवूच शकत नाही. या जन्ममृत्यूच्या यातायातीतून सुटण्याचा एकच मार्ग आहे आणि तो म्हणजे रामाला–परमेश्वराला–शरण जाणं. यासाठी महाराज स्वत:च देवाची करुणा भाकतात, विनवणी करतात. त्यानं आपला अधिक अंत पाहू नये, असं ते म्हणतात. या म्हणण्यामागं तुम्हीआम्ही असाच देवाचा धावा करावा, त्याची करुणा भाकावी, हा त्यांचा संकेत व संदेश आहे-

काय माझा रामा पाहातोसि अंत? काय मी पतित करूं आतां?।।१।।
हिरा टाकूनिया गारा देसि हाती । तेथे माझी मति काय चाले?।।२।।
सांडोनिया नाम दाखविसी काम । काढिं माझा भ्रम रामराया ।।३।।
दीनदास तुज येतो काकुळती । शुद्ध करीं मति रामराया ।।४।।

श्रीगोंदवलेकरमहाराजांचा 'राम' म्हणजे समर्थांच्यारामाप्रमाणं 'आत्माराम'च आहे. तो निर्गुणनिराकार असून सर्वव्यापी आहे. त्याची भक्ती करण्याचा अधिकार सर्वांनाच आहे. चारही वर्णांना आहे, हेही ते आवर्जून सांगतात. त्यामुळं कोणताही सामाजिक घटक भक्ती करण्यापासून वंचित राहू शकत नाही, हाही फार महत्त्वाचा समाजवादी विचार महाराजांनी प्रतिपादिला आहे. त्यामुळं आपण यमाचे पाहुणे होणार नाही!

जनी वनी माझा आहे रघुनाथ । भक्ताचे अनर्थ वारीतसे ।।१।।
वारिले साकडे अहिल्या सतीचे । शापमोचनाचे दु:ख वारी ।।२।।
काशीपुरी जेणे वाहिली विमानी । रामनामध्वनी गर्जे वाचा ।।३।।
चहू वर्णालागी नामाचा अधिकार । भवसिंधु पार तरावया ।।४।।
दीनदास म्हणे कलियुगी राहणें । यमाचे पाहुणे होऊ नका ।।५।।

अशा प्रकारचा आत्मकल्याणाचा मार्ग आपणच सांगत नसून तो पूर्वीच्या ज्ञानदेव, एकनाथ, रामदास आदी संतांनी सांगितलाच आहे. यासाठी त्यांच्याविषयीचा

आदरभावही महाराजांनी पुढील रचनेत प्रतिपादिला आहे-

यथार्थ ते ज्ञान झाले माझे मनी । सांगोनिया वाणी तुका गेला ।।१।।
ते संत नाथ, ज्ञानेश्वर । सांगितले सार तुम्हालागी ।।२।।
रामदास सांगे उपदेशाची मात । दासबोध ग्रंथ रचियेला ।।३।।
संताचिया खुणा संतचि जाणती । येर ते नेणती आत्मतत्त्व ।।४।।
जाणत्या नेणत्या होय समाधान । करावे चिंतन दास म्हणे ।।५।।

❏❏❏

६७. जमाल फकीर

जमाल फकीर हे सूफी संत असूनही ते नागेशसंप्रदायाशी अत्यंत जवळीक असलेले संत होते. विख्यात संत शेख महमद हे सूफी संप्रदायाचे असूनही ते वारकरी तत्त्वज्ञान व परंपरेशी किती एकरूप झाले होते! जमाल फकीर यांचंही तसंच आहे. ते नागेशांनाच आपलं भक्तिस्थान मानीत. नागेश संप्रदायात मुसलमान सूफीसांप्रदायिक परंपरेचा एक महत्त्वाचा स्रोत आहे. संत अल्लंखान (किंवा आलमखान) हे त्याचं एक ठळक उदाहरण.

आलमखान-अज्ञानसिद्ध-जमाल फकीर यांच्यामधील अनुबंधाकडे अद्यापि कुणाचं फारसं लक्ष गेलेलं नाही; ते मी या लेखात उलगडून दाखवीत आहे. आलमखान यांनी अज्ञानसिद्धांना भारतीय दर्शन व इस्लामदर्शन यांतील साम्य कसं दर्शविलं, याचे काही (एक-दोन) उल्लेख आढळतात. त्यातील लक्ष्यार्थ (सूचितार्थ) व अन्वयार्थही बारकाईनं लक्षात घ्यायला हवा.

आपण काशीला (म्हणजे तीर्थयात्रेला-इस्लामधर्मानुसार मक्का) जाऊन जन्म-मृत्यू यांच्या चक्रातून कसं मुक्त व्हावं, याविषयी एका प्रदीर्घ रचनेत जमाल फकीर काय सांगतात, ते पाहू या. ही रचना नागेशसांप्रदायिक शं. ना. मोहोळकरसंपादित 'नागेश-दर्पण' या ग्रंथात प्रसिद्ध झाली आहे. तिच्या शेवटी जमाल फकीर म्हणतात,

काशी-तीर बोले जमाल फकीर ।
उस्ताद अज्ञानसिद्ध सार ।।
वडवाळसिद्ध नागेश । ते आमुचे माहेर ।
त्याने दाखविले काशी-तीर ।।१९।। (नागेशदर्पण पृ. २३३)
यात जमाल फकीर हे अज्ञानसिद्धांना आपले 'उस्ताद' किंवा 'गुरू'

मानतात, हे स्पष्ट आहे. 'वडवाळसिद्ध नागेश्वर' हे मात्र आमचं दैवत आहे, असं न म्हणता 'ते आमुचे माहेर' आहे, असं ते का म्हणतात? तेच दैवत असेल तर काशीयात्रेची तरी काय गरज आहे?

जमाल फकीर यांचा योगशास्त्राचा किती सूक्ष्म अभ्यास आहे, हे त्यांच्या रचनेतील 'इडा, पिंगला, सुषुम्ना' या नाड्यांच्या त्याचप्रमाणं 'श्रीहाट-गोल्हाट' इ. 'औटपीठां'च्या उल्लेखांवरून सहज स्पष्ट होतं.

चालता काशीचा मार्ग । पुढे नीट एकवीस स्वर्ग ।
चौदा पर्वत टाकुनि मागे । अष्टगिरीवर ।।
त्रि-श्रीहाट, गोल्हाट, औटपीठ । नीट दिसतां सरळवाट ।
मूळ पीठ गोसाव्याचा मठ । लखलखाट ।।९।।
नवखंड पृथ्वी। सप्तहि धातू तेथे आड ।
आहे विकल्प सद्गुरूचे कृपे ।।
करी नीवाड ।
इडा, पिंगला, सुषुम्ना । गंगा, सरस्वती, यमुना ।
त्रिवेणी संगमी जावूनी । बैसाया कैलासा ।
धरी तू सद्गुरूचा भरवसा ।।१०।।

वर उल्लेखिल्याप्रमाणे इडा, पिंगला, सुषुम्ना, औट पीठ या योगसाधनेप्रमाणं नाथसांप्रदायिक पारिभाषिक संज्ञा आहेत.

त्याचप्रमाणं नागेशसंप्रदायाच्या विचारसरणीतही त्यांना महत्त्व आहे. नाथ, सूफी व नागेश या तिन्ही संप्रदायांतील अंत:सूत्राबरोबर इथं वीरशैव तत्त्वज्ञानाचा व त्या धर्मातील उपास्यदैवत शिव यांच्यातील परस्परसंबंधांचं 'कूट भारूड' उकलणं, हाही नागेशसंप्रदायविषयक संशोधनातील पुढचा टप्पा असू शकेल. नागेश हेच सूफी संत नसीरुद्दीन चिराग देहलवी आहेत, असं नागेशसंप्रदायातील मुसलमान परंपरा मानते. ''योग्य गुरूचीच निवड कर म्हणजे तुला 'परमपुरुषा'चं दर्शन घडेल, तोच 'विश्वेश' आहे,'' असं जमाल फकीर का सांगत आहेत? गुरू हा खरा 'मार्ग'दर्शक आहे, तो स्वत: परमात्मा नाही तर परमात्म्यापर्यंत जाण्याचं एका परीनं माध्यम आहे, ही विचारसरणी भारतीय दर्शनांप्रमाणंच सूफी संप्रदायातील 'वली' व 'औलिया' या संकल्पनेत आहे. त्यांतील साम्य लक्षात घेतलं, की या विविध दर्शनांतील विचारसाम्याची कल्पना येईल. या दृष्टीनं जमाल फकीर यांची ही रचना मला फार लक्षात घेण्याजोगी वाटते -

धरी तू गुरूचा भरवसा । काशीस जावया ।
तू गुरू करी ऐसा । तो भेटवील विश्वेशा ।।१३।।

या विश्वेशाच्या प्राप्तीसाठी योगी व संन्यासी पश्चिमेस काशीस जाऊन तप करीत बसले, असंही जमाल फकीर म्हणतात. वस्तुत: काशीची दिशा कोणती ते सर्वांनाच ज्ञात आहे, पण मग 'पश्चिमे'चा उल्लेख का, याचा विचार जमाल फकीर हे इस्लामधर्मीय आहेत, हे लक्षात घेऊन करायचा का? पश्चिमेकडे अरबस्तान तिथं मुसलमानांची मक्का-मदीना ही पवित्र स्थानं आहेत. काशी, शिव, परम पुरुष, साधनेमुळं होणारं अंतर्ज्ञान नि विश्वात सर्वत्र जाणवणारं परमात्म्याचं चैतन्य यांतील विचारशृंखला नि सूफीची हाल (चारो वजूदों का हाल इ.) जिक्र, रूह (आत्मा) आणि आनहल् हक् (अहं ब्रह्मास्मि) या संकल्पनांमधील साम्य हे वरकरणी वा कृत्रिम नसावं तर द्वैतमनाधिष्ठित (त्याचप्रमाणं परमात्मा व जीवात्मा यांत स्वामी-सेवक संबंध मानणाऱ्या, जीव व परमात्मा यांचं अद्वैत न मानणाऱ्या) इस्लामची मूलभूत निर्गुणानिराकार परमेश्वराची व एकेश्वरवादी विचारसरणीची कास न सोडता सूफी संत भारतीय आस्तिक दर्शनांशी कसे एकरूप झाले, याचा उलगडा जमाल फकीर यांच्या या रचनेत होतो.

'जमाल फकिरांचे' उस्ताद ज्ञानसिद्ध व अज्ञानसिद्धांना नागेशसांप्रदायिक सूफी संत आलमखान यांनी सांगितलेलं 'पंचीकरण' यातील ऐतिहासिक कालानुक्रम, जमाल फकिरांच्या या विचारसरणीवर त्याचप्रमाणं नागेश हे एक विख्यात सूफी संत होते काय, तसंच नागेशसंप्रदायात मुसलमान (सूफी) परंपरेचं कितपत योगदान असू शकेल, याविषयीच्या संशोधनाची वाट उजळू शकेल व भारतातील दार्शनिक एकात्मतेवर नवा प्रकाश पडेल, असं मला वाटतं.

जमाल फकीर यांनी वरकरणी काशीस जाण्याचा प्रसंग या रचनेत निवडला असला, तरी तो वाच्यार्थ असून लक्ष्यार्थ मी वर उल्लेखिल्याप्रमाणंही असू शकतो. वीरशैवांचा 'षट्स्थलसिद्धांत' सूफींच्या / योग्यांच्या / नाथसांप्रदायिकांच्या साधकावस्था व त्यांची प्रचीती जमाल फकिरांच्या या रचनेच्या शेवटी येते-

मग बैसले पद्मासनी । लक्ष लावुनी उन्मनी ।
ज्योती प्रकाशली नयनीं । लखलखाट ।।
पर(म) पुरुषासी करिती ध्यान । परवस्तुसी धरिती मन ।
डोळं घालुनिया अंजन । ओळखिती 'स्वरूप' ।।
जिकडे पाहावे तिकडे । आपण सर्वेश्वर ।
हे काय सिद्धाचे उत्तर । अखंड वर्षे कपिलाधार ।
करी सत्रावी तुषार ।। (– नागेश-दर्पण, पृ. २३२-२३३)

❑❑❑

६८. शैवसंत शिवदास

ज्यांनी मध्ययुगीन मराठी साहित्याला वीरशैव धर्माचा व दर्शनाचा एक वेगळा आयाम दिला । त्यांत मन्मथस्वामींसारखे दिग्गज होते. शिवदास यांचा समावेश या दिग्गजांत करता येत नसला तरी त्यांचं या विशिष्ट आयामातील योगदान अमान्य करता येणार नाही. माझे विद्यार्थी डॉ. प्रा. वैजनाथ फास्के यांनी त्यांच्या साहित्याविषयी संशोधन करून ते ग्रंथरूपानं प्रसिद्धही केलं आहे. ही माहिती अभ्यासक-संशोधकांनाही उपयुक्त वाटेल.

वीरशैव संत शिवदासांविषयी नामसाधर्म्यामुळं काही वाद आहेत. डॉ. अ. ना. देशपांडे यांनी शिवदास हे मन्मथस्वामींच्या परंपरेतले शेवटचे संत असल्याचा उल्लेख आपल्या 'प्राचीन मराठी वाङ्मयेतिहासा'च्या दुसऱ्या खंडात केला आहे. शिवदास नावाचे तीन कवी आहेत. त्यांपैकी एक 'बसवपुराण' व 'सिद्धपुराणा'चे कर्ते असून दुसरे शिवदास नाभिक आहेत. त्यांनी अभंगरचना केली असून ते शिखरशिंगणापूरचे आहेत.

'बसवपुराण' व 'सिद्धेश्वरपुराणा'चा कर्ता शिवदास याविषयी इथं विवेचन केलं आहे.

संतकवी शिवदास यांचा 'सिद्धेश्वरपुराण' हा महत्त्वाचा ग्रंथ आहे. सिद्धेश्वर हे सोलापूरचं ग्रामदैवत (नगरदैवत) असून तेथील सिद्धेश्वरमंदिर प्रसिद्ध आहे. शिवदासांनी हा ग्रंथ या मंदिरात बसूनच लिहिल्याचे निर्देश आढळतात.

या ग्रंथाचा लेखनकाल शके १७३० (म्हणजे इ. स. १८०८) असा आहे. तो लिहिताना शिवदासांनी कन्नड कवी राघकांक यांच्या 'सिद्धेश्वरपुराण' याच नावाच्या ग्रंथाचा आधार घेतला आहे.

सिद्धेश्वरांच्या जीवनचरित्राचं वर्णन करून त्यांचं महिमा-गान करणं,

हे या ग्रंथाचं निर्मितिप्रयोजन आहे. सांप्रदायिक चरित्रलेखन करताना चरित्रनायकाच्या विभूतिमत्वाभोवती अद्भुततेचं वलय रेखाटण्याचा प्रयत्नही काही सांप्रदायिक संतचरित्रकार करतात त्यानुसार शिवदासांनीही सिद्धेश्वरांचं विभूतिवर्णन करताना त्यांच्याविषयी प्रचलित असलेल्या काही आख्यायिकांतून येणारे चमत्कारही सांगितले आहेत. सिद्धेश्वरांविषयीच्या अपार श्रद्धेमुळं शिवदास त्यांना शिवस्वरूप मानतात. असं मानलं की त्यांनी काही चमत्कार केले तर त्याचं प्रतिपादनही ओघानंच येणं स्वाभाविकच नाही का? या ग्रंथाच्या पहिल्या अध्यायातच प्रारंभी हे समीकरण सांगून टाकतात. हे चमत्कार म्हणजे लोकहिताची कार्यं आहेत.

जय जया श्रीईशावतारा । जय जया जी सिद्धेश्वरा ।।१.१
जय जया जी चिन्मयगात्रा । जय जया जी त्रिनेत्रा ।
जय जया जी लीलाविचित्रा । विश्वगात्रा विश्वपते ।।१.२

आपण कोणी प्रतिभावंत कवी नाही पण सिद्धेश्वराचं माहात्म्य वर्णन करण्याची प्रेरणा प्रत्यक्ष शिवस्वरूप सिद्धेश्वरांनीच आपल्याला दिली आहे, असंही शिवदास म्हणतात :

ऐशी करिता सिद्धस्तुती । हृदयीच प्रगटोनी सिद्धपति ।
मज दिधली कवित्वस्फूर्ति । आपुली कीर्ति वर्णावया ।।१.५।।

या ग्रंथाच्या प्रारंभी ते जसं पहिल्या अध्यायात सांगतात त्याचप्रमाणं ग्रंथसमाप्तीच्या वेळी नवव्या अध्यायातही सांगतात -

अहो, मी नेणेंचि कवित्वकला कांही ।
अथवा त्या व्युत्पत्तीचेंही बळ नाही ।
परि तो मज स्फूर्ति देवोनियां हृदयीं ।
वदविले तैसें वदलों मी ।।९.५११।।

तेव्हा मात्र असं म्हणणं हा त्यांचा उपचार नसून ती त्यांची श्रद्धाच आहे, याची खात्री पटते. तुकोबांनीही आपल्या अभंगगाथेत हे कवित्व आपलं नाही व आपण कवी नाही, 'मज विश्वंभर बोलवितो' असं जे आवर्जून म्हटलं आहे, त्याचं स्मरण इथं होतं.

चरित्रकथनाच्या निमित्तानं शिवदासांनी वीरशैवधर्माच्या तत्त्वज्ञानाचं जे कथन केलं आहे, ते मला विशेषकरून लक्षात घेण्याजोगं वाटतं. हे एका परीनं केलेलं परमार्थप्रबोधनच आहे.

परमात्मा हा विश्वातच आहे व विश्वही परमात्म्यात आहे, हा विचार शिवदासांनी वृक्ष-बीज-सिद्धांत सांगून किती सहजपणे सांगितला आहे.

आणि म्हणतसे जी । बीजीं जैसे वृक्ष, वृक्षी बीज ।

तैसाचि तूं या विश्वी वृषभध्वज ।
तूजमाजीं हे विश्व आणि तूं या विश्वीं सहज ।
असशी अभिन्नत्वेचिं ।।६.८१।।

लिंग आणि अंग यांचं 'सामरसीकरण' म्हणजे जिवात्मा व शिवात्मा यांचं ऐक्य हा वीरशैवधर्माचा मूलभूत सिद्धांत. त्याचं प्रतिपादन शिवदास अशा प्रकारे करतात-

हाचि जीव- शिव- ऐक्य योग । हाचि शिवशक्तीचा संयोग ।
अहो, हाचि जीवनमुक्तीपंथ राजमार्ग । असो तेथें सिद्धेंद्र– ऐक्य जाहले।।

चरित-कथा निवेदन करताना ओघानंच येणारं हे तत्त्वचिंतन यामुळंच अत्यंत नैसर्गिक व स्वाभाविक वाटतं; ते कृत्रिम वाटत नाही. शिवाय त्यातून साधकांना विचारप्रगल्भ करण्याची प्रक्रियाही नकळत घडत जाते.

आपण कवी नाही, असं म्हणणारे शिवदास, विविध प्रतिमांचा चपखलपणे उपयोग करून, सूर्योदयामुळं जसा अंधकार नाहीसा होतो, त्याप्रमाणं सिद्धेश्वरांच्या आगमनानं जनलोकांचं अज्ञान नाहीसं होतं, हा विचार किती काव्यात्म करून सांगतात ते पहा. त्यांनी त्या सूर्याप्रमाणं सुधाकराची व चकोराची प्रतिमाही किती समर्पकपणे योजिली आहे, ते पाहा -

अहो अंधकार नाशी तो सुधाकर ।
तरी हाही नाशितसे जगदोष- तिमिर ।
तो सूर्य कमलासी संकोचकर रोहिणीश्वर ।
तरी हा जनकरकमळ संकोचकारक ।।६.२६२।।
उदय होतांचि तो सुधाकर ।
स्वानंदे क्रीडती ते चकोर ।
तैसेचि पाहोनियां सिद्धसुधाकर ।
स्वानंदती चित्तचकोर सज्जन जनांचे ।।६.२६३।।

या ग्रंथात काही शिवभक्तांच्या निस्सीम भक्तीच्या कथाही सांगितल्या आहेत.

शिवदासांचा दुसरा ग्रंथ 'बसवपुराण.' हा एक बृहद् ग्रंथ असून त्याचे एकूण ४३ अध्याय आहेत. बसवेश्वरांचं महिमा-गान या निर्मितिप्रयोजनाबरोबरच अनेक शिवभक्तांच्या कथांचं (कीर्तनोपयागी / प्रवचनासाठी उपयुक्त) निवेदन हेही त्याचं एक उद्दिष्ट असावं. यांतले अनेक भक्त वेगवेगळ्या जातींतलेच नव्हेत तर शूद्रातिशूद्रही आहेत. त्यातून म. बसवेश्वरांचा समतावादी व सर्वांना सामाजिक न्याय देणारा दृष्टिकोण प्रकट होतो.

❑❑❑

६९. आचार्य आर्यनंदी

आचार्य आर्यनंदी हे अलीकडील काळातील अत्यंत महत्त्वाचे जैन संत होते. ते मूळचे मराठवाड्यातीलच. पैठणजवळील ढोरकीन हे त्यांचं मूळ गाव. निजामी राजवटीत त्यांनी शासकीय सेवा केली व त्यानंतर त्यांनी वयाच्या अठ्ठेचाळिसाव्या वर्षी आत्मकल्याणाचा मार्ग स्वीकारला. बाहुबली आश्रमाचे संस्थापक आचार्य समंतभद्र यांनी त्यांना दीक्षा दिली. त्यानंतर आचार्य आर्यनंदींनी वेरूळ येथे गुरुकुलाची स्थापना केली व आपल्या शेकडो प्रवचनांतून त्यांनी जैन धर्माचं तत्त्वज्ञान आणि आचारधर्म अत्यंत प्रासादिक आणि रसाळ वाणीतून जनसामान्यांना समजावून सांगितला.

आचार्य आर्यनंदीचं वैशिष्ट्य असं की, त्यांनी बदलत्या काळानुसार पारंपरिक धर्मविचारालाही परिवर्तनसापेक्षतेचा एक महत्त्वपूर्ण पैलू, एक महत्त्वपूर्ण आयाम दिला. समाजातील वाईट रूढींवर त्यांनी कठोर प्रहार केले. 'कर्मठपणा म्हणजे धर्म नव्हे' हे त्यांच्या विचारसरणीचं महत्त्वाचं सूत्र होतं आणि त्यासाठी त्यांनी अनावश्यक कर्मकांडावर कडक टीका केली. त्यांची धर्माची व्याख्या अशी होती व ती त्यांनी आपल्या अनेक प्रवचनांतून मांडली होती - 'धर्म म्हणजे प्रेम, वात्सल्य आणि बंधुभाव. निर्लोभतेला तर 'परम'धर्म'च म्हटलं आहे. अशा प्रकारच्या धर्माचरणातून व्यक्तीचं आणि समाजाचं यथोचित परिवर्तन घडून येतं.'

'सर्व समाज हा माझा बंधुवर्ग आहे,' हा त्यांचा एक आवडता सिद्धांत होता. जैन धर्माला अभिप्रेत असलेल्या अहिंसेच्या तत्त्वाचा अविरत पुरस्कार त्यांनी केला आणि देवदेवतांना बळी देण्याच्या प्रथेलाही त्यांनी कडाडून विरोध केला.

शिक्षणातून परिवर्तन घडते, ही त्यांची श्रद्धा होती. यासाठी त्यांनी

अनेक ठिकाणी गुरुकुलांच्या अनेक शाखांची स्थापना केली आणि नवागर क्षेत्री 'श्राविकाश्रम' स्थापन करून त्यांनी मुलींच्या शिक्षणाची सोय केली. ग्रंथ आणि हस्तलिखितं यांचं जतन होणं आवश्यक आहे, हीही त्यांची भूमिका असल्यानं त्यांनी गावोगावी अशा प्रकारचे हस्तलिखितसंग्रह व्हावेत आणि ग्रंथालयंही व्हावीत, यासाठी प्रयत्न केले. वयाच्या नव्वदीपर्यंत ते अविरत समाजोद्धाराचं कार्य करीत होते. ते स्वत: तीन तीर्थे मानत असत. ती अशी -

१) जिवंत तीर्थ म्हणजे भक्तांचं अंत:करण; हे पहिलं तीर्थ

२) जिनवाणीची सेवा हे दुसरं तीर्थ

३) तीर्थकरांच्या निर्वाणभूमी, सिद्धक्षेत्रें, जे सतत मुक्तीचा संदेश देतात त्यांची सेवा, हे तिसरं तीर्थ.

□□□

७०. मोरया गोसावी

श्री मोरया गोसावी हे नाव महाराष्ट्राच्या संतमंडळात कित्येक दशकांपासून नव्हे तर कित्येक शतकांपासून उल्लेखिलं जातं. हे नाव पुण्याजवळच्या चिंचवडशीही नव्हे तर चिंचवडशीच अधिक निगडीत आहे. आजही जनसामान्यांमध्येही याविषयी अपार श्रद्धा आहे.

श्रीमोरया गोसावी आणि चिंचवड असं एक समीकरण जनमानसात दृढ झालं असलं तरी त्यांचं मूळ घराणं कर्नाटकाच्या बिदर जिल्ह्यातील शाली या गावाचं. यामुळंच या घराण्याची मूळ भाषा कन्नड. या घराण्याविषयी पारंपरिक माहिती मिळते ती अशी :

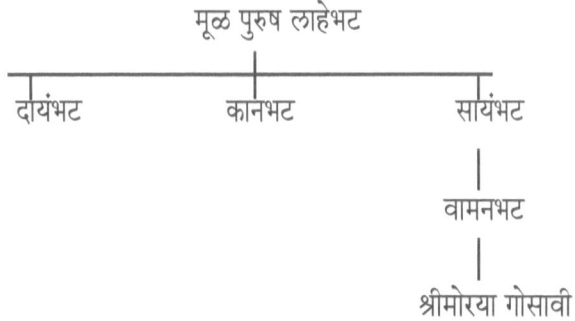

मूळ पुरुष लाहेभट

दायंभट — कानभट — सायंभट

सायंभट

|

वामनभट

|

श्रीमोरया गोसावी

वामनभटांना संतती नव्हती. ते विरक्त होऊन हिंडत हिंडत मोरगावला आले आणि तिथल्या देवाची-मोरयाची— भक्ती करू लागले. यांना मोरया कृपेनं झालेल्या मुलाचं नाव त्यांनी 'मोरया' हेच ठेवलं. मोरगावात नयनभारती नावाचे योगी आले व त्यांनी मोरयांना अनुग्रह दिला व त्यांनीच थेऊरला जाऊन चिंतामणीची सेवा करण्याचा आदेश दिला. ते (मोरया) थेऊरला गेले व योगसाधना करू लागले. समाधी लागल्यावर त्यांच्यावर एक वाघ

तुटून पडला तरी त्यांची समाधी भंगली नाही व वाघ त्यांना काहीच करू शकला नाही, अशी एक आख्यायिका त्यांच्याविषयी प्रचलित आहे. त्यांच्या साधनेमुळं जनसामान्यांवर त्यांचा प्रभाव पडला. 'मोरया'चे 'मोरया गोसावी' झाले, ते यामुळं. 'मोरया गोसावी' या नावाचा पूर्वेतिहास हा असा आहे. त्यांचा लौकिक वाढत चालला. लोक त्यांच्या दर्शनासाठी येऊ लागले. हे एका अर्थानं योग्य झालं असलं, तरी त्यांच्या साधनेत व ईशसेवेत/ईशभक्तीत व्यत्यय येऊ लागला म्हणून ते तिथून निघून पवना नदीच्या काठावर असलेल्या किंवजाईदेवीच्या लहानशा मंदिरात राहून वृक्षवल्लींच्या सहवासात एकाग्र मनानं साधना करू लागले. एक अवलिया तिथं येऊन साधना करीत आहे, ही वार्ता हा हा म्हणता पंचक्रोशीत पसरली व लोक त्यांच्या दर्शनाला येऊ लागले. मोरया गोसावी हे तर करुणामूर्ती. लोकांना दुःखमुक्त करणं, हा त्यांचा स्वभाव. त्यांच्या कृपेमुळं अंधांना दृष्टी व निःसंतानांना संतती लाभल्याच्या आख्यायिका त्यांच्या चरित्रात वर्णिल्या आहेत.

उत्तर आयुष्यात त्यांनी ताथवडच्या गोविंदराव कुलकर्णी यांच्या मुलीबरोबर विवाह केला होता व त्यांना मुलगा झाला होता. त्याचं नाव त्यांनी आपल्या उपास्यदेवतेचंच 'चिंतामणी' हेच ठेवलं. अशा प्रकारे प्रपंच व परमार्थ यांचा समन्वय त्यांनी साधला होता, याचाही उल्लेख इथं करायला हवा. हा काळ म्हणजे पंधराव्या शतकाचा शेवट आणि सोळाव्या शतकाचा प्रारंभकाळ.

या काळात त्यांचे गुरू नयनभारती त्यांच्याकडे येऊन राहिले व काही काळानंतर त्यांनी तिथंच समाधी घेतली.

पुढं मोरयास्वामींनीही देऊळ मळ्यात समाधी घेतली.

❑❑❑

७१. चूडामणिसुत

मराठवाड्यातील लातूरजवळचं चाकूर हे गाव तसं एके काळी फारसं ज्ञात नव्हतं तथापि ते उत्तर पेशवाईनंतर चाकूरच्या संत चूडामणिसुत यांच्यामुळं विशेष प्रसिद्धीस आलं. 'चूडामणिसुत' हे त्यांचं कविनाम असलं, तरी ते मराठवाड्यात 'विठ्ठलशास्त्री चाकूरकर' या नावानं विशेष प्रसिद्ध होते. संत दासगणू यांनी आपल्या 'संतकथामृत' या ग्रंथातील सोळाव्या अध्यायात त्यांचं जे वर्णन केलं आहे, ते 'अत्यंत व्युत्पन्न शास्त्री' असं असलं, तरी ते शाहीर राम जोशींचे 'प्रति -अवतार' असल्याचंही सांगितलं आहे. याचाच अर्थ असा की, संतत्व आणि शाहीरत्व यांचा सुरेख संगम विठ्ठलशास्त्रींमध्ये झाला होता आणि त्याचा प्रत्यय त्यांच्या स्फुट लेखनातून सतत येतो.

दासगणू त्यांच्याविषयी एके ठिकाणी म्हणतात,

दाजीदेव चौथे साचे । विठ्ठलशास्त्री चाकूरचे ।
ते रामजोशी बुवाचे । होते 'प्रतिअवतार' ।
काव्यकुशल, महाचतुर । सरस्वती ज्यांपुढे जोडी कर ।
अधिकार पूर्ण भाषेवर । महाव्युत्पन्न शास्त्रवेत्ते ।

बनवस संस्थानातील माधवाचार्य हे विठ्ठलशास्त्रींचे गुरू होते. त्यांनी मातापित्यांचं छत्र हरवलेल्या विठ्ठलशास्त्रींचा आपल्या मुलाप्रमाणं सांभाळ केला व त्यांना संस्कृत विद्येत तसेच अध्यात्मशास्त्रात पारंगत केलं. विठ्ठलशास्त्री नामवंत कीर्तनकारही होते.

दुपारी आख्यान लिहून त्यावर लगेच त्या रात्री कीर्तन करणयाइतपत त्यांचं 'शीघ्र संतकवित्व' होतं. त्यांच्या आख्यानपर रचनेत 'सभुद्राहरण', 'सीतास्वयंवर', 'वत्सलाहरण', 'उत्तरगोग्रहण', 'लवकुशाख्यान' इ. विशेष

प्रसिद्ध आहेत. याशिवाय त्यांनी आरत्या, स्तोत्रं, गौळणी, कटाव यांच्याबरोबरच विपुल पदरचना केली. गुरुमहिमा गाताना ते म्हणतात,

ये धावत आज गुरुराया । शरणागत मानी पायां ।
इह-पर दोन्ही घसरून गेले । वरपड झालों अपाया ।
द्विजकुळीं जन्मुनि सार्थक नाही । पतित मी गेलों वाया ।
निगमागमिचे तत्त्व न कळले । सत्यचि भासे माया ।
चूडामणिसुत निजकर देऊन । लाविं तरी गुण माया।

आपल्या अनेक पदांत त्यांनी सुलभ / भक्तिमार्गाचे प्रतिपादन केलं आहे. वेदशास्त्रसंपन्न असूनही त्यांची पदरचना क्लिष्ट व दुर्बोध न होता अत्यंत सुगम, रसाळ व प्रासादिक झाली आहे. भक्तीची आर्तता त्यांनी या शब्दांत प्रकट केली आहे. वानगीदाखल पुढील पद पाहा -

नाथा, माझी करुणा येईल काय?
लंपट होऊनि खटपट करिता । विसरुनि गेलो पाय ।
अन्यायी अपराधी बालक । घेई ओसंगा ।
चूडामणिसुत जोडुनि पाणी । नित्य तुझे गुण गाय।

उत्तर पेशवाईत मराठी शाहिरीनं आध्यात्मिक वळण घेतलं होतं. याची प्रचीती आपल्याला शाहीर राम जोशी यांच्या लेखनावरून येते. संतकवी चूडामणिसुत स्वत:ची पुढील रचना आपल्याला राम जोशींच्या आध्यात्मिक लावण्यांची आठवण करून देत नाही काय?

अरे गड्या, अजुनि तर कळंना जणू प्रपंच हा लटका ।
बुडत चालल्या फुकट घटका ।
जंवर तुझ्या घरची मिळते मुठभर भाजी ।
तंवर करितिल हांजी हांजी ।
लागतील पाठी नाना, काका, दाजी ।।
'भला जन्मला मर्द गाजी !'
समय चलतीचा अवघे तुजवर राजी
पुनः परतुन म्हणतिल पाजी ।
दुबोली दुनिया काहिं समज
समज धर गुनिया ।।
निंदितात केवळ धनिया ।
कवडीस तोडिती तटका ।
प्रीतीची छकडी हात गोंजारिसि तोडा ।

तंवर तुजपुढे घोळिल गोंडा ।
जंवर त्या बाळ्याबुगड्या राखडि गोंडा ।
आणा बसवुन साखळी कोंडा ।
हात चटकेना, ऊठ म्हणल तुला मोडा ।
काय भाजुन घालूं धोंडा ?
तिला काय भुलसी ?
कसा मधुर भाषणे खुलसी ।
किति विषयासुखामध्ये झुलसी।
यम मारिल पहा मटका ।।

एवढी विपुल लक्षणीय अध्यात्मपर रचना करूनही संतकवी चूडामणिसुत हे मराठवाड्यातल्या एका चाकूरसारख्या लहानशा गावात राहत असल्यानं अप्रसिद्ध तर राहिलेच; पण उपेक्षितही राहिले!

□□□

७२. आडकोजीमहाराज

राष्ट्रसंत तुकडोजीमहाराज यांचं नाव कुणाला माहीत नाही? नुकतेच २००९-१० मध्ये त्यांचं जन्मशताब्दीवर्ष साजरं करण्यात आलं. महाराष्ट्रात तुकडोजीमहाराज जेवढे सर्व परिचित होते, तसे त्यांचे गुरू अडकोजीमहाराज प्रसिद्ध नव्हते. अडकोजीमहाराज आणि तुकडोजीमहाराज ही जशी गुरुशिष्यांची जोडी तशीच जनार्दनस्वामी आणि एकनाथ यांची जोडी. श्रीगोविंदप्रभु (गुंडम राऊळ) आणि श्रीचक्रधरस्वामी यांच्या बाबतीत असंच म्हणता येईल. गुरूचा नामनिर्देश केला की, शिष्याचं नाव आठवतं नि शिष्याचा नामनिर्देश केला की गुरूचं.

राष्ट्रसंतांचं मूळ नाव होतं माणिक; पण आडकोजींमुळं त्यांचं 'तुकड्या' असं नामकरण झालं. 'तुकड्यादास गुरू का प्यारा' असं स्वत: तुकडोजीमहाराजांनीच म्हटलं आहे.

आडकोजीमहाराज विदर्भातले व राष्ट्रसंतही विदर्भातलेच. आडकोजीमहाराजांचं मूळ गाव आर्वी. पुढं ते वरखेडला आले. राष्ट्रसंतांच्या लहानपणीच त्यांची भेट आडकोजींशी झाली व तुकडोजींनी आडकोजींचं शिष्यत्व स्वीकारलं. राष्ट्रसंतांची आडकोजींवर अनन्य श्रद्धा होती. त्यांनी जी आडकोजींची आरती लिहिली आहे, तिच्यातून ती प्रकट झाली आहे. ती आरती अशी आहे-

आरती श्री सद्‌गुरू आडकुजी महाराजांची

(चाल : आरती ज्ञानराज)

श्रीगुरु आडकोजी ! पूर्ण दासाची माय ।
येवोनी धावत हो । आज दावी मज पाय ।।धृ।।
धन्य भाग्य वरखेडचे । अवतरली मूर्ती ।

असोनिया देही । झाली विदेह स्थिती ।।१।।
अल्पवयामाजी वो । साठवी पंढरीचा राणा ।
पायी ध्वज-पद्मांकुश । स्थिती वर्णवेन कोणा ।।२।।
असंख्य भक्त तुझे । चरणी ठेविती माथा ।
राहोनी हृदयी बा । पुरवी मम मनोरथा ।।३।।
अजानूमूर्ति बरवी । पाहोनिया हेतु पुरवी ।
तुकड्यादास हेची मागे । शिरी वरदहस्त ठेवी ।।४।।

आडकोजींचा जन्म इ. स. १८२३ मध्ये झाला. तिथीप्रमाणं हा दिवस कार्तिक शुद्ध पौर्णिमा शके १७४५ असा येतो. ते शतायुषी होते. आडकोजी बालपणापासूनच काहीशा कलंदर वृत्तीचे होते. त्यांनी विवाह केला; पण प्रापंचिक जीवनात त्यांना कधी रस वाटलाच नाही. मौनातच चिंतन करण्याची त्यांची प्रवृत्ती होती. चाळिसाव्या वर्षापासून तर ते जणू पूर्ण विदेहीच झाले. वस्त्राचेही भान त्यांना नसे. एवढंच नव्हे तर खाण्यापिण्याचंही भान नसे. त्यांचे भक्त त्यांची काळजी घेत; पण त्यांना आपल्या भक्तांपासूनदेखील कशाचीच अपेक्षा नसे.

त्यांच्याविषयीच्या काही आख्यायिका व चमत्कारकथा प्रचलित आहेत. त्यांनी जे केलं, ते लोकहितासाठी केलं. आपण काही चमत्कार करतो, असं त्यांनी कधीही म्हटलं नाही; कारण त्यामुळं अंधश्रद्धा नि बुवाबाजी वाढते.

त्यांची हीच प्रवृत्ती त्यांचे शिष्य राष्ट्रसंत तुकडोजीमहाराज यांच्यामध्येही आपल्याला आढळते. राष्ट्रसंतांनी तर भाबड्या भक्तीला व अंधश्रद्धांना कडाडून विरोध केला व समाजाला सद्सद्विवेक बुद्धीचं महत्त्व पटवून दिलं.

ते कासारजातीचे होते. खरंतर संतांना कुठं जात असते का? ते तर सर्वांचेच असतात. सर्व जातिधर्म त्यांना सारखेच असतात. कारण ते मानवतावादी असतात. इथं जातीचा उल्लेख यासाठी केला, की महाराष्ट्रात सर्व जातिधर्माच्या संतांनी भक्तीचा प्रसार केला व आध्यात्मिक प्रबोधन केलं. त्यात जातिधर्माचा अडसर कुठंच आला नाही.

आडकोजीमहाराजांचा जन्म कार्तिक पौर्णिमेस झाला. त्याचप्रमाणं एका शतकानंतर त्यांनी याच दिवशी महासमाधी घेतली.

संत गुलाबरावमहाराजांचे त्यांच्याविषयीचे आदरयुक्त उद्गार असे आहेत -
पापें करुनी झाली । 'कलियुगी' नरभृतांची वाढ खुजी ।
वास्तवजन ताराया। झाले संत आडकुजी ।

❑❑❑

७३. गाडगेमहाराज

'सन्त' म्हटलं की ते मध्ययुगीन महाराष्ट्रातलेच, अशी एक सर्वसामान्य कल्पना रूढ आहे. या कल्पनेला गाडगेमहाराज आणि राष्ट्रसंत तुकडोजीमहाराज यांनी छेद दिला आहे. अगदी अलीकडच्या काळातील हे संत असून त्यांना पाहिलेली, त्यांची कीर्तनं ऐकलेली, त्यांच्या कार्यासाठी वाहून घेतलेली असंख्य माणसं आजही आपल्याला महाराष्ट्रात आढळतात. या दोन्ही आधुनिक संतांना पाहण्याचं नि त्यांची कीर्तनं ऐकण्याचं भाग्य मलाही लाभलं होतं. योगायोग असा, की हे दोन्ही संत मूळचे विदर्भातले पण सर्वच मराठी माणसांनी त्यांना आपले संत – 'मराठी माणसा'चे संत– मानले होते. एवढी त्यांची प्रभावकक्षा विस्तृत होती, व्यापक होती.

गाडगेबाबा यांचं जन्मगाव अमरावती जिल्ह्यातील शेंडगाव. ते परीट समाजातले होते, हे मुद्दाम सांगावं लागतं कारण त्यांनी कधीच जातिभेद मान्य केला नाही, त्यामुळं ते अमुक समाजातले होते, असं कसं म्हणता येईल? त्यांचं आडनाव 'जानोरकर' असं होतं. त्यांच्या वडिलांचं नाव झिंगराजी नि आईचं सखुबाई.

लहानपणापासूनच त्यांना 'डेबू' किंवा 'डेबूजी' म्हणत. घरची परिस्थिती बिकट, त्यामुळं मामाची गुरं सांभाळणं नि शेतीची कामं करण्यातच त्यांच्या आयुष्याचा सुरुवातीचा काळ गेला. अशा बिकट परिस्थितीत शिक्षण तरी कसं घेता येणार? मात्र, कष्टाळू प्रवृत्तीमुळं ते शेतीची कामंही अत्यंत चांगल्या प्रकारे करू लागले. शेतकरी-कामकरी यांना किती कष्ट नि परिश्रम करावे लागतात नि किती हालअपेष्टांना तोंड द्यावं लागतं, याचीही कल्पना त्यांना येत गेली. श्रमप्रतिष्ठेचं महत्त्व त्यांना कळलं व जनसामान्यांच्या वास्तव समस्या नि दुःखं त्यांना तीव्रतेनं जाणवली. समाजातील अंधश्रद्धा,

कर्मकांड, बुवाबाजी, धर्माविषयीच्या चुकीच्या कल्पना यांच्या विरोधात समाजजागरण करायला हवं, याचीही त्यांना जाणीव होऊ लागली. अशा प्रकारे त्यांच्या विचारांची जडणघडण बालपणापासूनच होत गेली. समाजजीवनाचं सूक्ष्म निरीक्षण व समाजाला योग्य शिकवण देऊन चांगल्या, सुसंस्कृत, बुद्धिवादी, विवेकनिष्ठ, संस्कारयुक्त समाजाचं नवनिर्माण करण्याची आवश्यकताही त्यांना तीव्रतेनं भासली. यासाठी केवळ बघ्याची भूमिका घेऊन स्वस्थ बसणं गाडगेबाबांसारख्या सत्पुरुषाला आवडणं शक्यच नव्हतं. समाजातील दारिद्र्य नि जातिभेदामुळं निर्माण होणारी विषमता, त्याचप्रमाणं देवभोळेपणा हेच समाजाच्या कल्याणातले व प्रगतीतले अडसर आहेत; ते काढून टाकायला हवेत, या त्यांच्या मनातील विचार- बीजालाच पुढे अंकुर फुटले नि त्यांनी कीर्तनाच्या माध्यमातून या कार्यास प्रारंभ केला. देव दगडात नसून माणसात असतो, यासाठीच माणूस घडविणं हेच आपलं ब्रीद असायला हवं, त्यासाठी शिक्षण घ्यायला हवं, या मताचा पुनरुच्चार त्यांनी वेळोवेळी केला. ज्या दलितांच्या मुलांना शिक्षण मिळत नाही, त्यांच्या शाळांसाठी आपल्या जागा दिल्या. अंधश्रद्धांवर टीकेचे घाव घातले. त्यामागं त्यांची बुद्धिप्रामाण्यवादी दृष्टी होती. त्यांनी जागोजागी गरिबांसाठी धर्मशाळा बांधल्या. कीर्तनाच्या प्रभावी माध्यमातून 'देव मूर्तीत नसून माणसात असतो; त्या माणसाचीच आपण सेवा करायला हवी', या बुद्धिप्रामाण्यवादी विचाराचे सुसंस्कार गाडगेबाबांनी सर्वसामान्यांवर केले.

'देवकीनंदन गोपाला, गोपाला' हे त्यांच्या भजनाचं जणू ध्रुपदच होतं.

बाबा स्वत: तुकड्यातुकड्यांनी शिवलेली गोधडीची वस्त्रं नेसत. आज सामान्य माणसाला, मजुरांना, शेतकऱ्यांना, धड अंगभर नेसायला मिळत नाही; मग आपणही त्यांच्यासारखंच रहायला नको का? हा विचार यामागं असावा. महाराष्ट्रातील धर्मविचार नितळ, निकोप, निष्कलंक, निरपेक्ष, शुचिर्भूत करण्यासाठी बाबांनी उभी हयात वेचली. नव्या विचारांचं स्वागत नि पूर्वीच्या अनिष्ट प्रवृत्तींना विरोध हा त्यांच्या विचारसरणीचा केंद्रबिंदू होता, गाभा होता. त्यांनी समाजातील व्यसनाधीनतेवर कठोर प्रहार केला. धर्माचं अत्यंत नितळ मूळ रूप त्यांनी समाजासमोर ठेवलं. जुन्या वाईट प्रथा, रूढी यांना प्रखर विरोध केला. ग्रामस्वच्छतेसाठी जागोजाग प्रसार केला.

त्यांच्याबद्दल व त्यांच्या कार्याविषयी कृतज्ञता व्यक्त करण्यासाठी महाराष्ट्र शासनानं अमरावतीच्या विद्यापीठाला त्यांचं नाव दिलं व त्यांच्या नावानं ग्राम स्वच्छता पुरस्कार, देण्याची योजनाही कार्यान्वित केली आहे.

❑❑❑

७४. तुकडोजीमहाराज

इ. स. २०१० हे राष्ट्रसंत तुकडोजीमहाराजांच्या जन्मशताब्दीच्या समारोपाचं वर्ष होत. तुकडोजीमहाराज आधुनिक काळातील महान संत होऊन गेले. अडकोजीमहाराज हे त्यांचे गुरू. विदर्भात त्यांचा विशेष संचार असला तरी महाराष्ट्रभरच नव्हे तर देशभर हिंडून ते आध्यात्मिक, सामाजिक व राष्ट्रीय एकात्मतेचं प्रबोधन करीत होते. एवढंच नव्हे, तर जपानसारख्या देशात जाऊनही त्यांनी सर्वांना विश्वबंधुत्वाचा संदेश दिला.

भारत हा खेड्यांचा देश आहे, हे लक्षात घेऊन ग्रामविकास झाला की राष्ट्राचा विकास होईल, अशी त्यांची श्रद्धा व विचारसरणी होती. त्यांनी समाजातल्या सर्व घटकांतील लोकांचा उद्धार कसा होईल, याविषयी अहर्निश काळजी वाहिली, चिंता केली. ग्रामोन्नती व ग्रामकल्याण हा त्यांच्या विचारसरणीचा जणू केंद्रबिंदूच होता. भारतातील खेड्यांच्या स्थितीची त्यांना पुरेपूर कल्पना होती. त्यामुळं त्यांनी ग्रामविकासाच्या विविध समस्यांचा मूलभूत स्वरूपाचा विचार केला व त्या कशा सोडवाव्यात, याविषयी उपाययोजनाही सुचविली. या उपाययोजना त्यांच्या काळाला तर उपकारक ठरल्याच; पण त्यानंतरच्या काळातही उपकारक ठरल्या, हे आज (त्यांनी आपली जीवनयात्रा संपविल्यानंतरच्या काळातही) तीव्रतेनं जाणवतं. यातून राष्ट्रसंतांचं द्रष्टेपण व्यक्त झालं आहे.

अमरावतीजवळ मोझरीच्या गुरुकुंज आश्रमाची स्थापना हे त्यांच्या आयुष्यातील जसं लक्षणीय कार्य आहे त्याचप्रमाणं 'ग्रामगीते'चं लेखन हाही त्यांच्या जीवनकार्यातील अत्यंत महत्त्वाचा टप्पा. 'ग्रामगीता' ही जणू तुकडोजीमहाराजांची वाङ्मयी मूर्तीच होय. स्वत:ला ते 'तुकड्यादास' म्हणत; कारण भजन म्हणताना ते जी भिक्षा घेत, त्यावरच आपण बालपणी

जीवन कंठिलं, ही त्यांची श्रद्धा होती. त्यांचं मूळ नाव माणिक होतं; पण त्यांचं हे नाव त्यांच्या गुरूंनीच-अडकोजीमहाराज-यांनीच योजिलं होतं.

ग्राम स्वयंपूर्ण कसं होईल, याविषयी त्यांनी उपाययोजना सुचविली, ती अतिशय परिणामकारक ठरली. ग्राम हे सुशिक्षित व्हावं, सुसंस्कृत व्हावं, ग्रामोद्योग-संपन्न व्हावं, ग्रामानंच देशाचा गरजा भागवाव्यात, ग्रामोद्योगांना प्रोत्साहन मिळावं, प्रचारकांच्या रूपानं गावाला नेतृत्व मिळावं, अशीही त्यांची निष्ठा. तिचं प्रतिबिंब 'ग्रामगीते'त उमटलं आहे. देवभोळेपणा, अंधश्रद्धा, जुनाट कालबाह्य रूढी नाहीशा व्हाव्यात याविषयी त्यांनी अविरत प्रयत्न केले.

सर्वधर्मसमभाव हे राष्ट्रसंतांच्या विचारविश्वाचं एक वैशिष्ट्य होतं. त्यासाठी त्यांनी सामुदायिक / सर्वधर्मीय प्रार्थनेचा आग्रहपूर्वक पुरस्कार केला.

त्यांनी विवेकनिष्ठ जीवनदृष्टीतूनच एकेश्वरवादही पुरस्कारिला. धर्मातील अनावश्यक कर्मकांडाला त्यांनी फाटा दिला. आयुष्याच्या शेवटच्या काळापर्यंत त्यांनी आपल्या प्रभावी खंजिरी भजनाच्या माध्यमातून त्यांना अभिप्रेत असलेल्या विचारसरणीचा प्रचार-पुरस्कार करून आध्यात्मिक / सामाजिक / राष्ट्रीय प्रबोधन केलं नि त्यांना त्यासाठी कारावासही भोगावा लागला. अखिल भारतीय पातळीवर त्यांनी साधुसंघटनेची स्थापना केली. गुरुकुंज आश्रमाच्या शाखोपशाखा स्थापना करून त्यांनी शिस्तबद्ध सामाजिक कार्यकर्त्यांची एक फळीच निर्माण केली. गुरुकुंजाशी संबंधित असलेले हे सर्व निष्ठावंत कार्यकर्ते आजही त्यांचं हे कार्य अखंड व्रतासारखं चालवीत आहेत.

महिलोन्नती हा तुकडोजी महाराजांच्या विचारविश्वाचा एक लक्षणीय पैलू. कुटुंबव्यवस्था, समाजव्यवस्था, राष्ट्रव्यवस्था ही स्त्रीवरही कशी अवलंबून असते, हे त्यांनी आपल्या कीर्तनांद्वारे समाजाला पटवून दिलं. त्यामुळं स्त्रीला अज्ञानात व दास्यात ठेवणं कसं अन्यायकारक आहे, हे त्यांनी अत्यंत प्रभावीपणे पटवून दिलं.

देशातले तरुण हे राष्ट्राचे भावी आधारस्तंभ. ते बलोपासक असावेत म्हणजे ते समाजाचे व राष्ट्राचं संरक्षण करू शकतील. ते नीतिमान व सुसंस्कृत कसे होतील, याविषयीचं उपदेशपर व मार्गदर्शनपर लेखन त्यांनी केलं.

त्यांनी मराठीप्रमाणंच हिंदी भाषेतही विपुल लेखन केलं.

आजही त्यांचं हे साहित्य आपल्याला मार्गदर्शन करीत आहे; यावरून त्यांच्या साहित्यात 'अक्षर वाङ्मयाची मूल्यं' कशी दडली आहेत, याची सहज कल्पना येईल. राष्ट्रपतिभवनात त्यांचं खंजिरी भजन ऐकून राष्ट्रपती राजेंद्रप्रसाद यांनी तुकडोजीमहाराजांना 'राष्ट्रसंत' म्हणून संबोधिलं होतं.

❑❑❑

७५. जंगलीमहाराज

महाराष्ट्राच्या संतमंडळात जंगलीमहाराज हे नाव प्रख्यात आहे. जंगलीमहाराज हे मध्ययुगीन संत नसून अगदी अलीकडच्या काळातील संत होते. 'जंगलीमहाराज' या नावावरून ते कोणत्या धर्माचे वा कोणत्या पंथाचे होते, याची काहीच कल्पना येत नाही. हे नाव इतकं रूढ झालं आहे की, ते आपलेच संत आहेत, असं विविध धर्मांच्या आणि पंथांच्या लोकांना वाटतं आणि यातच त्यांचं खरं संतत्व दडलं आहे.

'जंगली महाराज' म्हटले की ते पुण्याचेच— अशीही एक सर्वसामान्य समजूत आहे, तीही चुकीची आहे, असं म्हणता येणार नाही, कारण महाराजांचं वास्तव्य बराच काळ पुण्यातच होतं आणि त्यांचं बरंचसं कार्यही पुण्यातच झालं आहे.

जंगलीमहाराज हे अलीकडील काळातील संत असूनही त्यांच्या जीवनचरित्राचा फारसा तपशील जनसामान्यांना माहीत नव्हता. तो उपलब्ध करून घेण्यासाठी पुण्यातील उत्कृष्ट चित्रकार डी. डी. रेगे यांनी जवळपास एक तपभर संशोधन करून जणू एक 'तप'च केलं. त्यासाठी ते महाराष्ट्र आणि कर्नाटक राज्यातील विविध विभागांत गेले. त्यांच्या शिष्यप्रशिष्यांना भेटले, त्यांच्या घराण्यातील लोकांना भेटले; अनेक उर्दू, फार्सी, मोडी दस्तावेजांचा त्यांनी धांडोळा घेतला. सुप्रसिद्ध इतिहाससंशोधक डॉ. ग. ह. (तात्यासाहेब) खरे यांच्यासारख्या चिकित्सक अभ्यासकांशी चर्चा केली. आपण मिळविलेल्या माहितीत कोणताही अनैतिहासिक भाग राहू नये, याची पूर्ण दक्षता बाळगली. त्यांच्या चरित्राचे वाचन विद्वान अभ्यासक, महाराजांचे शिष्य आणि भक्तगण यांच्यासमोर करून, पूर्ण शहानिशा करून जे चरित्र लिहिलं, ते पुण्याच्या कॉन्टिनेंटल प्रकाशनानं प्रकाशित

केलं. इ. स. २००४ साली त्याची दुसरी आवृत्तीही प्रकाशित झाली आहे. या चरित्राच्या आधारेच जंगली महाराजांविषयीचा हा लेख लिहिला आहे.

जंगलीमहाराज हे मुसलमान संत होते. त्यांचे मूळ नाव 'जंगलीशहा'. त्यांच्या शिष्यांमध्ये आणि भक्तांमध्ये अनेक जातीधर्माचे लोक आहेत. (महंमदशहा कादरी यांनाच 'जंगलीशहा' असं म्हणत असत.) महाराष्ट्रातील बहुतेक सूफी संत हे कादरी या शाखेचेच होते. या संदर्भात 'योगसंग्रामा'चे कर्ते शेख महंमद, 'सिद्धांतबोधा'चे कर्ते शहामुनी, नागेशसंप्रदायाचे आलमखान, मुंतोजी बामणी यांचा उल्लेख करता येईल.

जंगलीशहा यांचं जन्मगाव सोलापूरजवळील होनमुर्गी हे लहानसं खेड आहे. हिंदू, इस्लाम आणि वीरशैव अशा वेगवेगळ्या धर्मांचे लोक या गावात शतकानुशतकं गुण्यागोविंदानं नांदत आहेत. होनमुर्गीचं कुलदैवत बसवेश्वर आहे. तिथं जसं बसवेश्वरांचं मंदिर आहे, त्याचप्रमाणं मेहबूब सुभानी या पीरांचा दर्गाही आहे. जंगलीशहा हे बालपणापासूनच अत्यंत तल्लख बुद्धीचे होते. मराठी, कन्नड, उर्दू आणि फार्सी या भाषा त्यांनी बालपणापासूनच आत्मसात् केल्या होत्या. त्यांची प्रवृत्ती धार्मिक असल्यानं त्यांनी वेगवेगळ्या धर्मांचा अभ्यास केला. त्यामुळं त्यांचा जगाकडे पाहण्याचा दृष्टिकोण अतिशय व्यापक झाला. ते शेतात जाऊन कष्टाची कामंही करीत व द्रव्यार्जन करीत. श्रमप्रतिष्ठेवर त्यांचा भर होता. आपल्या वयाच्या तरुणांना ते धार्मिक शिक्षण देत. बालपणीच त्यांनी अनेक धर्मांच्या ग्रंथांचा अभ्यास केला.

हजरत शहा ताहेर कादरी सत्तारी हे त्यांचे मुसलमान गुरू होते. अक्कलकोटच्या परिसरात महान धर्मगुरू म्हणून ते मानले जात. अक्कलकोटचे स्वामी समर्थ हे ताहिरशहांचे समकालीन होते. ते दत्तोपासक होते. ताहेरशहा हे मंत्रविद्यापारंगत असून त्यांनी या विद्या व सिद्धी जंगलीशहांना शिकविल्या होत्या, अशीही माहिती श्री. रेगे यांना उपलब्ध झाली आहे. जंगलीशहा स्वामी समर्थांना भेटले व त्यांचंही शिष्यत्व स्वीकारल्याचा उल्लेख जंगलीमहाराजांच्या या चरित्रात आहे. यानंतर जंगलीशहा सर्वसंग-परित्याग करून विरक्त झाले. त्यांनी विजापूर, कुडची, जमखंडी, मिरज, नरसोबाची वाडी, रेठरे आणि नेर्ले अशा विविध ठिकाणी वास्तव्य केलं व लोकहिताची अनेक कामं करायला प्रारंभ केला. त्यांचा वेगवेगळ्या धर्मपंथांतील लोकांचा शिष्यपरिवार वाढत वाढत चालला. त्यांनी जागोजागी धर्मशाळा, मंदिरं, मशिदी, दर्गे, घाट इत्यादी असंख्य बांधकामं केली व त्यांची नीट व्यवस्था लावून दिली.

उत्तरायुष्यात ते पुण्याला आले व तिथंही त्यांनी लोकहिताची कामं केली.

कीर्तन-प्रवचनांच्या माध्यमातून जनसामान्यांवर उदात्त संस्कार केले. त्यांच्या शिष्यपरिवारात रखमाबाई ऊर्फ आईसाहेब गाडगीळ, जमखंडीचे राजे अप्पासाहेब पटवर्धन, सरदार कुपुस्वामी मुदलियार, हमजाखां, का. रा. मोडक, रंगराव शिरोळे, मुंबई राज्याचे माजी पोलीस उपप्रमुख श्री. दी. आ. शिरोळे यांचा उल्लेख करता येईल.

इ. स. १८९० च्या प्रारंभी महाराजांची प्रकृती खालावत चालली. त्या काळातही ते योगसाधना करीत असत. आपल्या आयुष्याच्या सायंकाळी चाहूल लागली असल्यानं जणू भांबुर्ड्याच्या टेकडीवर आपल्या समाधीची/कबरीची जागा त्यांनी निश्चित करून ठेवली होती. दि. ४ एप्रिल १८९० रोजी महाराजांनी आपली इहलोकीची यात्रा संपविली.

□□□

७६. गजाननमहाराज

आधुनिक महाराष्ट्रीय संतांमध्ये शेगावच्या श्रीगजाननमहाराजांचा अग्रक्रमानं उल्लेख करावा लागतो. त्यांची चरित्रविषयक माहिती फारशी उपलब्ध होत नसली, तरी मौखिक परंपरेनं त्यांच्याविषयी विपुल माहिती मिळते. त्यांच्या चरित्राविषयी माहिती देणारी साधनंही अत्यल्प आहेत. त्यांतील दोन चरित्रग्रंथांचा प्रामुख्यानं उल्लेख केला जातो.

(१) श्रीदासगणूविरचित 'श्रीगजानन विजय' आणि (२) आकोटचे वकील मारोतराव पळसोदकर यांनी १९१२ साली लिहिलेल्या 'संतचरित्र-सुमनावली'तील १२,१३,१४ हे तीन अध्याय. श्री. पळसोदकर वकील यांनी

हे कोठे जन्मासी आले? कोठे वस्तीसी राहिले?
यांचे मातापितर कवण जहाले? आजन्मवार्ता नच ठावे ।।
सदा राहती पिशाचवेषे । स्वरूपी डुल्लती प्रेमळसे ।
दिगंबर मूर्ती शोभतसे । चंद्रापरी तेज फाके ।।
कोणी भक्षाया देई अन्न । तरीच करावे भक्षण ।
कोणी देत प्राशावया जीवन । तरी जीवन प्राशावे ।।
सवे योगक्षेम जनाकरवी । स्वये भ्रमती विदेही ।
चढे न घडे त्याची पर्वा नाही । सदा उदास वृत्ती असे ।।

महाराज शके १८०० (इ. स. १८७८) मध्ये प्रकट झाले व भाद्रपद शु. पंचमी शके १८३२ (इ.स.१९१०) मध्ये समाधिस्थ झाले. म्हणजे, उण्यापुऱ्या बत्तीस वर्षांतच त्यांनी आपलं अवतारकार्य पूर्ण केलं. ते सदैव दिगंबरावस्थेत असत. ते चिलीम ओढीत; तथापि तिचं व्यसन त्यांना नव्हतं.

त्यांना जे अल्प आयुष्य लाभलं, त्यात त्यांनी केवढी समाजहिताची कार्यं केली! त्यांनी केलेली ही समाजकल्याणाची कामं लोकविलक्षण असल्यानं ते चमत्कार करीत असावेत, अशी काही जणांची श्रद्धा आहे. वस्तुत: त्यामागं

लोकांच्या कल्याणा -
संतांच्या विभूती ॥

हेच सूत्र होतं. त्यांच्याविषयी सांगितल्या जाणाऱ्या प्रसंगांतून त्यांची लोकोद्धाराची तळमळ व करुणा प्रकट होते.

ते नेहमी 'गण गण गणात बोते । बाते' (किंवा 'गणि गण गणात बोते / बाते, हे भजन म्हणत. 'श्रीगजाननविजय'या त्यांच्या चरित्रात त्याविषयीचं स्पष्टीकरण असं दिलं आहे -

> त्या सूत्रमय भजनाचा । अर्थ ऐसा वाटतो साचा ।
> 'गणि' या शब्दाचा । अर्थ, मोजी हाच असे ॥
> जीवात्मा म्हणजे गण । तो ब्रह्माहून नाही भिन्न ।
> हे सुचवावया कारण । 'गणात' हा शब्द असे ॥
> 'बोते' हा शब्द देखा । अपभ्रंश वाटे निका ।
> 'बाते' हा शब्द ऐका । तेथे असावा नि:संशय ॥
> 'बा' या शब्देकरून । घेतले पाहिजे मन।
> 'ते' हे आहे सर्वनाम । गण शब्दाऐवजी आलेले ॥
> म्हणजे मना दिसे नित्य । जीव हा ब्रह्मास सत्य ।
> मानू नको तया व्रत । निराळा त्या तोचि असे ॥
> गिणगिण गणांत बोते । कोणी 'गणि गण गणात बोते।'
> ऐसी आहेत दोन मते । या भजनाविषयी शेगांवी

(ओवीबंध २५ ते ३०)

आचारविचार पवित्र असावेत, नामस्मरण व ध्यान करावं, भक्तीत व्यवहार नसावा, कन्यापुत्राची आसक्ती नसावी, अशी विरक्ती बाणवावी, मन शुद्ध असावं. क्षमाशीलत्व असावं, योगसामर्थ्य अंगी बाणवा; देव कधीही भक्ताची उपेक्षा करीत नाही, तो सर्वांचा 'उद्धारकर्ता' आहे, भक्ताच्या कल्याणासाठी तो धावून येतो, त्याच्यावर अढळ श्रद्धा व विश्वास ठेवावा, अशा प्रकारचा हितोपदेश ते सतत करीत. जीवनात शुचिता असावी, तिच्यापासून क्षणभरही विलग होऊ नये, हा त्यांच्या विचारसरणीचा गाभा होता.

आत्मा हा चिरंतन आहे, तो अमर आहे; त्यामुळं मृत्यूला भिण्याचं कारण नाही; असंही महाराज म्हणत. भक्ती केल्यानं जीवाचा उद्धार होतो, तेव्हा भक्तीची

कास कधी सोडू नये, असाही उपदेश त्यांनी केला आहे. त्यांनी विरक्तीचा पुरस्कार केला असला तरी त्यांनी कर्म करण्यावरही भर दिला आहे.

जे जे कुणी द्वाड असती । त्यांना सुधारण्याप्रती ।
साधुपुरुष अवतार घेती । ईशाज्ञेने भूमीवर ।।

या त्यांच्या चरित्रातील उल्लेखावरून त्यांची पाखंडखंडनात्मक भूमिकाही स्पष्ट होते.

आजही महाराजांचे असंख्य अनुयायी त्यांच्या या उपदेशानुसार जीवन व्यतीत करीत आहेत.

□□□

७७. स्वामी स्वरूपानंद

आधुनिक काळातील संतांमध्ये स्वामी स्वरूपानंद हे एक अग्रणी संत आहेत. रत्नागिरीजवळील पावस येथील त्यांचा आश्रम विख्यात असून स्वामी देशाच्या स्वातंत्र्यदिनी निजधामी गेल्यावरही इतकी वर्षं, राष्ट्रसंत तुकडोजींच्या गुरुकुंज आश्रम व त्याच्या विविध शाखांप्रमाणंच स्वरूपानंदाचं आध्यात्मिक कार्य त्यांचे शिष्य अत्यंत निष्ठेनं करीत आहेत.

स्वामींचा जन्म शके १८२५ (म्हणजे इ. स. १९०३) चा. म्हणजे त्यांना लौकिक जीवनाची अवघी चार-साडेचार दशकंच मिळाली, पण एवढ्या अल्प आयुष्याचा प्रत्येक क्षण, संसारात न गुंतता, त्यांनी परमार्थसाधना व परमार्थप्रसारासाठी वेचला. त्यांचं शिक्षण रत्नागिरी, पुणं नि मुंबईला झालं. लो. टिळकांच्या राष्ट्रीय विचारसरणीचा त्यांच्यावर प्रभाव पडला व त्यांनी 'स्वावलंबनाश्रम' नामक शिक्षण संस्थाही चालविली.

त्यांच्या आध्यात्मिक विचारांवर ज्ञानदेव नि समर्थ रामदासस्वामी यांचा विशेष प्रभाव होता. त्यांनी ज्ञानदेवांच्या काही ग्रंथांविषयी भाष्यात्मक लेखनही केलं. स्वामींचा शिष्य-प्रशिष्यपरिवारही बराच मोठा आहे.

त्यांच्या स्फुट लेखनात-अभंगस्वरूप लेखनात-त्यांनी अत्यंत सोप्या भाषेत साधना कशी करावी, दैनंदिन जीवन कसं व्यतीत करावं, क्लिष्ट कर्मकांडाऐवजी सुगम भक्ती कशी करावी, इथपासून जीवन्मुक्ताच्या स्थितीचं विवरणही अत्यंत नेमकेपणानं केलं आहे. संतसंग व संतमहिमा यांचं प्रतिपादनही त्यांच्या लेखनात आढळतं. त्यांच्या शैलीत समर्थ रामदासांच्या शैलीचं प्रतिबिंब उमटल्याचं मला जाणवतं. त्यातही त्यांनी आपलं शब्दवैभव ओतल्याची प्रचीती येते. उदा., मी संसाराच्या व्यापात न पडता आत्मरूपाच्या शोधात का निघालो, हे सांगताना स्वामी म्हणतात,

निर्भय, निश्चिंत । निवांत, निरार्त ।
रतलेंसे चित्त । हरिपायीं।।१।।
सांडिला संसार व्हावया उद्धार ।
केली सारासार विचारणा ।।२।।
हरि-कृपाबळें । लाधला सत्संग ।
सांपडला मार्ग । स्वानंदाचा ।।३।।
स्वामी म्हणे मज ।आकळलें गुज ।
देखिलें सहज । आत्म-रूप ।।४।।

यांतील पहिल्या दोन चरणांतील चार विशेषणंच विरक्त वृत्तीचं किती नेमकेपणानं चित्र रेखाटतात! स्वरूपानंदांचं लेखन वाचताना त्यांच्या शब्दकळेचा नि त्यांच्या प्रतिमासृष्टीचा स्वतंत्र विचार करायला हवा, असं मला खूप वेळा वाटतं. त्यावर कुणाचाही प्रभाव नसून त्यात स्वामींचं व्यवच्छेदक व्यक्तित्व नि कवित्व प्रकटतं.

परमेश्वराशी हृदयसंवाद करताना स्वामींनी एकाच रचनेत सागर-लहर, सुवर्ण-अलंकार, चंद्रमा-चंद्रिका, दीप-प्रकाश अशा कितीतरी प्रतिमांची कोंदाकोंदी करून देव आणि भक्त यांच्यामधील अभिन्नत्व व अद्वैत विशद केलं आहे. हे मला खूप भावलं आहे-

देवा, तूं सागर । मी तुझी लहरी ।
दोघांसी अंतरीं । भेद नाहीं ।।१।।
देवा तूं सुवर्ण, मी तुझें भूषण ।
दोघां एकपण । ठाईचेंचि ।।२।।
देवा, तू चंद्रमा । मी तुझी चंद्रिका ।
आम्हां एकमेकां अभिन्नत्व ।।३।।
देवा तूं प्रदीप । मी तुझा प्रकाश ।
नांदूं सावकाश । स्वामी म्हणे ।।४।।

पुढील रचनेत स्वामींनी अशी साक्षात्काराची अनुभूती शब्दबद्ध करण्याचा प्रयत्न केला आहे, ती खरं तर केवळ 'स्वसंवेद्य'च असू शकते -

एकचि हरि-रूप । सर्वत्र संचलें ।
व्यापुनी राहिलें। त्रैलोक्यासी ।।१।।
एक हरिविण । दुजे नाहीं काहीं ।
जीव-जगत पाहीं । मायाजन्य ।।२।।
मिथ्या माया जाण । मिथ्या नाम रूपें ।

एकला स्वरूपें हरि नांदे ।।३।।
व्याप्य ना व्यापक वाच्य ना वाचक ।
एक तें निःशंक । स्वामी म्हणे ।।४।।

साक्षात्कारानंतरही जो जनकल्याणासाठी जगतो, त्या 'जीवन्मुक्ता'ची अवस्था वर्णन करणं, हे असंच अवघड आहे पण स्वरूपानंदांनी तेही समर्थपणे केलं आहे. हा जीवन्मुक्त अर्थातच प्रज्ञावंत असतो -

दुःखाचा डोंगर । आदळो कां शिरीं ।
जयासी अंतरीं । खेद नाहीं ।।१।।
प्राप्त झाली सिद्धि । पावला समृद्धि ।
तरी आत्म-बुद्धि । भंग नाही ।।२।।
नेणे निंदा-स्तुति । नेणे भव-भ्रांति ।
राहे-आत्म स्थिति । अखंडित ।।३।।
नित्य आत्म-तृप्त । निर्भय, निश्चिंत ।
तोचि प्रज्ञावंत । स्वामी म्हणे ।।४।।

प्रापंचिकाची मानसिकता कशी असावी व जीवनादर्श कोणते असावेत, त्याचप्रमाणं त्याच्या दैनंदिन जीवनात काय असावं नि काय नसावं, याचा तपशीलवार विचार स्वरूपानंद समर्थांप्रमाणंच करतात. या दोन रचनाही पुढं उद्धृत करतो-

(१) **नको निराहार । नको सेवूं फार ।**
सदा मिताहार । असों द्यावा ।।१।।
नको अति झोपं । नको जागरण ।
असावें प्रमाण । निद्रेमाजीं ।।२।।
नको बोलूं फार । नको धरूं मौन ।
करावें भाषण । परिमित ।।३।।
संयमी जीवन । बाणतां सहज ।
स्वामी म्हणे तुज । योग- सिद्धि ।।४।।

आणि —

(२) **संतांची संगति । घडो सर्वकाळ ।**
आवडो गोपाळ । अंतर्यामीं।।१।।
काम-क्रोध-लोभ । निमोत आघवे ।
रमो चित्त भावें । हरिपायीं।।२।।
जळो तो मत्सर । गळो मोह-मद ।
लागो मना छंद गोविंदाचा ।।३।।

विषयांची गोडी । न वाटो जीवास ।
लागो हरि-ध्यास । स्वामी म्हणे ।।४।।

❑❑❑

७८. (शान्तिसुत) जनार्दन

जैन मराठी संतकाव्यात श्रेणिक कथेचं एक महत्त्वाचं स्थान आहे. या विषयावर अनेक जैन संतकवींनी लेखन केलं आहे. त्यांना मूळ प्रेरणा मिळाली ती पंधराव्या शतकातील विख्यात संतकवी ब्रह्मगुणदास यांच्यापासून. 'श्रेणिकचरित्र' ही श्रेणिक राजाची चरितकथा होय. जैन संतकवी जनार्दन यांनी बऱ्याच विस्तारानं ती लिहिली आहे. त्यांचा हा एकुलता एक ग्रंथ आहे. असं असूनही त्याचं स्थान जैन मराठी साहित्यात लक्षणीय आहे.

जनार्दनांचा काळ इ. स. १७७५ (शके १६९७) असा आहे; म्हणजेच, अठराव्या शतकाचा उत्तरार्ध आहे. ते जैनांच्या लातूर पीठाशी संबद्ध आहेत. असं असूनही विदर्भातील वाशिमच्या परिसराशीही त्यांचं नातं आहे. यासंबंधीचा उल्लेख स्वत: जनार्दनांनीच आपल्या 'श्रेणिकचरित्रा'त केला आहे -

त्याचा शिष्य क्षमाशील । जे चंद्रकीर्ती विशाळ ।
त्याचे मम माथा करकमळ । गुरू दयाळ तो माझा।।
त्याचे अंशी महारत्न । माणिकनंदी निर्ग्रंथ पूर्ण ।
त्याचा सजन जनार्दन । श्रावक जैन गृहस्थाश्रमी।।
भरतक्षेत्रामाझारी । बोलती गिरी वासीमनगरी ।
त्याचे तळी नहसी शहरी । तक्त थोर जाण पा ।
त्याचेही तळी शर्कराग्रम । तो मज दीनाचा विश्राम ।।

या ठिकाणी जनार्दनांनी आपल्या स्थळाचा व गुरुपरंपरेचा स्पष्ट उल्लेख केला आहे. आपले गुरू चंद्रकीर्ती आणि यांच्यानंतरचे माणिकनंदी यांचा उल्लेख महत्त्वाचा आहे. माणिकनंदी हे 'निर्ग्रंथ' होते, हेही मोकळेपणानं सांगून टाकलं आहे. 'निर्ग्रंथ' हा शब्द मी तरी प्रथमच वाचला. बहुधा

तुम्हीही तो प्रथमच वाचला असेल.

इथं जनार्दनांच्या 'श्रेणिकचरित्रा'चा छोटासा आलेख रेखाटणं प्रस्तुत ठरेल; कारण अन्यधर्मीयांना व अन्यपंथीयांना अशा प्रकारच्या महत्त्वाच्या जैन मराठी ग्रंथांची फारशी कल्पना नाही.

या काव्यग्रंथात ते आपला उल्लेख अनेकदा 'शान्तिसुत' व काही ठिकाणी 'संतसुत' असा करतात. श्रेणिक हा महावीरसमकालीन सम्राट होता. त्याची ही 'चरितकथा' जनार्दनांनी चाळीस अध्यायांत वर्णिली आहे. जनार्दन हे प्रतिभासंपन्न कवी होते, हे या काव्यावरून आपल्या लक्षात सहज येतं. जनार्दनांनी मूळ कथाभाग फार विस्तारानं वर्णिला आहे. संक्षेपविस्तारचातुर्याप्रमाणंच या काव्यातील विविध रसांचा आविष्कारही आपलं मन वेधून घेतो. यावरून विविध काव्यवैशिष्ट्यांची जाणीव कवीला होती, याची प्रचिती हे काव्य वाचताना येते. औचित्यविचार हे एक काव्यवैशिष्ट्य असून त्याचं भान कवीला सातत्यानं आहे -

येथे कासिया विस्तार? ऐसे न वदावे जे श्रोते चतुर
नवरस कथेचा प्रकार । याच चरित्रीं आणिला ।

जनार्दनांची ही चरित्रकथा सामान्य स्वरूपाची नसून ती अत्यंत प्रगल्भ व प्रौढ रचना आहे. विशेषत: यापूर्वी याच विषयावर पंधराव्या शतकात एका ख्यातकीर्त, रससंपन्न कवीनं लेखन केलं असताना त्यावर पुन्हा लेखन करून आपल्या व्युत्पन्न प्रज्ञेचा व प्रतिभेचा ठसा उमटविणं, ही सामान्य गोष्ट नव्हती; पण ते आव्हान जनार्दनांनी बऱ्यापैकी सांभाळलेलं दिसतं.

☐☐☐

७९. रघुनाथबुवा

नागेशसंप्रदाय हा महाराष्ट्रातील एक समन्वयवादी संप्रदाय आहे. वेगवेगळ्या जातिधर्मांचे लोक या संप्रदायाचे अनुयायी आहेत. त्याचप्रमाणं त्यांतील अनेक शिष्य अलक्षित पण महत्त्वाचे संतकवीही आहेत. त्यांची वाङ्मयेतिहासात नोंद नाही.

रघुनाथबुवा हेही त्यांपैकीच एक संतकवी आहेत. त्यांच्या चरित्राविषयी फारशी माहिती उपलब्ध होत नसली तरी संतकवी अज्ञानसिद्ध आणि त्यांचे आजे व नागेशांचे समकालीन अनन्यभक्त हेगरस यांचे उल्लेख रघुनाथबुवांच्या लेखनात आढळतात. एवढंच नाही तर बहिरा पिसा, तिमण्णा धनगर, आलमखान यांच्यासारख्या नागेशानुयायी संतांचे उल्लेखदेखील आढळतात. त्यावरून ते आलमखान यांच्या काळातले असण्याची शक्यता आहे.

रघुनाथबुवा मराठवाड्यातील किल्लारीचे. (काही वर्षांपूर्वी झालेल्या भूकंपामुळं हे गाव देश-विदेशांत परिचित झालं आहे.) नागेशसांप्रदायी सूफी संत आलमखान (अल्लंखान) यांचाही किल्लारीशी संबंध असावा कारण तिथं त्यांच्या अभंगांची जुनी हस्तलिखितं उपलब्ध झाली होती.

रघुनाथबुवा हे त्यांच्या 'चक्री भजना'मुळं विशेष लोकप्रिय होते. त्यांना मराठीप्रमाणंच संस्कृत भाषेचीही चांगली जाण असावी, असं त्यांच्या लेखनावरून वाटतं. त्यांच्या भजनांतील लयबद्धतेमुळं त्या भजनांत एक वेगळाच गोडवा आहे. त्या प्रत्येक भजनात नागेशांचा (नागनाथांचा) वेगवेगळ्या प्रकारे उल्लेख केल्याचं आढळतं. कधी ते त्यांना 'माउली' म्हणतात कधी 'सद्‌गुरू', कधी भुजंग, तर कधी शिवस्वरूप. वानगीदाखल त्यांची काही भजनं पाहा -

(१) बुडतो भवसागरी सद्‌गुरू । धरी मला निज करी ।

नागेशा, बुडतो भवसागरी, सद्‌गुरू । धरी मला निज करी ।।
नमस्ते भुजंगम्, नमस्ते भुजंगम् । नमो नागनाथा, नमस्ते भुजंगम् ।।

(२) **नागनाथ माझे आई । करुणा तुला येऊ दे ।**
सद्‌गुरुनाथ माझे । करुणा तुला येऊ दे ।।
नमस्ते भुजंगम् । नमस्ते भुजंगम् ।।
नमो नागनाथम् । नमस्ते भुजंगम् ।।

(३) **शिवशंकर गिरीजा रमणा । का न ये दीनाची करुणा?**
नमस्ते भुजंगम्' ।।

नागेशसंप्रदायाची परंपरा सांगणारा त्यांचा **'माझ्या नागनाथा सद्‌गुरू समर्था। वडवाळ क्षेत्रात विराजित ।।'** हा अभंग फार मोठा आहे. त्यातील शिष्यपरंपरेचा काही भाग इथं उद्‌धृत करतो-

बहिरा पिसा याची निरसली भ्रांती ।
सायोज्यता मुक्ती दिली त्यासी ।।
तिमण्णा धनगर एकलिंग तेली ।
त्यासी गती दिली ब्रह्मपदी ।।
आलमखान योगी याहुनी राजसा ।
आपणा ऐसे केले तयासी हो ।।
हेग्रसासाठी आला मोहोळेसी ।
तयाच्या पुण्यासी पार नाही ।।
स्वर्गीचे पितर आणिले साक्षात ।
महिमा विख्यात वाढविला ।।
तैसा महाराज त्रिलोकी समर्थ ।
अवघा मनोरथ पूर्ण करी ।।
तेथे चरणारज दीन रघुनाथ ।
प्रार्थना करीत उभा असे ।।

रघुनाथांच्या बहुतेक अभंगांत परमेश्वराचा धावा केला असून त्याच्या भेटीची 'आर्त' प्रकट झाली आहे. काही अभंगांत नागेशाच्या कृपेनं साक्षात्काराचा अनुभव कसा प्राप्त झाला, तेही वर्णिलं आहे. स्थलाभावी एकच लक्षणीय अभंग उद्‌धृत करतो, त्यावरून रघुनाथबुवांच्या आध्यात्मिक क्षेत्रातील उंचीची नि अधिकाराची कल्पना येईल –

सद्‌गुरूने मज दावियले वर्म ।
तेणे झाले कर्म ब्रह्मरूप ।।

चालता, बोलता, ऐकता, पाहता ।
न भंगे ऐक्यता, ऐसें झालें !
नसोनी असावे, असोनी नसावे ।
निश्चयाचे नावे सापडो ।।
'नेती' 'नेती' ऐसा वेदांचा अनुभव ।
दिल्हा गुरुराव संतोषाने ।।
कर्म आणि कर्ता, भोग आणि भोक्ता ।
काही नेणे वार्ता स्वस्वरूपी ।।
माझी मज सत्ता, नुरे द्वैत-वार्ता ।
सांगू कोणा आता 'अबोल' हे?
आत-बाहेर एक, झाला नागनाथ ।
तेथे रघुनाथ उरे कैचा?

▫▫▫

८०. गंगादास

काही जैन संतकवींचं वैशिष्ट्य असं, की त्यांची मातृभाषा गुजराती असूनही त्यांनी महाराष्ट्राच्या लोकभाषेत-मराठी भाषेत-लेखन केलं. लोकभाषेप्रमाणंच मराठी लोकसाहित्याच्या परंपरेचंही जतन केलं. जैन संतकवी गंगादास यांचाही या संतकवींच्या संदर्भात उल्लेख करता येईल.

सतराव्या शतकाच्या उत्तरार्धाचाही उत्तरार्ध हा त्यांचा काळ मानतात. प्रदीर्घ रचना करणं हे गंगादासांच्या मनोवृत्तीतच नव्हतं. त्यामुळं 'पार्श्वनाथ भवांतर' व 'चक्रवर्तींचा पाळणा' या त्यांच्या दोन्ही रचना छोटेखानी स्वरूपाच्या आहेत. लोकसाहित्याची छाप त्यांच्या या दोन्ही रचनांवर आहे. त्यांपैकी 'पार्श्वनाथ भवांतर' ही डफगाण्याच्या धाटणीची व 'चक्रवर्तींचा पाळणा' ही लोकगीतसदृश रचना आहे.

'भवांतर कथा' हे जैन मराठी संतसाहित्याचं एक वैशिष्ट्यपूर्ण दालन आहे. जैनधर्मीय नऊ 'भव' मानतात. पूर्वजन्म आणि त्यानंतरचा जन्म हा प्रवास ही भवांतरांची मूलभूत संकल्पना. जैन संतकवी गंगादासांची 'पार्श्वनाथ भवांतर' ही रचना भवांतरकथेतच समाविष्ट करता येते. तिच्या निर्मितीमागील प्रेरणा दुपदरी आहेत : पहिली प्रेरणा म्हणजे त्यांचे गुरू धर्मचंद्र. यांच्या आदेशावरूनच गंगादासांनी 'पार्श्वनाथ भवांतर' ही चरितकथा लिहायला घेतली आणि या प्रथमप्रेरणेचा ऋणनिर्देश करायलाही ते विसरत नाहीत. तो उल्लेख असा -

'धर्मचंद्राचे आदेस । तो गुरू माझें जिही ।
मजला दिधला आदेस । तिहांचा पंडित-कथा ।
मनती गंगादास ।।'

या चरितकथेला गंगादास 'पंडित-कथा' अशी एक वेगळीच संज्ञाही योजतात. पूर्वजन्मात त्यांनी ऐहिक सुख भोगलं; पण नंतर वीतरागाची प्रवृत्ती त्यांच्यामध्ये बाणवू लागली. तिचा 'आकृतिबंध डफगाण्यां'चा आहे म्हणून तिच्या प्रारंभी त्यांनी 'डफगानाचि चालीमधीं' असाही निर्देश केला आहे. ही रचना कीर्तनाश्रयी आहे. याचा अर्थ व निर्मिति-प्रयोजन काय, हे उघडच आहे.

'तीर्थंकरत्व' किंवा 'महामानवत्व' कसं निर्माण होत गेलं, याचा वस्तुपाठ जनसामान्यांसमोर त्यांच्याच भाषेत काव्याच्या माध्यमातून देण्याचा जैन संतकवी गंगादासांचा हा प्रयत्न आहे. पूर्वजन्मात आपण प्रापंचिक जीवनातली सुखदुःखं अनुभवली आहेत म्हणून आपण आता पुन्हा याही जन्मात तेच प्रापंचिक जीवन जगणार नाही, असं आपल्या आईला सांगून पार्श्वनाथ विवाह करण्यास नकार देतात, अशी या काव्याची कथा आहे. या काव्याचा लेखनकाळ इ. स. १६९० असा आहे. उदात्त जीवनादर्श जनसामान्यांसमोर ठेवून त्यानुसार ऐहिक जीवन व्यतीत करण्याची प्रेरणा देणं, हे या काव्याचं उद्दिष्ट आहे. त्या काव्याची भाषा प्रासादिक असून तिच्या अलंकारांचा सोसही आढळत नाही. या दृष्टीनं गंगादासांचं लेखन 'अनलंकृत' आहे.

'चक्रवर्तीचा पाळणा' या गंगादासांच्या २९ कडव्यांच्या दीर्घ कवितेतील केंद्रवर्ती कल्पना अशी आहे: सुनंदा ही आदिनाथ तीर्थंकरांची पट्टराणी. ती चक्रवर्ती 'भरत' या मुलासाठी पाळणागीत गात असून सत्कृत्यांचा व गुरूचा महिमा सांगत आहे. त्यातील हितोपदेश जनसामान्यांसाठीही कसा उपयुक्त आहे, ते पाहा -

गंगादास म्हणे पुण्येवीण । कहीच सुख जाण ।
म्हणोनि गुरुचरण म्यां आधीं ।बळकट धरिला जाण ।।
जो जो जो जो रे निजबाळा । चक्रवर्ती वेल्हाळा ।
सुनंदा गातसे विनोद । नानापरी छेद।
जो जो जो जो रे ।।

जैन संतकवी गंगादास यांचे गुरू भट्टारक धर्मचंद्र हे विदर्भातील अकोल्याजवळील कारंजा येथील पीठाचार्य होते. (लाडाचं) कारंजा येथे जैन हस्तलिखितांचा फार मोठा संग्रह आहे.

❑❑❑

८१. शिवरामबुवा

नागेशसांप्रदायिक संतमालिकेत संत शिवरामबुवा यांचा आदरपूर्वक उल्लेख केला जातो. बहुसंख्य नागेशसाप्रंदायिक संतांप्रमाणं शिवरामबुवाही मराठी वाङ्मयेतिहासात 'आढळत' नाहीत.

शिवरामबुवांची फारशी चरित्रात्मक माहिती उपलब्ध होत नाही तथापि 'नागेशदर्पण' (संपा. वि. शं. मोहोळकर) या ग्रंथात व नागेशसांप्रदायिक मौखिक परंपरेत त्यांचा व त्यांच्या अभंगवाङ्मयाचा उल्लेख आढळतो. त्यांचे अभंग सोलापूर जिल्ह्यातील वडवळ, मोहोळ, देगाव या गावांच्या परिसरात मौखिक परंपरेनं रूढ आहेत.

शिवरामबुवांची अभंगरचना फार कमी प्रमाणात प्रकाशित झाली आहे. तथापि जी रचना उपलब्ध आहे, ती फार मौलिक आहे. अभ्यासासाठी मी तिचे तीन विभाग केले आहेत.

१) नागेशसांप्रदायिक परंपरा वर्णन करणारे अभंग
२) आध्यात्मिक अनुभूती वर्णन करणारे अभंग आणि
३) उपदेशपर अभंग

याविषयी विभागवार परिचयात्मक संक्षिप्त माहिती पुढं देत आहे.

१) मध्ययुगीन मराठी वाङ्मयेतिहासाच्या दृष्टीनं नागेश सांप्रदायाची संतपरंपरा स्पष्ट करणारी फार कमी साधनं उपलब्ध आहेत. त्याचप्रमाणं नागेशांच्या पारमार्थिक कार्याचा तपशील देणारी साधनंही अल्पस्वल्पच आहेत. शिवरामबुवांचे किमान चार अभंग तरी ही परंपरा व नागेशांचं अवतारकार्य विशद करणारे आहेत व त्या दृष्टीनं 'नागेशलीलामृत'कार भास्कर निराजी यांच्याइतके नसले तरी नागेशसंप्रदायाची परंपरा उलगडण्यास व तद्विषयक संशोधनास चालना देण्यास उपयुक्त ठरतात. वर उल्लेखिलेल्या

'नागेशदर्पण' या ग्रंथात ते प्रसिद्ध केलेले आहेत. त्यांचे प्रारंभीचे चरण असे-

(अ) जय जय सिद्धा । वडवाळीचे नागेशा ।।

(आ) धन्य चंद्रमौळी । महापुण्य स्थळ ।।

(अि) धन्य हेगरस । बहुत तप केले।।

(अी) पैठणीचा बहिरंभट ब्राह्मण ।

यांतील बहुतेक अभंगांत बहिरा पिसा या संतांचा व ते नागेशानुयायी असल्याचा निर्देश आढळतो. बहिरा पिसा हे संत बहिरा जातवेद या नावानं प्रसिद्ध असून त्यांची 'भैरवी'टीका सर्वज्ञात आहे. त्यांची समाधी वडवळ, पैठण आणि पंढरपूर या तिन्ही ठिकाणी आहे. शिवरामबुवांचे नागेशमाहात्म्य व नागेशसंप्रदायाची परंपरा सांगणारे अभंग प्रदीर्घ आहेत. त्यामुळं ते इथं उद्धृत करू शकत नाही; तथापि 'धन्य चंद्रमौळी' या अभंगातील महत्त्वाचा भाग इथं देत आहे-

'धन्य चंद्रमौळी । महापुण्यस्थळ ।
नागेश निर्मळ । स्वयंज्योती ।।
स्वयं ज्योतिरूप । भूमिका आधार ।
षट्चक्र विस्तार । विस्तारला।।
सत्रावीचा पान्हा । अमृत-पाझर ।
आनंद-निर्भर । भक्त घेती ।।
घेती अनंत वेष । सोंग नानापरी ।
निजरूप निर्धारी । नागनाथ ।।
नागेश प्रगटले । ज्ञानगिरी ।
ज्ञानगिरी सिद्ध । पादुका ठेविली ।।
सिद्धलिंगा दिधली ।भक्ती थोर ।
थोर भक्ती केली । अज्ञानसिद्धाने ।।
नागेश-निधान । प्रगटले ।।
प्रगटला पंथ । सिद्धांत पावन ।
ब्रह्म सनातन । अपरोक्ष ।।
अपरोक्ष ज्ञान । ज्ञानगम्य खूण ।
दावूनि परिपूर्ण । भक्तालागी ।।
सत्याचा सद्भाव । दासाचाही दास ।
शिवरामा उल्हास । प्रभुदेव ।
अज्ञानसिद्धाने । कृपा केली पूर्ण ।
नागेश-दर्शन । भेटी सदा ।।

(२) या विभागात आध्यात्मिक अनुभूतीच वर्णन शिवरामबुवांनी अत्यंत मार्मिकपणे केलं आहे. नागेशाचं दर्शन ही साक्षात्काराची अनुभूतीचं असावी, असं त्यांना वाटतं. हा आनंदसोहळा त्यांनी **'धन्य दिवस आजि । वर्णू मी काय?'**

या अभंगात व शब्दांत व्यक्त केला आहे. पण ही अनुभूती व तिचा अलौकिक आनंद कसा शब्दातीत आहे, हे सांगूनही **'एका शिवरामासी केला धन्य केला।'** या आपल्या अभंगात शब्दबद्ध केला आहे!

(३) या तिसऱ्या विभागात ते आपल्या अभंगांच्या माध्यमातून जनलोकांशी हृदय-संवाद करतात. खऱ्या साधकानं उपासना कशी करावी, त्याचप्रमाणं त्याची दिनचर्या कशी असावी, हेही

'साधका ऐशा परी हो । क्रमिता काळ जाय।।'

यासारख्या अभंगात सांगितलं आहे.

❑❑❑

८२. रेवणसिद्ध

सोलापूरला वीरशैवांच्या सिद्धेश्वर मंदिराप्रमाणं शहराबाहेर कंबर तलावाजवळ रेवणसिद्ध सिद्धेश्वरांचं मंदिरही आहे. सिद्धेश्वर व रेवणसिद्धेश्वर हे दोघेही वीरशैव धर्मीयांचे सत्पुरुष मानले जातात व त्यांनी वीरशैव धर्मप्रसाराचं महत्त्वाचं कार्य महाराष्ट्रातही केलं.

मराठवाड्यात माणिकप्रभू नावाचे वीरशैव संत होऊन गेले. ते रेवणसिद्धांचे शिष्य होते. 'सिद्ध' या शब्दामुळं ते नाथपंथी साधू असावेत, असं काही अभ्यासकांना वाटतं. 'नवनाथभक्तिसार' या ग्रंथात 'रेवणसिद्ध' असा यादवकालीन एका नाथ सिद्धांचा उल्लेख आढळतो. मात्र, 'माणिकप्रभू रत्नमाला' यासारख्या ग्रंथाच्या आधारे ते वीरशैव होते, हे नि:संशय. त्यांचं माहात्म्य कर्नाटकात आणि महाराष्ट्रात होतं व आजही आहे. ते पूर्वाश्रमीचे नाथपंथी असून नंतर वीरशैव झाले, असंही एक मत आहे.

रेवणसिद्ध यांचं मूळ गाव 'रेवण' हे होतं आणि त्यांची समाधी सातारा जिल्ह्यात विट्याजवळ रेणावी या गावी आहे; त्याविषयी त्यांचे शिष्य माणिकप्रभू एका पदात म्हणतात—

धन्य आज दिन झालो मी शुद्ध । जन्म हा जातो वाया ।।
रेवगी ग्राम, तेथे असे गिरी । स्वामी तयावरी वास केला ।।
कल्पतरूसम तेथील झाड । फळ बहु गोड पुष्प नाना ।।
पूर्वदिशाभागीं तीर्थ एक असे । स्नानें पाप नसे तात्काळचि ।।
तेथिचे जळाने अभिषेक करिती । करुणा भाकिती सिद्धालागी।।
सुरवर, मुनी असे तया ठायी । सप्तऋषी पाही, असे तेथें ।।
माणिक म्हणे तेथे गादीची पूजा । पूजितां सहसा सहज स्वरूपीं पावे ।।

('श्री सद्गुरू माणिकप्रभू यांची पद्यमाला,' प्रका. माणिकप्रभू संस्थान)

या पदातील दोन संदर्भ मला लक्षात घेण्याजोगे वाटतात. पहिला संदर्भ 'रेवगी' या गावाचा. त्याच्याजवळ असलेल्या डोंगरावर रेवणसिद्धांचा निवास असे, असं माणिकप्रभू म्हणतात तर डॉ. पंडित आवळीकर म्हणतात की, ते ज्ञानदेवकालीन सिद्ध असून नेवाशाजवळच्या मर्मगिरीवर राहत. रेवगी गावाजवळचा डोंगर नि नेवाशाजवळचा डोंगर असे दोन वेगवेगळे उल्लेख आल्यामुळं काहीसा संभ्रम निर्माण होतो. साताऱ्यातील विट्याजवळच्या रेणावी गावातील त्यांच्या समाधीविषयी मात्र वाद नाही. माणिकप्रभूंनीही त्यांचा 'सिद्ध' असा उल्लेख केला असल्यानं ते पूर्वाश्रमीचे नाथसिद्ध असल्याच्या मतास पुष्टी मिळते. मात्र, त्यांनी 'परमरहस्य' हा ग्रंथ लिहिला असावा, हा डॉ. आवळीकर यांचा तर्क बरोबर नाही. तो ग्रंथ वीरशैव संत मन्मथस्वामींनी लिहिला असून, डॉ. शिवलिंग शिवाचार्य यांनी संपादून प्रसिद्ध केला आहे व त्याला माझी प्रस्तावना आहे.

रेवणसिद्धांच्या नावावर फारसं लेखन उपलब्ध झालेलं नाही. आपल्या या गुरूंची महती माणिकप्रभूंनी एका पदात गायिली असून, ते पद श्रीमाणिकप्रभू यांच्या 'पद्यमाले'त प्रकाशित झालं आहे.

रेवणसिद्धा, तू पाही मला । जन्म हा जातो वाया ।।
त्रिविध तापत्रये तापलो । शरण आलों आता तुझ्या पाया ।।
भावभक्ती मी काहीच नेणे । मती नाही तुझे गुण गाया ।।
माणिक म्हणे, जन्म-मरण निवारी । नेऊन ठेवी निज पाया ।।

रेवणसिद्धांच्या साहित्याविषयी अधिक संशोधन होणं आवश्यक आहे.

◻◻◻

८३. नृसिंह

महानुभाव पंथाच्या तत्त्वज्ञानात व श्रद्धास्थानांत 'पंचकृष्णां'ना विशेष महत्त्व आहे. त्यांतील 'श्रीकृष्ण' हा पूर्णावतार आहे. त्यामुळं श्रीकृष्णचरित्र महानुभावीयांना अत्यंत प्रिय आहे; त्याचप्रमाणं श्रीकृष्णानं श्रीमद्‌भगवद्‌गीतेत प्रतिपादिलेलं तत्त्वज्ञानही. भागवताच्या दशम स्कंधामध्ये श्रीकृष्णचरित्र निवेदिलं आहे तर एकादश स्कंधामध्ये श्रीकृष्णानं प्रतिपादिलेलं तत्त्वज्ञान.

श्रीकृष्णचरित्रातील रुक्मिणीस्वयंवराची कथा महानुभाव संतकवींना अत्यंत जिव्हाळ्याची वाटते ती यासाठी. महानुभावही संतकवींनी या स्वयंवरकथेवर विशेष लक्ष केंद्रित केलं तेही यासाठीच.

महानुभाव संतकवी नृसिंह यांनी 'रुक्मिणीस्वयंवर' लिहिलं, त्याचा विचार या लेखात करीत आहे.

तशी रुक्मिणीस्वयंवराची कथा सर्वपरिचित आहे. मग ती पुन:पुन्हा महानुभाव संतकवी का लिहितात, याचा जेव्हा आपण शोध घेऊ लागतो; त्या वेळी त्यांतील प्रत्येक संतकवीनं आपापल्या प्रज्ञेनुसार व प्रतिमेनुसार ती वेगवेगळ्या प्रकारे साकारली असल्याचा प्रत्यय येतो. नृसिंह या महानुभावी संतकवींच्या बाबतीत तेच म्हणता येईल.

या आख्यानकाव्यात नृसिंहानं आपलं प्रतिभासामर्थ्य पणाला लावलं आहे; त्यामुळं आख्यानकाव्याच्या निर्मितीमध्ये ज्या वैशिष्ट्यांची आवश्यकता असते, त्यांतील बहुतेक वैशिष्ट्यं कमी-अधिक प्रमाणात या काव्यात आढळतात. व्यक्तिचित्रण, रसाविष्कार, वर्णनकौशल्य, अलंकारप्राचुर्य यांची अनेक उदाहरणं या काव्यातून उद्‌धृत करता येतील. रुक्मिणीच्या सौंदर्याचं वर्णन, तिच्या विविध भावावस्थांची वर्णनं, तिची विरह-व्यथा, भाटानं केलेलं श्रीकृष्णवर्णन (मूर्तिवर्णन), नवखंडाचं व द्वारकेचं स्थलवर्णन, युद्धाचं

प्रसंगवर्णन – अर्थात व्यक्ती, स्थल, प्रसंग या त्रिविध प्रकारांच्या वर्णनांमध्ये कवीच्या प्रतिभेचं सामर्थ्य जाणवतं. प्रीती, भक्ती व वीर रसांचे प्रसगोचित आविष्कारही त्यात आढळतात. कल्याणकीर्ती नावाच्या भाटानं वेगवेगळ्या देशांच्या राजांच्या व लोकांच्या वर्णनात काही ठिकाणी अरबस्तान, हाबसाण, खुरासाण आदींचे निर्देश आढळल्यानं स्थलकालविपर्यास झाला असला तरी हा प्रकार मध्ययुगीन आख्यानकाव्यात काही अन्य कवींतही आढळत असल्यानं केवळ नृसिंहालाच या संदर्भात दोष देणं उचित ठरणार नाही. प्रतिमांमधील काही संकेत हे तत्कालीन मान्य संकेत होते.

या आख्यानकाव्याचं महानुभावत्व सिद्ध करणारी अनेक प्रमाणं देता येतील. कृष्ण म्हणजे परमात्मा, हे समीकरण या काव्यात सर्वत्र आढळतं. कवी म्हणतो, कृष्ण हा 'जगदीश्वर' आहे, तो सामान्य माणूस नाही.

'ऐसीया जगदेश्वराचिया कथा ।
जे हृदयीं स्तुति करिती सदा ।
त्याचिया निवारिती वेथा ।
जन्म-मरणाचिया ।।'

कृष्ण म्हणजे परमात्मा, हे समीकरण तर अन्य अनेक संप्रदायही मानतात; पण ते अद्वैतमताचे पुरस्कर्ते असल्यानं जीवात्मा परमात्म्याशी एकरूप होऊ शकतो, ही विचारसरणी त्यांच्या तत्त्वज्ञानात आहे. कारण जीवात्म्यात परमात्म्याचा अंश असतो, अशी त्यांची धारणा असते. महानुभाव संप्रदायाला हा विचार अमान्य असल्यानं नृसिंहानं अद्वैतमतावर अशी टीका या कथेत केली आहे —

'म्हणती जीऊ ब्रह्मींचा अंसू!
तरी का होताए नासू?
काइ आपणचि आपणा ग्रासु ।
करितु असे?
जो सर्वत्री असोनी आणि अंतरे ।
जया भोगु नाही इंद्रिएद्वारें ।
तया अंगीं काइसे फेपरे ।
जीवदसेचे?'

महानुभाव संप्रदाय अवैदिक असल्यानं नृसिंहानं वेद आणि वैदिक यांच्यावरही अशी टीका केली आहे—

(१) **'यतोवाचो निवर्तते अप्राप्य मनसा सहा ।**
ऐसा वेद बोलताए हा ।
तरी यज्ञक्रिये आहुती स्वाहा ।

काइसें हे?'

(२) **'आब्रह्मासि परौता। जो अपूर्व पै सता।**
तो आदिगुरू कैवल्यदाता ।
न पवीजे वेदीचा धर्मी ।
एही श्रुती - आगमी । नाडिले जग ।।
म्हणोनि वेदान्त-सिद्धांता । ठाऊवा नव्हे निरूता ।
तेथ आगाधा अनंता । आता पावसी रुक्मिणी ।।'

श्रीकृष्ण हा सगुणावतार असला तरी निर्गुण परमेश्वराचं महानुभाव तत्त्वज्ञानातील मूळ रूप नृसिंहांनी आपल्या काव्यात असं वर्णिलं आहे—

'ब्रह्म अविक्रय–, निर्विकार ।
निःशब्द, ना नादु ना उद्गार ।
तो एकांगी, नीसंगा ।
निद्रीस्त ना जागा ।।'

❑❑❑

८४. सत्यात्मज

काही वीरशैव मराठी संतकवींविषयी अजूनही फारशी माहिती उपलब्ध होत नाही. ती झाल्यास महाराष्ट्रातील वीरशैव संतांच्या अज्ञात परंपरेवर तर प्रकाश पडेलच पण त्याचबरोबर मध्ययुगीन मराठी वीरशैव भक्तिसाहित्यातील या परंपरेच्या योगदानाचं महत्त्व अधिक चांगल्या प्रकारे लक्षात येईल. या दृष्टीनं महाराष्ट्रातील विविध विद्यापीठांचे मराठी विभाग नि वीरशैव संस्था यांना संशोधन करण्यास बराच वाव आहे, असं मला वाटतं. त्याचप्रमाणे तो महाराष्ट्राच्या सांस्कृतिक इतिहासातील पंधराव्या शतकापासून सतराव्या-अठराव्या शतकांपर्यंतचा प्रदीर्घ काळ हा भक्तिसाहित्याचे अभ्यासक / संशोधक व साम्प्रदायिक यांचाही जिज्ञासा-विषय व्हायला हवा.

महाराष्ट्रातील विविध धर्मांच्या व पंथांच्या संतांमध्ये भाष्यलेखन करणाऱ्या संतांचीही एक लक्षणीय परंपरा आढळते. या भाष्यकारांनी विविध दृष्टिकोनांनी आपापले दार्शनिक विचार मांडले आहेत. अंतिम सत्याप्रत जाण्याचे व त्याला जाणून घेण्याचे हे विविध मार्ग होत. वारकरी संप्रदायात ही भाष्यलेखन-परंपरा ज्ञानदेवांपासून सुरू होते. अज्ञानसिद्ध हे नागेश संप्रदायाच्या तत्त्वज्ञानाचे आद्य भाष्यकार होते. त्यांचा 'वरदनागेश' हा ग्रंथ प्रसिद्ध आहे. महानुभाव मराठी भाष्यकारांची परंपरा जशी विविधतेनं संपन्न आहे तशीच विपुलतेनंही. 'गोपाळदासी' व 'भिंगारकरी' (द्वैतपर भाष्य करणाऱ्या) महानुभव गीता-टीका ख्यातनाम आहेत. मुसलमान मराठी संतकवींमधील 'प्रकाशदीप'कार मुंतोजी बामणी, गीताटीकाकार अम्बर हुसेन, 'सिद्धान्तबोध'कार शहामुनी, 'योगसंग्राम' वा 'निष्कलंक-प्रबोधकार' किंवा 'दुचेष्मा'कार शेख महंमद हे जसे संतकवी होते; तसेच भाष्यकारही नव्हते का? फादर स्टीफन्सच्या 'क्रिस्तपुराणा'चा भाष्यग्रंथ म्हणूनही विचार करता

येतो. वीरशैव मराठी भाष्यकार किंवा जैन मराठी भाष्यकार यांचीही महाराष्ट्रीय परंपरा फार मोठी आहे. तिनं भक्तिसाहित्याप्रमाणंच महाराष्ट्रीय दर्शन-साहित्यातही मोलाची भर घातली आहे.

वीरशैव मराठी भाष्यकार सत्यात्मज यांचा काळ सतरावं शतक असा आहे. त्यांची चरित्रात्मक माहिती फारशी उपलब्ध होत नाही. त्यांच्या नावावर शांकरसंहितेवरील भाष्यग्रंथ आणि 'अष्टावरण-माहात्म्य' हा माहात्म्यग्रंथ असे दोन ग्रंथ आढळतात. ते वीरशैव संत रेवणसिद्धेश्वरांच्या शिष्यपरंपरेतील असल्याचं त्यांनी आपल्या शांकरसंहितेच्या भाष्यग्रंथात आपण 'रेवणसिद्धेश्वरप्रसादे', 'महाराष्ट्र-शब्दें (मराठी शब्दांत, मराठी भाषेत) 'विवरूनी' सांगत आहोत, असं स्वत:च सांगतात. आपण 'शिवागमा'चे भाष्यकार आहोत व शंकरानं पार्वतीला जे तत्त्वज्ञान सांगितलं, त्यावर 'टीका' म्हणजे भाष्य लिहीत आहोत, हे त्यांनी आपल्या ग्रंथातच स्पष्टपणे नमूद केलं आहे.

'जैसे शिवागमोक्त ग्रंथीं ।
शिवें निरोपिली पार्वती ।
रेवणसिद्ध प्रवादोक्ती ।
सांगे टीका सत्यात्मज ।।'

या त्यांच्या निवेदनातील 'शिवागमोक्त ग्रंथ', 'रेवणसिद्ध-प्रवादोक्ती' हे शब्द महत्त्वाचे असून, ते मूळ ग्रंथाचा निर्देश करतात.

कोणत्याही धर्माचे वा पंथाचे अधिष्ठानभूत भाग दोन असतात : (१) तत्त्वज्ञान आणि (२) आचारधर्म. वीरशैव धर्माचं जनसामान्यांना आकलन व्हावं, यासाठी सत्यात्मजांनी प्रासादिक भाषेत पहिल्या ग्रंथात वीरशैव धर्माची दार्शनिक भूमिका विशद केली असून आपण 'अष्टावरणा'चं माहात्म्य व महत्त्व सांगत आहोत, अशी भूमिका घेऊन त्या वीरशैव आचारधर्माचं विवरण केलं आहे. या दोन्ही ग्रंथांतील अनुबंध व अन्त:सूत्र असून, ते परस्परपूरक आहेत.

□□□

८५. गोपीभास्कर

महानुभाव पंथानं मराठी भाषा, मराठी वाङ्मय आणि 'मऱ्हाटी' संस्कृती यांनी दिलेलं योगदान अत्यंत लक्षणीय आहे. हे योगदान महाराष्ट्रातील अन्य धर्म संप्रदायांपेक्षा फार वेगळं आहे.

महानुभाव संतांमध्ये भाष्यकारांची फार मोठी परंपरा आहे. यांतील अनेक संत संस्कृतज्ञच नव्हते, तर संस्कृत पंडितही होते; पण श्रीचक्रधरस्वामींच्या आदेशानुसार त्यांच्या समकालीन व उत्तरकालीन संतांनी जनसामान्यांच्या कल्याणासाठी मराठी भाषेत लेखन केलं. त्यामुळं महानुभाव भाष्यग्रंथकारांची एक मोठी परंपराच महाराष्ट्रात निर्माण झाली. इतकी मोठी परंपरा महाराष्ट्राच्या अन्य धर्म-पंथांत आढळत नाही.

गोपीभास्करांचा काळ सोळावं शतक असा असून 'प्रश्नार्णव' नावाच्या वेगळ्या स्वरूपाच्या ग्रंथाचं त्यांनी लेखन केलं. मुरारीमल्ल विद्वांस हे गोपीभास्करांचे गुरू होते.

त्यांनी गीता-टीका लिहिली आहे. भगवद्गीता हा ग्रंथ वारकरी व महानुभाव या दोन्ही पंथांचा आदरणीय ग्रंथ आहे. दोन्ही संप्रदायांचं तात्त्विक अधिष्ठान हेच आहे; पण वारकरी संप्रदायाचे ज्ञानदेवांसारखे भाष्यकार त्यावर अद्वैतमतानुसार भाष्य करतात, तर महानुभावी संत वा भाष्यकार द्वैतमतानुसार करतात. श्री चक्रधरांनी जे तत्त्वज्ञान सांगितलं, त्याचं विवेचन महानुभाव भाष्यकारांनी केलं आहे.

गोपीभास्कर यांच्या साहित्यात गीताटीका, सिद्धांतराजभद्र, आचारमहाभाष्य, विद्यासागरभाष्य आणि प्रश्नार्णव हे ग्रंथ उल्लेखिले जातात. त्या सर्वांचंच स्वरूप तत्त्वचिंतनात्मक व तत्त्वविवरणात्मक आहे. सामान्य लोकांना महानुभाव संप्रदायाची भूमिका त्यांच्या लोकभाषेत— मायबोलीत

कळावी, ही या लेखनामागील प्रेरणा आहे.

'प्रश्नार्णव' या ग्रंथाचं स्वरूप प्रश्नोत्तरात्मक आहे. श्रीचक्रधरस्वामींचं एकेक सूत्र घेऊन त्यातील शब्दांचे (सांप्रदायिक संदर्भानुसार व तत्त्वज्ञानानुसार) कोणते अर्थ आहेत, हे सोप्या भाषेत सांगितलं आहे. त्यामुळं जनसामान्यांना स्वामींच्या विचारविश्वापर्यंत जाण्याचा व त्याचं आकलन करण्याचा मार्ग उपलब्ध झाला आहे.

गोपीभास्करांची भाष्यलेखनपद्धती फार काटेकोर नि विद्वत्तापूर्ण आहे. सूत्रातील प्रत्येक शब्दाचा अर्थ ते अत्यंत बारकाव्यानं विशद करतात. आवश्यक तिथे अधिक स्पष्टीकरणही देतात. त्यामुळं सूत्रातील आशय अधिक नीटसपणे लक्षात येतो. काही वेळा स्वामी एकच तत्त्व सकारात्मक व नकारात्मक अशा दोन्ही पद्धतींनी मांडतात. तेव्हा त्यांना आपलं म्हणणं, या दोन्ही अन्तर्विरोधात्मक वचनांत मांडताना, सकारात्मक बाजू मांडायची की नकारात्मक, हे नेमकेपणानं उमजत नाही. अशा वेळी गोपीभास्कर यापैकी कोणत्याही पक्षाची अकारण कड न घेता आपलं वास्तव मत मांडतात. त्यामुळं स्वामी एकच शब्द दोनदा योजितात; तेव्हा त्यांत काही अर्थभेद जाणवल्यास, त्याचा संदर्भ वा अर्थ काय घ्यायचा, याविषयी गोपीभास्करांनी सुगम विवेचन व विवरण केलं आहे. काही संस्कृतज्ञ पंडित महानुभाव झाले, तेव्हा त्यांनी अशा प्रकारचं भाष्यलेखन केलं; त्यामुळं मराठी भाष्यलेखन या वाङ्मयप्रकाराला उजाळाच नव्हे, तर विलक्षण गतीही मिळाली.

गोपीभास्करांची भाष्यलेखनपद्धती त्यांच्या चिकित्सक व विवेचक वृत्तीचा तर प्रत्यय देतेच, पण मूळ दार्शनिक ग्रंथातील बारकावेही शब्दागणिक टिपते. संतत्व नि पांडित्य यांचा सुंदर मेळ यात प्रतीत होतो. त्यांचा 'प्रश्नार्णव' हा ग्रंथ अक्षरशः असंख्य दार्शनिक प्रश्न उपस्थित करून शब्दार्थाच्या माध्यमातून त्यांतील पंथाला व चक्रधरस्वामींना अभिप्रेत असलेले अर्थ सविस्तर विशद करतो.

- असे दार्शनिक प्रश्न उपस्थित होताना कोणकोणत्या बारा बाबींचा विचार भाष्यकारानं करायला हवा? 'संदेह', 'संशय', 'आशंका', 'आक्षेप', 'प्रश्न', 'विरोध', 'अडाणी', 'मंथन', 'चर्चा', 'जिज्ञासा', 'उपन्यास' व 'संकेत'. - 'संदेह', 'संशय' व 'आशंका हे शब्द आपण जवळपास समानार्थी वापरत असलो तरी त्यांतील महानुभावीय अतिसूक्ष्म बारकावा ते चिकित्सक वृत्तीनं समजावून सांगतात. त्यांच्या भाषेत 'संदेह' म्हणजे 'पदार्थांचे अज्ञान', 'संशय' म्हणजे 'हे होय की नव्हे?' आणि 'आशंका' म्हणजे, यथार्थेसी बाधा.' भाष्यलेखनाच्या या शिस्तीला 'शास्त्रचाली' असं म्हणतात. मध्ययुगीन मराठी भाष्यलेखनाला गोपीभास्करांनी दिलेली ही महानुभावीय देणगी.

❑❑❑

८६. संतोषमुनी कृष्णदास

महानुभाव संप्रदायाच्या तत्त्वज्ञानात 'पंचकृष्णां'ची संकल्पना रूढ असून, ते श्रीकृष्ण हा पूर्णावतार मानतात. त्यामुळं भागवताच्या दशम स्कंधातील श्रीकृष्णचरित्र त्यांना प्रिय आहे, त्याचप्रमाणं भागवताच्या एकादश स्कंधातील श्रीकृष्णाचे तत्त्वज्ञानही.

श्रीकृष्णचरित्रात श्रीकृष्ण-रुक्मिणीकथा हा अनेक महानुभाव संतकवींच्या दीर्घ कवितेचा/आख्यानकाव्याचा विषय होणं अत्यंत स्वाभाविक आहे. नरेंद्राच्या 'रुक्मिणीस्वयंवरा'नं व महदंबेच्या 'धवळ्यां'नी अशा प्रकारच्या रुक्मिणीविवाह-कथेवरील रचनांचा पाया रचला. पुढं संत एकनाथ आणि पंडित– कवी सामराज ('रुक्मिणी-हरण') यांच्यासारख्या अन्य सांप्रदायिक दिग्गजांनीही ही आख्यानं लिहिली. अन्य महानुभाव कवींनीही रुक्मिणीस्वयंवराख्यानं लिहिली.

सन्तोषमुनींचं 'रुक्मिणीस्वयंवर'देखील अत्यंत लोकप्रिय झालं. महानुभाव मठामठांमध्ये ते गायिलं गेलं. त्याची संक्षिप्त आवृत्तीही मला काही महानुभाव हस्तलिखितांत आढळली. नरेंद्रांसारख्या महाकवींची प्रतिभा लाभलेली नसतानाही ही कथा जनसामान्यांच्या अंत:करणाचा ठाव घेणारी ठरली. यात संतोषमुनींच्या प्रतिभेचं व लेखनशैलीचं वेगळेपण जाणवतं.

संतोषमुनी कृष्णदास हे पंधराव्या-सोळाव्या शतकातील महानुभाव संत् कवी. या रचनेचं लेखन त्यांनी इ. स. १४९४ मध्ये — म्हणजे पंधराव्या शतकाच्या उत्तरार्धात— केलं. 'रुक्मिणीस्वैंवर' या नावानं ही रचना प्रचलित आहे. प्रवाही कथानिवेदन, स्थलवर्णन, प्रसंगवर्णन, व्यक्तिवर्णन यांतील कौशल्य, कथा परिचित असून तिच्यात पुढील प्रसंगाविषयी वाचकांच्या मनात जिज्ञासा नि कुतूहल निर्माण करण्याची हातोटी, विविध रसांचा आविष्कार,

वाच्यार्थ आणि (आध्यात्मिक) लक्ष्यार्थ यांचा समन्वय, मनात ठसणारी शब्दकळा, आख्यानकाव्यरचनेची जाण इ. किती तरी वैशिष्ट्यांची प्रचिती हे आख्यानकाव्य वाचताना आल्याशिवाय राहत नाही.

श्रीकृष्ण म्हणजे परमात्मा, हे समीकरण संतोषमुनींनी मनातून कधीही सुटू दिलेलं नाही. ते म्हणतात —

'तो (श्रीकृष्ण) सिध्द कैवल्याचा पुतळा। की तो आनंदचि आलाखैल।
ना, ना, की ब्रह्मरसु आकारैला ? आन बोलोंचि नये ।।'

त्यांच्या या ओवीतील 'ब्रह्मरसु आकारैला' या वर्णनात महानुभावीय अवतार-कल्पना साकारली आहे. महानुभाव 'पंचकृष्ण' मानतात व त्यांतील श्रीकृष्ण हा पूर्णावतार आहे, म्हणूनच त्याच्यासारखा 'दुजा' कोणीच नाही, असं संतोषमुनींना म्हणावंसं वाटतं आणि ते हा विचार एकाच ओवीत दोनदोनदा मांडतात; कारण ती संकल्पना वाचकांच्या मनात ठसायला हवी, बिंबायला हवी. हे करताना महानुभाव - साम्प्रदायिकांचाही विचार संतोषमुनींच्या मनात निश्चितपणे असला पाहिजे—

'जरी दुजा असता हृषीकेशी । तरी उपमा होती सरीसि ।
तया श्रीकृष्णासारीखे श्रृष्टीसी । दुजे पाता न दीसे ।।'

यात हा विचार अत्यंत स्पष्टपणे प्रतिबिंबित झाला आहे.

जीवशिवैक्याची संकल्पना वारकरी संप्रदायात आहे, कारण त्या संप्रदायाचं अधिष्ठान अद्वैतमत आहे; पण महानुभाबय तत्त्वज्ञान द्वैतमताधिष्ठित असल्यानं जीव आणि परमात्मा यांची एकरूपता त्याला मान्य नाही. परमेश्वराचं 'सन्निधान' (सान्निध्य) साधनेनंतर साधकास/भक्तास प्राप्त होतं, ही या संप्रदायाची धारणा असल्यानं त्याचाही उल्लेख केल्याशिवाय संतोषमुनींना राहवत नाही-

'तया कृष्णाचे होय 'सन्निधान'। ऐसे कैचे जोडीले असे पुन्य?
जरी तोचि कृपा करी आपण । तरीचि सेवा लाभे ।।'

तरीही वेदशास्त्रप्रामाण्याचा व राजा उच्चकुलीन असण्याचा विचार त्यांच्या मनातून पुसट होत नाही, ही बाब काहीशी खटकते. ज्या राजसभेत वेद, उपनिषदं, पुराणं नसता नाही; तर ते 'गुरांचे' गोठे आहेत, असं जेव्हा ते म्हणतात, तेव्हा आश्चर्य वाटतं नि अजूनही काही पारंपरिक वैदिक संकल्पना त्यांच्या मनात रेंगाळत असाव्यात, हे जाणवू लागतं.

'जे सभे नाहि वेद, शास्त्र, पुराण । धर्मु उपनिषेद, प्रबंध, व्याकरण ।
ते सभा जाण 'गोठाण' । पसुप्राणीयांचे ।।'

त्याचप्रमाणं जम्बुद्वीपाचं वर्णन करताना —

- 'आणि नसती वर्णजातिकुळे । तेथील रायांसी ।'

असे काही ओव्यांतील चरण वाचतानाही राजा उच्चकुलीन असावा, ही संकल्पना ते मांडतात; तेव्हा महानुभावांना अभिप्रेत असलेल्या समताभावाचा संतोषमुनींना काहीसा विसर तर पडला नाही, असं वाटू लागतं.

अशा काही अपवादात्मक बाबी असल्या तरी संतोषमुनी आपलं महानुभावत्व जपत एका रसाळ आख्यानकाव्याचं लेणं आपल्या प्रतिभेनं अत्यंत चांगल्या प्रकारे व कुशलतेनं कोरतात, हे कुणीही मान्य करील.

❑❑❑

८७. लिंगेश्वर

महाराष्ट्रामध्ये विशिष्ट संप्रदायांचे वा धर्मांचे मठ मध्ययुगातही होते व आजही काही आहेत. या मठांचं एक सांस्कृतिक व वाङ्मयीन महत्त्व आहे. ते असं की, या मठांत त्यांतील काही संतांनी आपल्या धर्माची/पंथाची वाङ्मयनिर्मितीही केली. (युरोपमध्ये काही चर्चेसमध्येही अशी परंपरा आढळते). समर्थसंप्रदायाच्या रामदासी (उदा. तिसगाव, जिल्हा अहमदनगर; निलंगा, जि. लातूर) मठांमध्ये त्या त्या संप्रदायांची हस्तलिखित बाडंही आढळतात. प्रख्यात वीरशैव संत मन्मथस्वामी यांचे शिष्य शिवलिंग आणि प्रशिष्य लिंगेश्वर हे संतकवी होते. त्यांचं ग्रंथलेखन उपलब्ध नसलं तरी जी स्फुट रचना उपलब्ध आहे, ती महत्त्वपूर्ण आहे.

या रचनेचं मुख्य स्वरूप उपदेशपर आहे. तिचे दोन विभाग करता येतात.

(१) **उपदेशपर रूपकात्मक रचना** — 'भारुडं' आणि

(२) **अभंगरचना** - अभंगरचनेचं उपदेश करण्याचं प्रयोजन स्पष्ट आहे; त्याचप्रमाणं जनसामान्यांना भक्तिप्रवण करणं, हेही तिचं एक प्रमुख उद्दिष्ट व प्रयोजन आहे.

वारकरी संतांनी आपल्या भारुडांसाठी जे विषय निवडले, त्यांत व लिंगेश्वरांनी निवडलेल्या विषयांत बरंच साम्य आढळतं. पांगुळ, फुगडी, लखोटा हे विषय संत एकनाथांनीही आपल्या भारुडांसाठी योजिले आहेत. त्यांत वीरशैव संत कवींच्या लेखनावर वारकरी संतांच्या लेखनाचा प्रभाव असल्याचं जाणवतं.

संसार करताना जे अनुभव येतात, त्यांचा विचार करताना त्यातील वैय्यर्थ्य (व्यर्थत्व) प्रापंचिकाला कसं जाणवतं आणि त्यामुळं तो विरक्तीकडे

व भक्तिमार्गाकडे कसा वळतो, हे सांगताना लिंगेश्वर म्हणतात—

'उबगोनी शरण गेलो सद्‍गुरूसी । तेणें कुटुंबासी निवारिले ।।
लिंगेश्वर म्हणे आपणा ऐसे केले । बैसविलें निज-पदी अढळ।।'

भक्तीमुळं जीवात्मा व परमात्मा यांचं ऐक्य होतं. वीरशैव तत्त्वज्ञानात यासाठी 'सामरसीकरण' ही संज्ञा योजितात. लिंगेश्वरांनी मराठीप्रमाणंच हिंदीतही स्फुट रचना केली आहे. ती त्यांच्या साहित्यात उपलब्ध आहे.

वारकरी, नाथ, नागेश, समर्थ सांप्रदायिक संतांप्रमाणं वीरशैव धर्माच्या संतांनीही हिन्दी साहित्याला योगदान दिलं आहे. त्याची हिंदी वाङ्मयेतिहासात फारशी नोंद घेतली गेलेली नाही.

□□□

८८. रत्नाकर

महाराष्ट्रातील नाथसंप्रदायाची परंपरा फार जुनी आहे. त्या परंपरेच्या विविध शाखा आहेत. या सर्व शाखा आदिनाथ (शिव) → मत्स्येन्द्रनाथ → गोरक्षनाथ यांच्यापासून आपला उद्‌गम आहे, असं मानतात. ज्ञानदेवांची परंपरा गहिनीनाथ व निवृत्तिनाथ → ज्ञानदेव असा पुढचा टप्पा मानते तर गोरक्षनाथांपासून एकदम मुक्ताबाईंपर्यंतचा टप्पा मानणारीही एक शाखा असल्याचा एक उल्लेख 'दीप-रत्नाकर' नावाच्या ग्रंथातील चौथ्या अध्यायात आढळतो, त्यात काही कालविपर्यास असण्याची शक्यता आहे.

'दीप-रत्नाकर' हा विख्यात ग्रंथ ज्यांनी लिहिला, ते संतकवी रत्नाकर हे होत. त्यांचा काळ साधारणत: अठरावं शतक मानता येईल. त्यांनी स्वत:च उल्लेखिलेला गुरूपदेशाचा काळ संवत् १७६० ('सुभानुनाम संवत्सर') असा असून, त्यांच्या गुरूचं नाव रामानंद असं आहे. तथापि, या काळाचीही चिकित्सा व्हायला हवी, असं ज. र. आजगावकरांसारख्या संशोधकांना वाटतं. ही गुरुपरंपरा अशी—

आदिनाथ-मत्स्येंद्रनाथ-गोरक्षनाथ-मुक्ताबाई
चांगदेव-विमलानंद-जनकानंद-नृसिंहानंद-
पुरुषोत्तम-मुक्तानंद-एकानंद-सिद्धानंद-
रामानंद-रत्नाकर.

यावरून संतकवी रत्नाकर हे नाथसंप्रदायी होते, हे स्पष्ट आहे.

'दीप-रत्नाकर' हा ग्रंथ लिहिताना रत्नाकरांसमोर समाजातील सामान्य माणूस असावा; पढिक पंडित वा जटिल तत्त्वचर्चा करणारे स्वानुभूतिशून्य विद्वान नसावेत, असं ग्रंथाची भाषा पाहिल्यानंतर जाणवतं. प्रासादिकता हा रत्नाकरांच्या लेखनाचा प्रमुख विशेष असून, सामान्यजनांच्या अनुभवविश्वातील

परिचित प्रतिमा व दृष्टांत त्यात आढळतात. 'जे पिंडी ते ब्रह्मांडी' हा नाथसांप्रदायिक तत्त्वज्ञानाचा गाभा आहे, गुरूपदेशामुळं आत्मज्ञान होतं. अविद्या किंवा अज्ञान हा आत्मज्ञानप्राप्तीतील अडसर असतो. पुढील दोनच ओव्यांतील गगन-पक्षी, दीप-प्रकाश, कापूर-परिमळ, साखर-गोडी या प्रतिमांचा समुच्चय पाहा —

'स्वयं ब्रह्मचि आहेती । नित्य ब्रह्मामाजीच असती ।
जैसें पक्षी गगनींच उडती । परि ते नेणती गगनातें ।।
कापूर नेणें परिमळासी । साखर नेणेंचि गोडीसी ।
दीप नेणें प्रकाशासी । दशा तैसी झाली जना ।।'

(-दीप-रत्नाकर ८ × ८८-८९)

साधनेमुळं आत्मानुभूती प्राप्त होते; केवळ ग्रांथिक ज्ञानामुळं नव्हे, असं म्हणून रत्नाकर अशा केवळ शुष्क तत्त्वचर्चेत रमणाऱ्या विद्वानांवर टीका करतात. आध्यात्मिक विषय साध्या भाषेत समजावून सांगण्याची विलक्षण हातोटी रत्नाकरांमध्ये आहे-

'अज्ञान' म्हणता 'ज्ञान' आहे । तैसा 'देह' म्हणता 'विदेही' पाहे ।।
म्हणवोन देह-कर्म जाणताहे । मुळीच आहे साक्षित्वें ।।

(–दी. र. ८×१०८-९)

यातून 'साक्षित्वा'चं म्हणजे स्वत:ला साधनेमुळं प्राप्त झालेल्या अनुभूतीचं महत्त्व रत्नाकरांना विशद करायचं आहे.

संतकवी रत्नाकर यांच्या 'दीपरत्नाकर' या ग्रंथाचे पंधरा अध्याय असून, त्याची ओवीसंख्या ३३७० आहे. या ग्रंथाशिवाय त्यांनी 'ब्रिजभागवता'दी ग्रंथ लिहिले आहेत. संतचरित्रकार महिपती यांनी 'भक्तलीलामृत' या ग्रंथात रत्नाकरांविषयी एक स्वतंत्र अध्याय लिहिला आहे, यावरून रत्नाकरांचं महत्त्व सहज लक्षात येईल.

❑❑❑

८९. शांतलिंगस्वामी

वीरशैवांच्या प्रमुख मराठी संतकवींपैकी शांतलिंगस्वामी हे एक आहेत. त्यांचा काळ सोळाव्या शतकाचा उत्तरार्ध व सतराव्या शतकाचा पूर्वार्ध असा आहे. त्यांचा जन्म इ. स. १५५३ मध्ये झाला असावा व त्यांनी इ. स. १६२३ मध्ये समाधी घेतली, असं संशोधकांचं मत आहे. त्यांच्या नावाचे 'शिवयोगी', 'शांतेश्वर', 'शांतनिळकंठ,' इ. अन्य उल्लेखही त्यांच्या साहित्यात आढळतात.

त्यांची लेखनप्रकृती तत्त्वचिंतनात्मक होती, हे त्यांच्या विविध ग्रंथांवरून आपल्याला जाणवतं. भाष्यात्मक लेखन हा त्यांचा आवडीचा प्रांत. त्यांची रचना पांडित्यपूर्ण असून तिच्यामधून त्यांची बहुश्रुतता, विद्वत्ता, व्युत्पन्नता प्रकट होते.

'विवेकचिंतामणी', 'शांतबोध' आणि 'करणहसुगे' (कर्णहस्तकी) हे त्यांचे ग्रंथ असून, वीरशैव मराठी तत्त्वचिंतनपर लेखनात त्यांचं स्वत:चं असं एक स्थान आहे.

'विवेकचिंतामणी' या ग्रंथात त्यांनी वीरशैव धर्माच्या मूलभूत 'षट्स्थल'-सिद्धांताचं सविस्तर विवेचन केलं आहे. त्यावरून 'वीरशैव' हा एखादा संप्रदाय व पंथ नसून स्वतंत्र धर्म आहे, याची कल्पना येते.

'वीरशैव' हा 'पंथ' वा 'संप्रदाय' उल्लेख अनेक वीरशैव मराठी संतकवींच्या लेखनात असेही आढळतात. त्यांच्या स्वतंत्र विचारप्रणालीत व आचारसंहितेत याची प्रमाणं वा दाखले आढळतात. जनसामान्यांसाठी कन्नड भाषेतील वीरशैव तत्त्वज्ञानाचा व आचारधर्माचा परिचय करून देणं, हे शांतलिंगांच्या या प्रमुख ग्रंथाचं निर्मितिप्रयोजन तर होतंच पण त्याचबरोबर शांतलिंगांनी या ग्रंथात काव्यशास्त्र, संगीतशास्त्र, ज्योतिषशास्त्रादींचाही

परिचय करून दिला आहे.

शांतलिंगांच्या दुसऱ्या ग्रंथाचं नाव 'कर्णहस्तकी' किंवा 'करणहसुगे' असं आहे. मुकुंदराजांच्या 'विवेकसिंधू'प्रमाणं किंवा दासोपंतांच्या 'पासोडी'प्रमाणं या ग्रंथाचा विषयही 'पंचीकरण' हाच आहे.

शांतलिंगांचं वैशिष्ट्य असं की, ते अध्यात्म-चिंतनाबरोबरच समाजचिंतनही करतात. वीरशैव धर्मात साधना व समाजव्यवस्था यांतील विषमता अमान्य आहे. या विषमतेवर शांतलिंगांनी प्रखर टीका केली आहे. बाराव्या-तेराव्या शतकात या विषमताधिष्ठित विचारसरणीला झालेला विरोध सोळाव्या-सतराव्या शतकातही कसा टिकून होता, हे शांतलिंगांच्या या 'कर्णहस्तकी'तील विवेचनातही आढळतं. वर्णाश्रम हा तर वैदिक धर्माचा पाया. तोच 'भ्रम' किंवा अज्ञान कसं आहे, हे शांतलिंगस्वामी अत्यंत विस्तारानं सांगतात. हा एकच 'भ्रम' नसून भ्रमांचे सहा प्रकार आहेत. त्यांचा उल्लेख स्वामी 'षड्भ्रम' या संज्ञेनं करतात. वर्णाश्रम अमान्य करून समतावाद प्रस्थापित करण्याचं म. बसवेश्वरांच्या तत्त्वज्ञानाचं अधिष्ठान त्यांच्या या लेखनाला लाभलं आहे.

हे सहा भ्रम कोणते? ते असे आहेत. (१) कूळ, (२) गोत्र, (३) आश्रम, (४) वर्ण, (५) जात आणि (६) सर्वांत महत्त्वाचा भ्रम म्हणजे नामभ्रम. परमेश्वर एकच, शिव असताना परमेश्वर-तत्त्व हे अनेक देवतांत (ब्रह्मा, विष्णू, रुद्र इ.) आहे, असं गृहीत धरून व हे 'देवताश्रम' मानून अनेक नावांनी त्याला संबोधणं. याला स्वामी 'नामभ्रम' म्हणतात व अनेकदैवता वादही अमान्य करतात.

आता 'सांगिजैल 'षड्भ्रम' । जाती- वर्णाश्रम ।
कुळ-गोत्र-नाम । येणें नावें ।।
ब्राह्मण, क्षेत्री, वैश्य, शूद्र । पृथक् देह-अहंकार।
अहं उत्तम दृढविचार । तो 'जातिभ्रमु'।।
अठरा वर्ण-जाती । 'त्यामाजी माझा उत्तम' स्थिती ।
हा अभिमान, अभिलाष असे चित्ती ।
तो 'वर्णाश्रम भ्रमु'।।
ब्रह्मचारी, गृहस्थ । वानप्रस्थ, अवधूत ।
येकयेक 'विशेष' म्हणत । तो 'आश्रमभ्रमु'।।
मी आपस्तंभ, अश्वलायन । सामक, अथर्वण ।
पृथक् आथिला अभिमान । तो 'कुळभ्रमू'।।
कश्यपात्रि, भारद्वाजमुनी । विश्वामित्र, गौतम, जमदग्नी,
वसिष्ठादि पृथक् जनी । तो 'गोत्रभ्रमु'।।

ब्रह्म-विष्णु-रुद्र । हिरण्यगर्भादि 'देवताचक्र'।।
हा सकळ विस्तार । तो 'नामभ्रमु'।।

(या अवतरणातील विरामचिन्हे माझी — लेखक) -

'शांतबोध' हाही स्वामींचा एक महत्त्वाचा ग्रंथ. महाराष्ट्रात शैव-वैष्णव-संघर्ष यादवकाळापासून आहे. त्यासाठी ज्ञानदेवांनी हरिहरैक्याची समन्वयवादी भूमिका स्वीकारली; तशीच भूमिका शांतलिंगस्वामीदेखील या ग्रंथांत मांडतात. त्यात शिवसहस्त्रनाम आणि विष्णुसहस्त्रनामाचे दाखले देतात. पहिल्यात शंकराचं एक नाव 'शांत' असून, दुसऱ्या ग्रंथात विष्णूचं एक नाव 'शांत' असंच आहे व शिव म्हणजे परमात्मा आहे, मग शिव व विष्णू यात वेगळंपण न मानता परमात्मतत्त्व एकच आहे, या एकेश्वरवादावर स्वामी भर देतात.

❑❑❑

९०. महीचंद्र

अनेक महत्त्वाच्या जैन मराठी संतकवींची जनसामान्यांना फारशी कल्पना नसते. त्यांनी मध्ययुगीन मराठी संतसाहित्यात जी मोलाची भर घातली आहे, तिची आवर्जून नोंद घ्यावी, अशा प्रकारचं साहित्य जैन संत महीचन्द्र यांनी लिहिलं आहे.

यात त्यांच्या दहा ग्रंथांचा समावेश होतो. त्यात 'आदिनाथपुराण' आणि 'सम्यक्त्व कौमुदी' हे अधिक महत्त्वाचे ग्रंथ आहेत.

महीचंद्रांचा काळ सतरावं शतक (उत्तरार्ध) मानला जातो. ते भट्टारक परंपरेतील संत होते. त्यांचा मूळ संबंध कारंजा येथील पीठाशी होता, नंतर ते लातूरच्या भट्टारक पीठाचे आचार्य झाले. मराठवाड्यातील जैन संतकवींमध्ये त्यांचा प्रामुख्यानं उल्लेख करायला हवा.

अनेक जैन संतकवींच्या लेखनात मराठी भाषेचा उल्लेख 'मऱ्हाष्ट्र' किंवा 'महाराष्ट्र' असा प्रदेशवाचकही येतो. महीचंद्रांच्या लेखनात तो 'महाराष्ट्र' असा आला आहे—

'रास केली ब्रह्मजिनदासें । ती पाहून महीश्चंद्र उल्हासें ।
महाराष्ट्र केलें सायासें । श्री गुरूप्रसादें ।।'

(- आदिनाथपुराण, १० × १४२)

संस्कृतज्ञ असूनही जनहिताच्या कळवळ्यापोटी जैन संतकवींनी महाराष्ट्राच्या लोकभाषेविषयीचा अभिमानही प्रकट केला आहे.

महीचंद्रांची रचना विविधतापूर्ण आहे. त्यांचे बरेचसे मूलस्रोत लोकसाहित्यात आढळतात. भवांतरकथा, पाळणे, गीत, धावे, व्रतकथा यांचा या संदर्भात उल्लेख करता येईल. 'रास' हा गुजराती व 'रासो' हा हिन्दी लोकगीतप्रकार आहे. त्याच्या आधारे (ब्रह्मजिनदासाच्या रासेच्या

आधारे) आपण 'आदिनाथपुराण' लिहिलं आहे, असं महीचंद्र म्हणतात, 'आदिनाथपुराण' ही मुळातील 'आदिनाथरास' ही रचना होय. ते प्रदीर्घ विस्तारपूर्वक जशी रचना करतात, त्याचप्रमाणं छोटेखानी म्हणजे १०, ११, १६ कडव्यांच्या रचनाही तितक्याच रसाळपणे लिहितात. त्यांचं 'नेमीश्वरगीत' (राजुलमती धावा) केवळ अकरा कडव्यांचं आहे तर 'महावीर पाळणा' सोळा कडव्यांचा आहे. त्यांनी लिहिलेली एक भवांतर-कथा म्हणजे 'नेमीनाथ भवान्तर.' त्यात नेमीनाथांनी नऊ 'भवां'चं वर्णन केलं असून पुन:पुन्हा ऐहिक भोग भोगण्यास नकार देऊन संसारत्याग केला आहे व दीक्षा घेतली आहे. विरक्ती नि इंद्रियनियमन ही जैन धर्माची महत्त्वाची तत्त्वं त्यात प्रतिपादिली आहेत. शांतिनाथस्तोत्रासारख्या लहान-लहान स्तोत्रांतूनही ते जैनदर्शनातील विरक्तीचा विचार प्रभावीपणे मांडतात. पण त्यात तत्त्वजडता वा क्लिष्टता येत नाही.

'सज्जन-सोइरे, पुत्र, मित्र हो रामा ।
माय, बाप, बंधू न ये कोण्ही कामा ।
मोहफासा मी गुंतलो धन-धामा ।
स्मरणवीण काळ गेला रिकामा ।'

महीचंद्रांचं आदिनाथपुराण पंधरा अध्यायांचं असून, त्याची ओवीसंख्या ३२५३ आहे. यात जैनधर्मीयांचे पहिले तीर्थंकर ऋषभदेव यांचं जीवनचरित्र प्रतिपादिलं असून, त्यांच्या पूर्वभवांचंही वर्णन केलं आहे. 'सम्यक्त्व कौमुदी' या संस्कृत ग्रंथाचं हे मराठीकरण असून, त्यात धार्मिक श्रद्धेविषयीच्या कथा सांगितल्या आहेत. हा ग्रंथ तेरा अध्यायांचा असून, त्याची ओवीसंख्या १६८१ आहे.

❑❑❑

९१. महतीसागर

ज्यांनी एकोणिसाव्या शतकात मराठी संतसाहित्याला लक्षणीय योगदान दिलं, अशा प्रमुख जैन संतकवींमध्ये महतीसागर यांचा समावेश होतो. ते कारंजा (जि. अकोला-विदर्भ) येथील भट्टारक पीठाचे होते. त्यांचा जन्म विदर्भातील शेंदरजना (अंबकेर) इथं झाला. ते बहुभाषिक होते. त्यांचे गुरू देवेन्द्रकीर्ती हे होते.

महतीसागर यांचं वैशिष्ट्य असं की, त्यांनी विविध प्रकारची काव्यरचना केली. त्यांत अभंग, पदं, स्तोत्रं, व्रतकथात्मक कविता, 'प्ररूपणा' अशा प्रकारचं लेखन आहे. हे लेखन जैन धर्म, जैन तत्त्वज्ञान, जैन धार्मिक परंपरा व जैन आचारधर्म इ. विषयक आहे. 'महती-काव्य-कुंज' या ग्रंथात हे लेखन समाविष्ट केलं आहे. हा ग्रंथ प्रकाशित झाला आहे.

या लेखनाचा तपशील असा आहे —

(१) **अभंग** - दानमाहात्म्यपर, जिनस्तुति पर, पंचपरमेष्ठी गुणवर्णनात्मक, पंचकल्याणिक वर्णनात्मक इ.

(२) **व्रतकथा** - रत्नत्रयव्रत, षोडषकारणव्रत, आदित्यवार, दशलाक्षणिकव्रत, इत्यादी.

(३) पदं : चोवीस तीर्थंकर - पदं, संबोध सहस्त्रपदी (६४ पदं)

प्ररूपणा : हा काव्यप्रकार केवळ काही जैन मराठी संत कवींच्या रचनेतच आढळतो. महतीसागरांनी 'चतुर्विंशती', चौदा गुणस्थान इ. 'प्ररूपणा' लिहिल्या आहेत.

महतीसागरांनी मराठीप्रमाणंच संस्कृतमध्येही लेखन केलं आहे. 'अष्टक' रचना ही त्यांतील उल्लेखनीय रचना. ('ज्वालामालिनी अष्टक', 'अरहंताष्टक' इ.)

आपले गुरू देवेंद्र यांच्या आदेशावरून आपण पंचकल्याणिकोत्सवकथे'सारखी रचना केली, असं स्वत: या संतकवीनंच म्हटलं आहे. त्याच्या अन्य रचनांचाही (दशलाक्षणिक कथा, षोडषकारणी व्रतकथा इ.) उल्लेख आढळतो.

प्रथम ते 'दशलाक्षणिची कथा'।।
वदविली बहु आग्रही सत्कथा ।।
व्रतकथा मज 'षोडशकारणी'।।
वद्‌विली गुरूने मज तारणी ।।
जाणोनि सद्‌गुरूचिन्हे, मज जालि आज्ञा।
'कल्याणिकोत्सव कथा' करिजे ममाज्ञा।।
बाहि धरोनि मनीं आयु समाप्त केला (केली)
कल्याणिकोत्सव तहा (कथा) मग म्या रचीला (रचीली)।।-

जैन संतकवी महतीसागरांचं सर्व प्रमुख लेखन धर्मप्रबोधनार्थ होतं. त्यातून त्यांनी जनसामान्यांवर उदात्त संस्कार केले.

❑❑❑

९२. तुकोबा रामदासी

विदर्भातील महत्त्वाचे व संपूर्ण महाराष्ट्राला परिचित असलेले अडकोजीमहाराज, राष्ट्रसंत तुकडोजीमहाराज, गाडगेबाबा, गुलाबरावमहाराज, ताजुद्दीनबाबा, बाबामहाराज आर्वीकर, उत्तमश्लोक, गजाननमहाराज या संतांविषयी आजवर लेखन झालं असलं तरी अधिक संशोधन केल्यास विदर्भातील अन्य अनेक संतांविषयी व त्यांच्या कार्याविषयी/लेखनाविषयी माहिती मिळेल. ती मिळविण्यासाठी मी गेली चार-पाच दशकं प्रयत्न करीत आहे.

आकोटच्या नरसिंगमहाराजांविषयी, ताजसावंगीच्या संतपरंपरेविषयी, तसंच अन्य काही संतांविषयीचे लेख मी प्रसिद्ध केले आहेत. ज्यांनी संपूर्ण महाराष्ट्राला महानुभाव साहित्याची व तत्त्वज्ञानाची देणगी दिली, ते श्रीचक्रधरस्वामी व रुद्धिपूरचे गुंडम राऊळ (श्रीगोविंदप्रभू) सर्वपरिचित आहेत. नाथ व दत्त, तसंच सूफी संप्रदायाची संतपरंपराही विदर्भात आहे. या दृष्टीनं मराठवाड्याप्रमाणंच विदर्भ हीदेखील संतभूमी आहे, असं म्हणायला हवं.

आजही अकोल्यासारख्या शहरात समर्थ संप्रदायाची व त्या संप्रदायातील एक वेगळी परंपरा शहराच्या मध्यवस्तीतील माळीपुरा भागात श्रीबाबाजी मठाच्या रूपानं आढळते. अकोला 'दर्शनिके' (गॅझेटियर) मध्ये या मठाचा इतिहास तीन शतकांपासून असल्याचा उल्लेख आढळतो.

या समर्थसंप्रदायी परंपरेचा प्रारंभ 'एकोबां'पासून असल्याची माहिती मिळते. या एकोबांचे शिष्य 'तुकोबा'. 'एकोबा' आणि 'तुकोबा' या नामसादृश्यामुळं हे संत वारकरी संप्रदायाचे तर नसावेत, असं वाटण्याची शक्यता असली तरी वस्तुस्थिती मात्र तशी नाही. यातील 'एकोबा' हे संत

एकनाथ नसून, 'एकोबा रामदासी' होते व 'तुकोबा' हे संत तुकाराम नसून एकोबांचे शिष्य 'तुकोबा रामदासी' होते. त्यांचा काळ शके १६२५ (इ. स. १७०३) म्हणजे अठराव्या शतकाचा पूर्वार्ध मानतात. बाबाजी रामदासी हे त्यांचे शिष्य.

एकोबा नि त्यांचे शिष्य तुकोबा रामदासी हे ब्रह्मचारी होते, त्यामुळं त्यांच्यानंतरची त्यांच्या वंशाची परंपरा उपलब्ध होत नाही. त्यांचे वडील मुसलमानी राजवटीतील उदगीरचे अधिकारी होते. तथापि, त्यांच्याविषयीच्या काही गैरसमजामुळं त्यांचे आई-वडील व अन्य कुटुंबीय मारले गेले व तुकोबा अकोल्याला आले. त्यांच्या संतत्वाची प्रचीती आल्यानं तेथील गुलजारखान यानं त्यांना 'सरोपा' (शिरपाव) देऊन त्यांचा सन्मान केला व मठास अभय दिलं. त्यामुळं हिंदू-मुसलमान समाजात एकोपा प्रस्थापित झाला.

तुकोबा रामदासी यांनी **'आत्मसिंधू'** नामक ग्रंथ लिहिला. हा ग्रंथ तत्त्वविवरणपर आहे. त्याचं स्वरूप गुरु-शिष्य संवादात्मक असून त्यात 'ब्रह्म सत्यं जगन्मिथ्या' या शांकरमताचं अनुसरण व विवरण-विवेचन केल्याचं आढळतं. समर्थांच्या 'आत्मारामा'चा तुकोबा रामदासींच्या 'आत्मसिंधू'वर जो प्रभाव आहे, तो दोन्ही ग्रंथांतील नामसादृश्यामुळंदेखील जाणवतो.

'ब्रह्मी सृष्टी जालीच नाही । तेथ ज्ञान, अज्ञान, विज्ञान कायी?
ब्रह्म ठायींच्या ठायीं । जैसे तैसे ।।' (- आत्मसिंधू, प्र. ४)

एवढ्या एकाच मध्यवर्ती ओवीवरूनही 'आत्मसिंधू'च्या आशयाची सहज कल्पना येईल.

'आत्मसिंधू'बरोबरच त्यांनी काही मराठी व दक्खिनी पदरचनाही केली. (समर्थांच्या हिंदी 'दक्खिनी' पदांविषयी मी त्यांच्याविषयीच्या 'समर्थदर्शन' या ग्रंथात विवेचन केलंच आहे.) त्यांचं आणखी एक वैशिष्ट्य असं की, त्यांनी विविध धर्मांत एकात्मता मानली व तिचा पुरस्कारही केला. सौ. शांताबाई परसोडकरांनी बाबाजीमहाराज-चरित्रात त्यांचं पुढील दक्खिनी पद बाराव्या अध्यायात उद्‌धृत केलं आहे.

'खुन की खुन, पहिचान बा रे। महजुद (मौजूद) भरा। आसपास तेरे।
उसे हात नहीं। उसे पाँव नहीं । उसे शीर नहीं। हुशियार रहो ।
वहाँ जात नहीं, वहाँ पात नहीं। वहाँ दिन नहीं, वहाँ रात नहीं ।
दास तुका के कान लगे । एको गोविंदाने बात कही।'

❑❑❑

९३. रत्नकीर्ती

जैन धर्मीयांचं सेनगण भट्टारक हे एक महत्त्वाचं पीठ आहे. जैन संतकवी रत्नकीर्ती हे या पीठाचे आचार्य होते. त्यांची गुरुपरंपरा

शांतिसेन → सिद्धसेन → रत्नकीर्ती अशी आहे. एकोणिसाव्या शतकाचा प्रारंभ हा त्यांचा काळ होय.

जैन संतकवींनी तत्त्वविवरणात्मक ग्रंथ जसे लिहिले, त्याचप्रमाणं जैनधर्मीयांची आचारसंहिता वर्णन करणारे ग्रंथही लिहिले. सर्वसामान्य 'श्रावकां'साठी व 'श्राविकां'साठी ते उपयुक्त आहेत. उपदेशपर अभंगांशी त्यांची तुलना करता येईल; पण अभंग ही स्फुट रचना असून, वर उल्लेखिलेली जैन संतकवींची रचना ही प्रदीर्घ ग्रंथाच्या स्वरूपाची आहे.

आचार्य सकलभूषण यांनी लिहिलेला 'उपदेश-रत्नमाला' हा ग्रंथ वर उल्लेखिलेल्या प्रकारात मोडतो. त्याचंच दुसरं नाव 'षट्कर्मोपदेशक रत्नमाला', पहिल्या नावापेक्षा दुसरं नाव या ग्रंथातील आशय अधिक नेमकेपणानं व्यक्त करतं; कारण या ग्रंथातील उपदेश हा सर्वसाधारण स्वरूपाचा नसून जैन श्रावक-श्राविकांनी कोणती सहा कर्मं करावयाची आहेत व ती का करायची, याची माहिती त्यात मिळते.

जैन संतकवी रत्नकीर्ती यांनी या संस्कृत ग्रंथाला मराठी रूप दिलं. ही सहा कर्मं कोणती? (१) देवपूजा, (२) गुरुपास्ती, (३) स्वाध्याय, (४) तप, (५) दान व (६) संयम– ही ती 'षट्कर्मं' होत. या कर्मांच्या नावावरूनच ती साधनेसाठी वा उपासनेसाठी व आचारसंहितेच्या पालनासाठी किती उपयुक्त आहेत ते स्पष्ट होतं.

आचार्यांचा मूळ संस्कृत ग्रंथ अठरा अध्यायांचा आहे, तर त्याचं मराठीकरण चाळीस अध्यायांत रत्नकीर्तींनी केलं आहे. याचा अर्थ, असा

की त्यांनी मूळ संस्कृत ग्रंथातील आशय अधिक विस्तारानं विशद केला आहे. संस्कृत भाषा जनसामान्यांना अवगत नसते व धर्माचरण तर त्यांना कळायला हवं; म्हणून आपण हे मराठीकरण केलं. ('म्हणोनियां श्लोक करी 'म्हराटे') असं कवी म्हणतात; त्यावरून त्यांची लोकाभिमुखता स्पष्ट होते. भगवद्गीतेची श्लोकसंख्या केवळ सातशे नि ज्ञानेश्वरीची ओवीसंख्या जवळपास नऊ हजार– असं का? या प्रश्नाचं उत्तरही यात गवसतं.

ग्रंथाच्या शेवटी कवीनं या ग्रंथाचं मूळ, त्याचा कर्ता, मराठीकरणाचं प्रयोजन, ग्रंथलेखनाचा स्थलकाल या संदर्भात केलेलं विवरण अभ्यासकांना/संशोधकांनाही उपयुक्त आहे-

'सद्गुरू' भ्राता सकलभूषण । उपदेशरत्नमालाभिधान ।
संस्कृत केलें असे पुराण । ते ज्ञानिया सुगम असे ।।
या पंचमकाळामाजि मती । उत्तरोत्तर हीन होतीं ।
या संस्कृताचे नवि जाती वाटे । म्हणोनिया श्लोक करी मऱ्हाटे ।।
अमरावती पुण्यनगरी । श्री आदिनाथ जिनमंदिरी ।
ग्रंथ आरंभिला थोरां । साह्यकारी असे शारदा ।।
संमत (संवत) अठराशे एकोन्याहत्तर । श्रीमुखनामे संवत्सर ।
चैत्र शुद्ध नवमी शुक्रवार । पावला ग्रंथसार पूर्णता ।।'

- आणि आपण भट्टारक सिद्धसेनांचे 'प्रियशिष्याचार्य' आहोत, असंही रत्नकीर्ती यांनी आवर्जून सांगितलं आहे.

जैन धर्माची जीवनशैली समजून घेण्यासाठी हा ग्रंथ अत्यंत उपयुक्त आहे. संतकवी रत्नकीर्ती यांचा हा एकुलता एक ग्रंथ.

❑❑❑

९४. शिवदीन केसरीनाथ

नाथसंप्रदाय हा भारतातील फार महत्त्वाचा संप्रदाय. त्याची परंपरा जशी उत्तर भारतात आहे, त्याचप्रमाणं दक्षिण भारतातही आहे. ही परंपरा महाराष्ट्रात ज्ञानदेवपूर्वकाळापासून आहे व तिच्यामधील अनेक संतांनी हिन्दीप्रमाणंच मराठी साहित्यातही मोलाची भर टाकली आहे.

ज्ञानदेव हे घराण्याच्या परंपरेनं वारकरी होते व गुरुपरंपरेनं नाथ संप्रदायी. त्यांनी ही दुसरी परंपराही आपल्या लेखनात प्रतिपादिली आहे. ती अशी आहे—

आदिनाथ

↓

मत्स्येन्द्रनाथ (मच्छिन्द्रनाथ)

↓

गोरक्षनाथ (गोरखनाथ)

↓

गहिनीनाथ

↓

निवृत्तिनाथ

↓

ज्ञाननाथ (ज्ञानदेव, ज्ञानेश्वर)

हीच नाथसांप्रदायिक परंपरा पुढं शिवदीन केसरींपर्यंत येऊन, त्यानंतर तिचे (१) पैठण (२) देऊळगावराजा येथील व (३) वासुदेवनाथांच्या परंपरेत असे एकूण तीन शाखांत रूपांतर होतं.

ज्ञानदेवांची वारकरी सांप्रदायिक परंपरा (ज्ञानदेवकालीन संतप्रभावळ

: चोखामेळा, सावता माळी, गोरा कुंभार, नरहरी सोनार, सेनामहाराज) सोपानदेव-मुक्ताबाई-नामदेव-जनाबाई-एकनाथ-तुकोबा-निळोबा-बहिणाबाई अशा प्रकारची असल्याची आपणा सर्वांना कल्पना आहेच.

शिवदीन केसरीनाथ हे यातील पहिल्या म्हणजे नाथसांप्रदायिक परंपरेतले. त्यांचे गुरू केसरीनाथ हे असल्यानं त्यांनी त्यांचंच म्हणजे आपल्या गुरूंचंच (केसरीनाथांचंच) नाव आपल्या नावासोबत जोडून आपली गुरुनिष्ठा व्यक्त केली आहे. संत एकनाथ आपल्या नाममुद्रेत आपले गुरू जनार्दनस्वामी यांचा उल्लेख 'एका जनार्दनी' या शब्दांत करतात, त्याचा आठव इथं होतो.

शिवदीन केसरी यांचं घराणं पैठणचं. त्यांचे वडील हरिकृष्ण जोशी हे होते. शिवकृपेनं आपल्याला पुत्रलाभ झाला म्हणून हरिकृष्णांनी त्यांचं नाव 'सदाशिव' असं ठेवलं. यातील 'शिव' हा शब्द प्रारंभी घेऊन त्यांचे गुरू केसरीनाथ यांनी त्यांचं 'शिवदीन' ठेवलं, अशी एक आख्यायिका आहे. त्याच नावात या शिष्यानं आपल्या गुरूचंही नाव शेवटी जोडून त्यांना एका अर्थानं, आपल्यापासून कधीच दूर जाऊ दिलं नाही.

त्यांचा काळ सतराव्या शतकाचा उत्तरार्ध व अठराव्या शतकाचा पूर्वार्ध असा आहे. (त्यांचा जन्मशक १६२० म्हणजे इ. स. १६९८ हा आहे.) त्यांच्या पत्नीचं नाव उमाबाई आणि मुलाचं नरहरीनाथ असं होतं. नरहरीनाथ त्यांचे शिष्यही असल्यानं आपण नाथसंप्रदायाच्या तत्त्वज्ञानाच्या प्रसाराचं व भक्तिविचारप्रबोधनाचं कार्य नरहरीनाथांनीही पुढं सुरू ठेवावं, असं त्यांनी नरहरीनाथांना या पदात उपदेशिलं आहे—

'घेऊनिया स्वकुला । चालवा पंथ आगळा ।।
हीन-दीन-जड शरणागत । तारक त्या उपदेशा ।
देउनिया तो प्रसार करावा । नाथपंथ आगळा ।।
षोडभूषण नाथपंथाचे । सांगितले असती ।
त्यांसी धरूनी कपिलोक्तीने । मंत्र स्मरावा निगुनी ।।'

शिवदीन केसरीमहाराज हे उदारमतवादी होते. त्यामुळंच अन्यधर्मीय व अन्यसांप्रदायिक यांचेही त्यांच्याशी जिव्हाळ्याचे संबंध होते. त्यांच्या या संतस्नेह्यांत शाहनूरबाबा (वली), मानपुरीबाबा यांचा उल्लेख आढळतो, तो याचमुळं.

शिवदीन केसरी यांनी 'ज्ञानप्रदीप' हा ग्रंथासह व विपुल पदरचना केली. ही पदं मराठीप्रमाणंच दक्खिनी हिंदी भाषेतही आहेत. मराठीविषयीची त्यांची अस्मिता एकनाथांप्रमाणंच या शब्दांत व्यक्त झाली आहे. ते 'ज्ञानप्रदीपा'त स्वभाषेचं असंच समर्थन करतात –

‘वेदवाणी ईश्वराची । प्राकृत हे काय चोराची?’

त्यांची पदरचना भक्तिभावयुक्त तर ‘ज्ञान-प्रदीप’ हा ग्रंथ नाथपंथीय तत्त्वविवरण करणारा. आपल्या ग्रंथात योगविवरण करून ते गुरूला परमात्म्याचंच रूप मानीत असल्याचं आढळतं-

‘जैसें मुळिं उदक पावे । वृक्ष सर्वांगी वोल्हावे ।
तैसे गुरूसी वंदावे । वंदन व्हावे व्यापक ।।’

मात्र, हे गुरू ‘सद्‌गुरू’ असावेत व शिष्य ‘सत्‌शिष्य’ असावेत. धर्माचा बाजार मांडणाऱ्या गुरु-शिष्यांवर शिवदीन केसरी पुढील शब्दांत प्रखर प्रहार करतात–

‘गुरू गुरुत्वे तातला । शिष्य विष- विषयात बाटला ।
उपदेश-समुदाय थाटला । बोध प्रगटला नाही तेथे ।।’

शिवदीन केसरींचे हे उद्‌गार म्हणजे पाखांडखंडन व अंधश्रद्धानिर्मूलनच नाही काय?

❑❑❑

९५. रामलिंगस्वामी

बहुधा संतांची गुरुपरंपरा शोधायची असेल किंवा शिष्यपरंपरा शोधायची असेल तर, त्या परंपरांचे संदर्भ व निर्देश त्यांनी स्वत:च आपल्या लेखनात नोंदविलेले असतात. हे निर्देश त्याच्या नाममुद्रेतही आढळतात.

अशा परंपरांमध्ये गुरू हा केंद्रवर्ती बिंदू असतो. त्याचा निर्देश केला की, त्यांच्यापासून पुढं 'शिष्य' आणि 'प्रशिष्य' यांची माहिती मिळू लागते. यात गुरूचं एक मुळातलं माहात्म्य असतं. समर्थ रामदासस्वामी आणि कल्याणस्वामी किंवा जनार्दनस्वामी आणि एकनाथ यांचे गुरुशिष्य- संबंध आपणास ज्ञात होतात; कारण गुरू आणि शिष्य हे दोघेही नावाजलेले असतात व त्यांचे सांप्रदायिक साहित्यातही निर्देश आढळतात.

वीरशैव मराठी संत बराच काळ अज्ञाताच्या अंधारात ठेवले गेले, कारण फार कमी संशोधकांनी नि मराठी वाङ्मयेतिहासकारांनी त्यांचा शोध घेण्याचा प्रयत्न केला. त्यामुळं चौदाव्या शतकातील रामलिंगस्वामी व त्यांचं साहित्य प्रकाशातच आलं नाही. आजही त्यासंबंधी हीच स्थिती आहे पण सुदैवानं आबासाहेब (गो. का.) चांदोरकर आणि सुरेश जोशी यांनी 'सुजात' नामक वीरशैव मराठी पदकाराचा व त्याच्या पदांचा शोध लावून ती प्रसिद्ध केली; नाही तर सुजात हे वीरशैव पदकार नि त्यांचे गुरू रामलिंगस्वामी आहेत ही त्यांची माहितीच आपल्याला मिळाली नसती.

अहमदनगरच्या ऐतिहासिक वस्तुसंग्रहालयाचे माजी संचालक श्री. सुरेश जोशी यांनी नाथसंप्रदायाच्या एका बाडात मिळालेलं वीरशैव संतकवी सुजात यांचं पुढील पद प्रसिद्ध केलं आहे (-इंद्रायणी, जुलै १९६३). त्यात 'सद्‌गुरू रामलिंगाची वाणी' हा उल्लेख असल्यानं रामलिंगस्वामींनीही तत्त्वविवरणपर लेखन केलं असल्याचा तर्क करता येतो. वीरशैव मताचा

वेद-विरोधही या पदातील 'पाहता जीकडे तीकडे। तरी ते वेदासी साकडे ।' अशा उल्लेखावरून सूचित होतो. नाथपंथीय पिंड-ब्रह्मांडाची सांप्रदायिक परिभाषा त्यात आढळत नाही किंवा अन्य योगविषयक उल्लेखदेखील आढळत नाहीत. 'रामलिंग' या नावातच वीरशैवत्व सूचित होतं आणि त्यात नाथसंप्रदायाच्या पारंपारिक व गुरुपरंपराविषयक खुणा आढळत नाहीत. संशोधनात शिष्यावरून गुरूचा शोध घेण्याचा हा प्रयत्न काहीसा आगळा-वेगळाच.

वीरशेव पदकार सुजात यांची ही मूळ रचना अशी —

'ते तुज कैसे दाऊ? बोल, कुठे मिलाऊ?
स्वयंभ सदोदित गाभा । प्रत्यक्ष द्रिष्टीमाजी उभा ।।
पाहता जीकडे तीकडे । तरी ते वेदासी साकडे।
जे का गगनाहुनि विस्तरले । घनदाट कोंदाटले ।।
सद्गुरू रामलिंगाची वाणी । सुज्यात हरली जीवपण करणी ।।'

'लिंगांग ऐक्य' म्हणजे परमात्म्यात जीवात्मा मिसळणं, त्याचं 'सामरसीकरण' होणं– हा षट्स्थलसिद्धांताचा वीरशैव तत्त्वज्ञानातील सर्वोच्च परमोत्कर्षाचा बिंदू. तो आपले गुरू रामलिंग यांच्यामुळे आपल्याला कसा साध्य करता आला, ते सुजात या त्यांच्या शिष्यानं या पदात शेवटी सांगितलं आहे.

आबासाहेब चांदोरकरांनी सुजात या वीरशैव संतकवींचं कूट भारत इति. संशोधक मंडळाच्या इ. स. १९११ च्या वार्षिकात प्रसिद्ध केलं, ते भारुडाप्रमाणं आहे. अशी काही भारुडं ज्ञानदेव-नामदेव-एकनाथांनी लिहिली असून 'मुंगीव्याली । शिंगी झाली' ही नाथांची कूट रचना प्रसिद्ध आहे. सुजातांचं 'नवल' नावाचं हे पद अशाचं प्रकारचं आहे.

त्याचा प्रारंभ असा —

'नवल देखिले मात डोळियांत । नवल देखिले साहान ।।
सुईचा छिद्रापरीस साहान । त्यामध्ये मुंगी रीग करून येत-जात।।'

परमात्मा सूक्ष्मातिसूक्ष्म व व्यापकातला व्यापक आहे, हे तत्त्व यात विशद केलं आहे. साधना केली की आत्मज्ञान प्राप्त होतं; त्यामुळं परमात्म्याचा अंश जीवात्म्यात असतो, याची जाणीव होते, असा या कूट भारुडाचा लक्ष्यार्थ म्हणजे दुसरा अर्थ (सूचितार्थ) आहे. तो कवीनं पुढं विस्तारपूर्वक विशद केला आहे. यात नाममुद्रेपूर्वी 'सुज्यात' यांनी आपले सद्गुरू 'रामलिंग' यांचा कृतज्ञतापूर्वक उल्लेख केला आहे.

❑❑❑

९६. निळोबा

वारकरी संप्रदायाची परंपरा ज्ञानदेव-नामदेवांपासून सुरू होते व तर तुकोबा-निळोबांपर्यंत येते. निळोबांनी तुकोबांनाच गुरुस्थानी मानलं होतं. त्यांना अनुग्रह देण्याचं तुकोबांनी मान्य केलं होतं, पण त्यापूर्वीच तुकोबा वैकुंठवासी झाले. त्यांनी आपल्याला स्वप्नामध्ये अनुग्रह दिला, असं निळोबांनी आपल्या एका अभंगात म्हटलं आहे—

'येवोनिया कृपावंते । तुकयास्वामी सद्‌गुरुनाथें।
हात ठेविला मस्तकी । देऊनि प्रसाद केलें सुखी ।।
माझी वाढविली मती । गुण वर्णाविया स्फूर्ती ।
निळा म्हणे, मी बोलता । दिसे परि त्याची सत्ता ।।'

योगायोग असा की, तुकोबांनाही त्यांच्या गुरूंनी—बाबाजी चैतन्यांनी—स्वप्नातच उपदेश दिला व 'राम-कृष्ण-हरी' या मंत्राचा जप कर, असं सांगितलं.

'आपण कवी नाही तर पांडुरंगच आपल्याला बोलवितो' असं तुकोबा म्हणतात. त्याचप्रमाणं निळोबाही आपल्या कवितेचं श्रेय तुकोबांना देतात, हे वरील अवतरणाच्या शेवटच्या चरणावरून लक्षात येईलच.

संत निळोबा हे अहमदनगर जिल्ह्यातील पिंपळनेरचे. त्यांची चरित्रविषयक माहिती फार अल्प प्रमाणात उपलब्ध होते पण जन्मशक व निर्वाणशक याविषयी निश्चित माहिती उपलब्ध होत नाही. संतचरित्रकार महिपती यांनी निळोबांविषयी 'भक्तविजया'च्या ५९ व्या अध्यायात विवेचन केलं असून, त्यांच्याविषयीच्या काही आख्यायिकाही सांगितल्या आहेत. त्यांचा काळ सतराव्या शतकाचा पूर्वार्ध असावा. 'ते शके १५८० (इ. स. १६५८) च्या सुमारास विद्यमान होते', अशी माहिती महाराष्ट्रभाषाभूषण ज. र.

आजगावकर यांनी दिली आहे.

त्यांनी तुकोबांविषयी ३३२ श्लोक लिहिले व त्यांची अभंगरचना सुमारे १९०० असावी. त्यांच्या अभंगवाङ्मयात वारकरी संप्रदायाच्या तत्त्वज्ञानाची, आचारधर्माची आणि परंपरेची अनेकविध वैशिष्ट्यं दिसतात.

वारकरी संप्रदायानं सुलभ भक्तिमार्गावर भर दिला आहे. यज्ञयाग, कर्मकांड, पोथी-पांडित्य, उपासनेची जटिलता ही जर जनसामान्यांच्या भक्तीच्या आड येत असेल तर केवळ देवाचं नाव घेऊनही भक्ती करता येते, असं वारकरी संप्रदायाच्या तत्त्वज्ञानात सांगितलं असून, ज्ञानदेव-नामदेवांपासून तुकोबापर्यंतच्या सर्व वारकरी संतांनी नामस्मरणावर व ईशचिंतनावर भर दिला आहे. निळोबाही नामस्मरणाचं, ईशचिंतनाचं महत्त्व अशा प्रकारे प्रतिपादितात–

'गोड नाम तुमचें देवा । गोड सेवा तुमची ते ।
गोड तुमची कीर्ती वाणी । गोड श्रवणीं ऐकतां ।।
गोड तुमचे रूप दृष्टी । गोड पोटीं प्रेम ते ।
गोड निळा तुमचे पायीं । गोड डोई ठेवितां ।।'

'नामस्मरण' ही व्यक्तिगत भक्ती आहे, तर 'कीर्तन' ही सामूहिक भक्ती आहे. त्यामुळं वारकरी संप्रदायानं कीर्तनरूपी सामूहिक भक्तीचाही पुरस्कार केला आहे. निळोबा म्हणतात,

'भवरोगीं जे पीडिले लोक । तिहीं आवश्यक सेवावे ।
महामात्रा हरिकीर्तन । उतरलें रसायन निजनिगुती ।।
मागें बहुतां गुणासि आलें । आरोगी ठेविलें करुनि ।
निळा म्हणे सांगता फार । होईल विस्तार नामें त्याच्या ।।'

भक्ती करण्यासाठी संसाराचा / प्रपंचाचा त्यागच करायला हवा असं नाही, हा विचारही वारकरी संप्रदायाच्या विचारसरणीत महत्त्वाचा आहे. नामदेव, एकनाथ, तुकोबा, निळोबा हे सारे संत प्रापंचिकच होते. त्यांनी प्रपंचाची परमार्थाशी सांगड घातली.

भक्ती करताना सत्संग, संतसंग हाही महत्त्वाचा आहे, असं वारकरी संप्रदाय मानतो. यासाठीच निळोबांनी संतमहिमा वर्णन करणारे अनेक अभंग लिहिले आहेत. निळोबांनी तुकोबांप्रमाणंच ज्ञानदेव, नामदेव, एकनाथादी संतांचा महिमाही आपल्या अभंगांतून अत्यंत तन्मयतेनं व समरसून गायिला आहे.

एकेश्वरवाद हा तर वारकरी संप्रदायाच्या तत्त्वज्ञानाचा गाभा आहे. यासाठी वारकरी संप्रदाय विठ्ठलभक्तीचा–सगुणोपासनेचा–पुरस्कार करतो. त्याचं प्रतिबिंब निळोबांच्या पांडुरंगमाहात्म्यपर अभंगांत उमटलं आहे. पांडुरंगामुळंच पंढरीला नि वारीलाही महत्त्व

आलं. निळोबांनी याविषयीचेही अनेक अभंग लिहिले आहेत. पण ह्या सगुणोपासनेचं अंतिम उद्दिष्ट निर्गुणोपासना हेच आहे, हे निळोबांच्या 'कैवल्याचा गाभा । व्यापूनियां ठेला नभी' यासारख्या अभंगांतून आढळतं.

❑❑❑

१७. महानुभाव संत कवी भीष्माचार्य

'गद्यराज' याच नावाचं काव्य दोन महानुभाव संतकवींनी लिहिलं आहे. हयग्रीवाचार्य आणि भीष्माचार्य हे ते दोन संतकवी. या काव्यात कृष्णकथा वर्णिली आहे.

भीष्माचार्यांच्या काळाविषयी वाद आहे. इतिहासाचार्य यांनी त्याचा काळ ज्ञानेश्वरीच्या लेखन समाप्तीनंतर छत्तीस वर्षानंतरचा म्हणजे शके १२४८ (इ. स. १३८६) असा मानला आहे, तर श्री. ह. ना. नेने व श्री ज. शा. देशपांडे तो सतरावं शतक (इ. स. १६३१) असल्याचं मानतात. याला या ग्रंथाच्या समाप्तिलेखाचा आधार दिला आहे. तो समाप्ति-लेख असा.

'इति श्रीमहोपाध्यायाम्नाय दीक्षित विराट (वाइंदरोकर) महामुनी श्री बोपदेव महात्मा महदाचार्यशिष्य भीष्ममुनी विरचितो गद्यराजः समाप्तः'

यातील उल्लेखिलेले भीष्माचार्य पहिले नसून दुसरे असावेत असं एक मत आहे.

भीष्माचार्यांच्या 'गद्यराजात श्री कृष्णजन्मापासून त्यांच्या आयुष्याच्या अखेरीपर्यंतच्या कथेचं रसाळ निवेदन केलं आहे. त्यात रुक्मिणी स्वयंवर-प्रसंगावर भर दिला आहे. व्यक्तिवर्णन (श्रीकृष्णमूर्तिवर्णन) व प्रसंगवर्णन (युद्ध, रुक्मिणीची विरहव्यथा) करण्यातही भीष्माचार्यांच्या प्रतिभेची प्रचीती येते.

वानगीदाखल पुढील युद्धवर्णन पाश. त्यातील नादमयता व ध्वनिशब्दांची निर्मिती काहीशी वेगळीच वाटते -

'हो हो होकार नादी । भडभड निनदी भुंक किंकार शब्दी ।
फुं फुं फुंकार नादी । कडकड निनदी घाय वाजेति भेदी ।।

फें फें फुंकार फरक फरफरा। फुर्र बर्रा भरारा।
काळिंदी रक्तपूरा जळमळितभरा । भूतकंकाळ मारा ।।'

या वर्णनात ध्वनिशब्दांची कुत्रिमता जाणवली तरी पुढील श्रीकृष्णाचं मूतिवर्णन मात्र कवीच्या शब्दप्रभुत्वाची प्रचिती देते, हे कुणीही मान्य करील.

कांती चंदनचंद्रकांतिवदना लावण्य लक्ष्मीवना ।
कांती दिव्यकलाप कंठकळना सौंदर्य शोभागुणा ।।
शोभे लक्षणलक्षणा वरगुणी चातुर्यचिन्तामणी ।
दाता दानमहापदा गुणत्रणी भूपाळ चूडामणी ।।

कवीनं 'पंचकृष्णां'ना केलेलं नमनही त्याचं महानुभवत्व सूचित करते. या काव्यातील पंडिती वळणही लक्षात घेण्याजोगं आहे. त्यातील संस्कृतप्राचुर्य ते जनसामान्याप्रत कितपत गेलं असावं, याविषयीची शंकाही मनात उपस्थित करते.

❑❑❑

९८. श्रीधरस्वामी

महाराष्ट्र ही संतांची भूमी आहे. या भूमीत वेगवेगळ्या धर्मांचे व पंथांचे संत झाले. संताप्रमाणे संतकवी आणि संतकवयित्रीही झाल्या. कीर्तनकार व प्रवचनकारही झाले.

या संताचं, संतकवींचं आणि संतकवयित्रींचं चरित्र लिहिणारे संतचरित्रकारही महाराष्ट्रात झाले. त्यात महीपती, श्रीधरस्वामी आणि दासगणू यांचा प्रमुख्यानं उल्लेख करायला हवा.

श्रीधरस्वामी यांचं, लेखन विविध प्रकारचं होतं. त्यांनी ज्ञानेश्वरचरित्रासारखी अन्य संतचरित्र तर लिहिलीच पण हरिविजय, रामजिवजय, पांडवप्रताप यासारखे रसाळ व प्रासादिक शैलीतील पौराणिक ग्रंथही लिहिले. 'शिवलीलामृत' हा त्यांचा ग्रंथही हरिविजय, रामविजय, पांडवप्रताप या ग्रंथांसारखा अत्यंत लोकप्रिय ग्रंथ आहे.

स्वत: कीर्तनकार व प्रवचनकार असल्यानं त्यांची कथा निवेदनशैली व प्रसंगवर्णनशैली अत्यंत प्रभावी होती. नागर व ग्रामीण जनतेतही ती अत्यंत लोकप्रिय होती. महाराष्ट्रातल्या खेडोपाड्यांतही हरिविजय, रामविजय, पांडवप्रताप यासारखे ग्रंथ आढळले नाही तरच नवल. या ग्रंथाच्या वाचनाची व पारायणाची मोहिनी मराठी मनावर सातत्यानं टिकून होती व आजही ती टिकून आहे.

श्रीधरस्वामींनी जसं चरित्रलेखन व रामायण-महाभारतादी महाकाव्यांच्या आधारे रचना केली, त्याचप्रमाणे त्यांनी माहात्म्यग्रंथही लिहिले. माहात्म्य हा भाष्यग्रंथाप्रमाणे संतसाहित्यातील एक लक्षणीय लेखनप्रकार व काव्यप्रकार आहे. श्रीधरस्वामींनी 'पांडुरंग महात्म्य' 'मल्लारीम माहात्म्य,' व्यंकटेश महात्म्य' हे तीन महत्त्वाचे महात्म्यग्रंथ आहेत.

'वेदान्तसूर्य' आणि 'जैमिनी अश्वमेध' या ग्रंथांचंही श्रीधरस्वामींच्या साहित्यसृष्टीत उल्लेखनीय स्थान आहे.

श्रीधरस्वामींच्या चरित्राबद्दल काही माहिती उपलब्ध होते. त्यांचा जन्म शके १५८० मध्ये झाल्याचा उल्लेख आढळतो. त्यांचं घराणं बीड जिल्ह्यातील खडकी येथील असून त्यांची वंशावळ अशी दाखवितात -

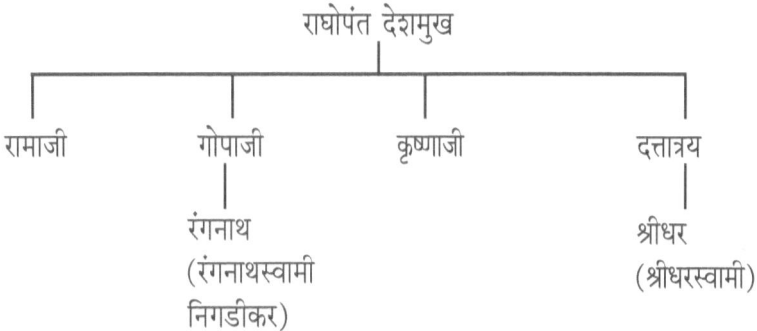

राघोपंत देशमुख

- रामाजी
- गोपाजी
  - रंगनाथ (रंगनाथस्वामी निगडीकर)
- कृष्णाजी
- दत्तात्रय
  - श्रीधर (श्रीधरस्वामी)

राघोपंत देशमुख हे विजापूरच्या आदिलशाहीत घोडदळाचे प्रमुख होते. श्रीधरस्वामी बरीच वर्ष पंढरपुरात होते. शके १६५० मध्ये टाकळी परगणा शाहूराजे यांनी इनाम दिला होता. सोलापूर जिल्ह्यातील सांगोला तालुक्यातील नाझरे या गावीही ते अनेक वर्षे होते म्हणून त्यांना श्रीधरस्वामी नाझरेकर म्हणतात.

शके १६५१ हा त्यांचा निणर्याकाळ.

❑❑❑

१९. निरंजन पुरी

'गिरी' आणि 'पुरी' संत वस्तुत: नाथसंप्रदायाचे पण त्यांतील काही वडवाळसिद्ध नागेश यांचे शिष्य - म्हणजे नागेशसांप्रदायिकही असावेत. निरंजनपुरी हे त्यांपेकीच एक सत्पुरुष होते. त्यांची निश्चित चरित्रात्मक माहिती उपलब्ध होत नाही तथापि त्यांचा उल्लेख वि. शं. मोहोळकर संपादित 'नागेशदर्पण' या ग्रंथात आढळतो.

निरंजन पुरी यांच्या नावावर ग्रंथरचना आढळत नाही तथापि त्यांची स्फूट पदरचना उपलब्ध असून ती वरील ग्रंथात समाविष्ट केलेली आहे.

त्यातील अनेक पदांत या संतकवींच्या गुरुभक्तीचं व गुरुविषयीच्या त्यांच्या मनातील अनन्य श्रद्धेचं दर्शन घडतं. त्यातून 'गुरूमहिमा' वर्णिला गेला आहे.

निरंजन पुरींच्या पदरचनेत मला काही लक्षणीय वैशिष्ट्यं जाणवली, ती पुढं नोंदवीत आहे.

गेयता हे पदरचनेचं एक प्रमुख लक्षण असतं. ते निरंजन पुरी यांच्या पदांत तर आढळतेच पण या पदांतील ग्रामीण शब्दकळा जशी आपलं वेधून घेते त्याचप्रमाणे लयबद्धताही काही शब्दांची पुनरावृत्ती कळत-नकळत संगीतानुकूल होत जाते; त्यामुळे निरंजन पुरींची ही पदं ग्रामीण स्त्रियांमध्ये लोकप्रिय झाली असणं स्वाभाविक आहे. त्यांचं पुढील पद पहा -

गुरु तुझे पाय पाय पाय ।
धरला म्यां जीवभाव ।।ध्रु।।
पायाशी पाहता तद्रूप आता ।
नवल मी सांगू काय?
पायाविण आणिक काय लेणं?

जोवर जन्म दिला हाय ।।
पायावरी निरंजन पुरी ।
कुर्बान होऊन ऱ्हाय ।।

या पदातील (म्या) 'जीवभाव धरला' हा ग्रामीण वाक्प्रचार, 'लेणं' हे क्रियापद 'ऱ्हाय'-'हाय' ही क्रियापदांची ग्रामीण रूपं, 'कुर्बान होणं'सारखा दाक्खिनी उर्दू-हिंदी वाक्प्रचार निरंजन पुरींसारखे संत महाराष्ट्रातल्या काळ्या आईशी म्हणजे ग्रामीण मातीशी किती एकरूप झाले होते याची प्रचीती देत नाहीत का? केवळ, गेयता, लयबद्धता, वेधवंती ग्रामीण शब्दकळा व वाक्प्रचार हीच या पदाची वैशिष्ट्यं नाहीत तर त्यातील गुरुनिष्ठेचा संस्कारही महत्त्वाचा आहे. शिवाय हे पद ग्रामीण मराठी स्त्रीचं भावविश्वही किती उत्कटपणे व समर्थपणे चित्रित करतं! त्यांचं

'पहा गे सखयांनो, राजस रूपडं ।
गुरुराज विवाड । पहा गे...'

हे पद गुरुरायाच्या मूर्तिवर्णनाचा उत्कृष्ट नमुना आहे. त्यांची लावण्यमूर्ती, तिची करुणा, चित्तचैतन्य 'भाळीचा केशर-टिळा', 'विरळं' ब्रह्मस्वरूप' हे जसं गुरूचं लौकिक चित्र रेखाटतं तसं पारलौकिक चित्रदेखील.

त्यांनी एका पदात रेखाटलेलं खऱ्या साधूचं चित्र त्याची वैशिष्ट्यपूर्ण लक्षणं वर्णितात त्यातील पहिला चरणच साधू हे गंगाजळासारखे निर्मळ कसे असतात, ते सांगतात.

हे पद वाचताना साधू हे परमात्म्यस्वरूपच कसे आहेत, याचं विवरण करतात-

निर्मळ साधू असती, जसं गंगाजळ ।।ध्रु।।
व्यापक सर्वां ठायी - जळींस्थळीं खेळ ।
रूप जयाचे पाहता दिसे अवनीळ ।। निर्मळ.
चालती साधू धरणी जसं ब्रह्मगोळ ।
पावुल ठेविती जेथे, ते पुण्य स्थळ ।
दर्शन जयाचे घेता, अगाध फळ ।। निर्मळ.
जिकडे पहावे तिकडे, सन्मुख रूपडे ।
निरंजन पुरी म्हणे, सध्या उघडे ।
शरीर पाहू जाता जसं पान बुड ।। निर्मळ

'सुक्षम गुरुमार्ग । चढिजे एकवीस स्वर्ग' हे प्रदीर्घ पद निरंजन पुरीच्या योगाभ्यासाची व योगसाधनेची प्रचिती देतात. योगशास्त्रातील पारभाषिक संज्ञांची जणू पखरण या पदात झाली असून तिनं कूट रचनेचं स्वरूप धारण केलं आहे.

'पंथ पायविण चालावा - अर्न्तप्रवेशाचा' एवढ्या एका चरणावरूनही या कूट रचनेची कल्पना सहज येईल.

'प्रभु निरंजन समर्थ।
माझा सद्‌गुरू नागनाथ।।'

असा वडवाळसिद्ध नागनाथांचा उल्लेखही या पदाच्या शेवटी आढळतो व तोही या संतकवीचं नागशे सांप्रदायिकत्व सिद्ध करतो.

निरंजन पुरींनी केवळ पदरचनाच केली नाही तर भारूडरचनाही केली.

'किंगरी' हे एक वाद्य आहे. त्याविषयीची त्यांची रचना त्यांच्या भारूडांच्या स्वरूपाची कल्पना आपल्याला देते. भारूडात वाच्यार्थ व लक्ष्यार्थ असे दोन अर्थ असतात, त्यातील लक्ष्यार्थ हाच प्रमुख अर्थ असतो. औट, (म्हणजे साडेतीन) हातांची ही 'किंगरी' कशी आहे, ते पाहा.

किंगरी
('हे शीर्षक मी दिलं आहे.)

वडवाळसिद्धा नागेशा नागनाथा।
तुझे चरणी लोळतो माझा माथा ।।
औट्या हाताची किंगरी केली ।
पाचा तत्त्वाची तार लावियेली ।।
द्वय संबंध जोडील्या पाट्या ।
कामक्रोधाच्या पिळियल्या खुंट्या ।
मन-पवन दुरंगी घोडा ।
तारा बोलती देहीचा झगडा ।।
झिरीमिरी पडे बुरंगट ।
गुरुकृपेने दिसे घनदाट ।।
जग हे म्हणे, 'निरंजन पुरी वेडा!'
गुरुकृपेने समजसी मूढा!

एवढा समर्थ संतकवी आजवर दुर्लक्षित का बरं राहिला असावा?

❑❑❑

१००. जैन संत रत्नसा

मराठवाड्यात औंढा नागनाथजवळ शिरड शेहापूर येथे जैन मराठी संतकवींच्या ग्रंथांची हस्तलिखितं फार मोठ्या प्रमाणात व काळजीपूर्वक जतन करून ठेवली आहेत. हा हस्तलिखित-संग्रह म्हणजे महाराष्ट्राचा फार मोलाचा वारसा आहे. जैन संत रत्नसा यांनी लिहिलेल्या साहित्याची हस्तलिखितं परभणी व हिंगोली या जिल्ह्यात आढळतात. 'हिंगोली हा जिल्हा नव्यानं निर्माण केला आहे. तो भाग पूर्वी परभणी जिल्ह्यातच होता. शिरड शहापूर हे मराठवाड्यातील जैन संतकवींच्या साहित्याचं केन्द्र याच भागात आहे व तिथं मी अनेकदा गेलो आहे.

महानुभाव साहित्यिकांप्रमाणंच जैन मराठी साहित्यिकांमध्येही पूर्वसूरींचं साहित्य जतन करण्याची, ते अपूर्ण असल्यास पूर्ण करण्याची किंवा त्याचा संक्षेप करण्याची प्रथा होती.

संत रत्नसा यांनी जैन मराठी साहित्य जतन करण्याचा दोन प्रकारे प्रयत्न केला :

१) त्यांनी अनेक पूर्वसूरींच्या ग्रंथांचं प्रतलेखन करून त्यांच्या पुष्पिकांमध्ये प्रतलेखनकाळ नोंदविला. त्याचप्रमाणं -

२) त्यांनी काही पूर्वसूरींचे अपूर्ण ग्रंथ पूर्ण केले व त्यांची प्रतलेखनकाळ निर्देशणारी 'पुष्पिका' लिहिली.

याचा मध्ययुगीन मराठी संतसाहित्याच्या अभ्यासकांना संशोधकांना दोन तीन प्रकारे लाभ झाला.

१) त्यामुळे रत्नसांच्या पूर्वीच्या काही महत्त्वाच्या जैन संतकवींच्या साहित्याची नोंद झाली आणि

२) त्यांच्या काळावरही प्रकाश पडला.

३) यांतील काही ग्रंथ रत्नसांच्या काळातही लोकप्रिय व लोकमान्य होते, याची साक्ष पटली. 'उदा. गुणकीर्तीचं श्रेणीकचरित्र' व 'धर्मामृत' तसंच द्वादशअनुप्रेक्षा, मेघराजांचं 'पार्श्वनाथभवांतर', दयाभूषणांचं जंबूस्वामी चरित्र' इ.

रत्नसांनी लिहिलेली दोन हस्तलिखितं जैन मराठी साहित्याचे संशोधक व माझे वर्गबंधू डॉ. सुभाषचंद्र अक्कोळे यांना मिळाली. त्यांचा तपशील डॉ. अकोळे यांनी पुढील प्रमाणं नोंदविला आहे. दोन्ही हस्तलिखितं देऊळगावलाच लिहिली आहेत व ती सतराव्या शतकातील आहेत.

१) इ. स. १६८८ (.. १६१० मधील हिंगोलीप्रत हस्तलिखितक्त. २) रत्नसांनी या हस्तलिखितात (बाडात) पुढील ग्रंथ लिहिले आहेत. दयाभूषणांचं भविष्यदत्तबंधु दत्तपुराण व 'सम्यक्त्वकौमुदी' विशालकीर्तीचं 'धर्मपरीक्षा' कामराजांची 'सुदर्शनकथा' मेघराजांचं 'पार्श्वनाथ भवांतर' पुण्यसागरांची 'रविवारकथा' गुणकीर्तीच्या धर्मामृताची केवळ चार पानं व त्यांच्याच 'द्वादश अनुप्रेक्षे'ची प्रत.

२) त्यांच्या देऊळगाव (राजा) येथे उपलब्ध झालेल्या 'जिंतूर'च्या बाडात (पुढील ग्रंथांचं प्रतलेखन केले आहे. त्याचा 'हस्तलिखित क्र. १' असा डॉ. अक्कोळे यांची प्राचीन मराठी जैन साहित्य या ग्रंथात पृ. ६७ वर नोंदविला आहे.

त्यात गुणकीर्ती यांचं 'श्रेणिकचरित्र' व दयाभूषण यांचं 'जं स्वामीचरित्र' या विख्यात ग्रंथांप्रमाणंच दामा पंडितांचं 'दान-शील-तप भावना' आणि पंत साबाजींच्या 'सुगंधदशमी' या ग्रंथांचं प्रतलेखन केलं आहे.

रत्नसा हे जैनधर्मियांच्या 'सेन' गणाचे होते व त्यांनी आपली या गणाची परंपराही या हस्तलिखित बाडांत दिली आहे. 'बघेखाल' यहे जैनांच्या एक व्यापारी जातीचं नाव असून रत्नसा हेही 'बघेखाल' होते.

❑❑❑

www.ingramcontent.com/pod-product-compliance
Lightning Source LLC
Chambersburg PA
CBHW030528030726
47495CB00004B/906
9788172949556